PSC കോഡ് മാസ്റ്റർ

കോഡ്മാസ്റ്റർ

സുനിൽ ജോൺ എസ്.

iRank

Malayalam Language
PSC Code Master

Reference
Prepared by Sunil John S.

First Published March 2014
Revised edition - March 2019

Publishers
iRank
An imprint of D C Books
Kottayam 686 001
Kerala State, India
Literature News Portal: www.dcbooks.com
Online Bookstore: www.onlinestore.dcbooks.com
e-bookstore: ebooks.dcbooks.com
Customercare: customercare@dcbooks.com, 9846133336

Distributors
D C Books-Current Books
INDIA

D C Books Library Cataloguing in Publication Data
Sunil John S.
PSC code master/Sunil John S
240 p., 21 cm.
ISBN 978-93-5282-729-9.
1. General knowledge. I. Title.
001-dc 22.

ISBN 978-93-5282-729-9

Printed in India
at D C Press, Kottayam, INDIA

D C Books: The First Indian Book Publishing House to get ISO Certification

01/19-20-Sl.No. 18874-dcb 5793-(10) 2000-5001-04-19-itc 17.0-p sc-r(t) rj-d(t) jo

സുനിൽ ജോൺ എസ്.

പി.എസ്.സി. കോഡ് മാസ്റ്റർ സീരിസുകളുടെ രചയിതാവ്. പതിനെട്ടു വർഷം മസ്കറ്റിൽ മലയാള ഭാഷാ അധ്യാപകനായിരുന്നു. 2011 മുതൽ തിരുവനന്തപുരം കഴക്കൂട്ടത്ത് 'ഗുരുകുല'ത്തിലൂടെ പി.എസ്.സി. ക്ലാസ്സും സ്കൂൾ വിദ്യാർഥികളുടെ ക്ലാസ്സും നയിക്കുന്നു. കേരളത്തിലും ഗൾഫിലും മെമ്മറി ട്രിക്സ് കോർത്തിണക്കിയ ക്ലാസ്സുകൾ നയിക്കുന്നു. തൊഴിൽവീഥിയിൽ മെമ്മറി ട്രിക്സ് അവതരിപ്പിക്കുന്നു. *മധുര ഭാഷണം, എന്റെ ഭാഷ-എന്റെ ദേശം, മഴക്കാലം* എന്നിവ മറ്റു കൃതികളാണ്.

ഫോൺ : 9946819988.

e-mail: codemastersuniljohn@gmail.com

Send your feedback to
irank@dcbooks.com

PSC കോഡ് മാസ്റ്റർ

പഠനം രസകരം

മത്സര പരീക്ഷയെഴുതുന്നവരെ വിജയത്തിലേക്ക് പൂർണ സജ്ജരാക്കുക എന്നതാണ് ഈ പുസ്തകത്തിനു പിന്നിലെ ഉദ്യമം. ചില കുറുക്കുവഴികൾ എല്ലാവർക്കും അറിവുള്ളതാണ്. എന്നാലതെല്ലാം കോർത്തിണക്കി പുസ്തക രൂപത്തിൽ ഇതാദ്യമാണ്. പരീക്ഷയെഴുതുന്നവരുമായി നിരന്തരം സംവദിച്ചും മുൻ തലമുറയിൽനിന്നും വായ്മൊഴിയായി ലഭിച്ച അറിവുകൾ സ്വരൂപിച്ചും വ്യത്യസ്ത വിജ്ഞാന പുസ്തകങ്ങൾ പരിശോധിച്ചും സ്വയം പഠിച്ചും തയ്യാറാക്കി യതാണ് ഇതിലെ കോഡുകൾ. അടിസ്ഥാന കാര്യങ്ങളും ആശയക്കുഴപ്പമുണ്ടാ ക്കുന്ന വസ്തുതകളും വളരെ ലളിതവും രസകരവുമായി ഇതിൽ അവതരി പ്പിച്ചിരിക്കുന്നു. ഓരോ കോഡിലെയും വിശദീകരണത്തിനുശേഷം അതുമായി ബന്ധപ്പെട്ട് പി.എസ്.സി. പരീക്ഷയിൽ ആവർത്തിക്കുന്ന ചോദ്യങ്ങൾ ഉൾ പ്പെടുത്തിയിരിക്കുന്നു.

ഈ പുസ്തകം തീർത്തും മത്സര പരീക്ഷകളെ അഭിമുഖീകരിക്കുന്നവരുടെ കഠിനപ്രയത്നങ്ങളെ ലഘൂകരിക്കുക എന്ന ഉദ്ദേശ്യത്തോടെ തയ്യാറാക്കിയ താണ്, കോഡുകൾ തയ്യാറാക്കുമ്പോൾ ഓർത്തിരിക്കാനുതകുന്ന ലാളിത്യവും ചേർച്ചയും മാത്രമാണ് മാനദണ്ഡമാക്കിയിട്ടുള്ളത്. ഒറ്റവായനയിൽ ഇതിലെ അധ്യായങ്ങൾ മറിച്ചുപോകരുതെന്ന മുന്നറിയിപ്പാണ് നൽകാനുള്ളത്. ഒരു കോഡ് മനസ്സിലുറപ്പിച്ചശേഷമേ തൊട്ടടുത്തതിലേക്ക് പോകാവൂ. ഇന്ത്യാ ചരിത്രം, ഇന്ത്യയുടെ ഭൗതിക ശാസ്ത്രം, കേരള ചരിത്രം, കേരള സംസ്കാരം, മലയാള ഭാഷ, ലോക ചരിത്രം, ഭൂമി ശാസ്ത്രം, സയൻസ്, ചലച്ചിത്രം, കായികം, ഗണിതം തുടങ്ങിയ എല്ലാ മേഖലകളിൽനിന്നും പി.എസ്.സി. സ്ഥിരമായി ചോദിക്കാറുള്ള ചോദ്യങ്ങൾ ഉൾപ്പെടുത്തി അവ ഓർത്തിരിക്കാൻ കഴിയുന്ന രീതിയിൽ കോർത്തിണക്കിയാണ് കോഡ് മാസ്റ്റർ തയ്യാറാക്കിയിരിക്കുന്നത്.

പഠിച്ചതെല്ലാം മറന്നുപോകുന്നുവെന്ന് പരിഭവിക്കുന്നവർക്കുവേണ്ടിയാണിത് തയ്യാറാക്കിയിട്ടുള്ളത്. പ്രയാസമേറിയ പരീക്ഷപോലും എളുപ്പത്തിൽ വിജയിക്കുവാൻ ഈ പുസ്തകം സഹായിക്കട്ടെയെന്ന ശുഭാശംസകളോടെ,

സുനിൽ ജോൺ എസ്.

അഭിപ്രായങ്ങൾക്കും നിർദ്ദേശങ്ങൾക്കും
e-mail:- irank@dcbooks.com

കോഡ് മാസ്റ്ററിന്റെ താളുകളിൽ

ഗാന്ധിജിയുടെ കേരളത്തിലെ ഫോൺ നമ്പർ

20,25,27,34,37

1920 – ഗാന്ധിജി ആദ്യമായി കേരളത്തിലെത്തി. (ഖിലാഫത്ത് സമരത്തിൽ പങ്കെടുത്തു).

1925 – വൈക്കം സത്യഗ്രഹത്തിൽ ഗാന്ധിജി പങ്കെടുത്തു. ഗാന്ധിജിയും ശ്രീനാരായണ ഗുരുവും കൂടിക്കാഴ്ച നടത്തി.

1927 – ഗാന്ധിയുടെ മൂന്നാമത്തെ സന്ദർശനം, ഖാദിയുടെ പ്രചരണത്തിനായിരുന്നു.

1934 – ഹരിജനങ്ങളുടെ ഉന്നമനത്തിനുള്ള ഫണ്ട് ശേഖരിക്കാനെത്തി.

1937 – ജനുവരി 13 – ഗാന്ധിജിയുടെ അവസാനത്തെ കേരള സന്ദർശനം.

- ഗാന്ധിജി 5 തവണ കേരളം സന്ദർശിച്ചു.
- 1936 ലെ ക്ഷേത്രപ്രവേശന വിളംബരം ആധുനിക 'ഭാരതത്തിലെ അത്ഭുതം' എന്നാണ് ഗാന്ധിജി പ്രഖ്യാപിച്ചത്.
- കേരള ഗാന്ധി – കെ. കേളപ്പൻ
- ഡൽഹി ഗാന്ധി – സി. കൃഷ്ണൻ നായർ
- മയ്യഴി ഗാന്ധി – കുമാരൻ മാസ്റ്റർ
- ഗാന്ധിജി ആദ്യമായി കേരളത്തിൽ പ്രസംഗിച്ചത്– കോഴിക്കോടാണ്.
- ഗാന്ധിജിയെക്കുറിച്ചുള്ള വള്ളത്തോൾ കവിതയാണ് 'എന്റെ ഗുരുനാഥൻ'
- 'ഗാന്ധിയും ഗോഡ്സെയും' എന്ന കവിതയെഴുതിയത് എൻ. വി. കൃഷ്ണവാര്യരാണ്.

ഭാഷാടിസ്ഥാനത്തിൽ നിലവിൽ വന്ന ആദ്യത്തെ സംസ്ഥാനങ്ങൾ (1956)

AMMO! B.B. KUMAR, B.J.P യിലോ ?

A	-	ആന്ധ്രാപ്രദേശ്
M	-	മദ്രാസ്
M	-	മൈസൂർ
O	-	ഒഡീഷ
B	-	ബോംബെ
B	-	ബംഗാൾ
K	-	കേരളം
U	-	ഉത്തർപ്രദേശ്
M	-	മധ്യപ്രദേശ്
A	-	ആസാം
R	-	രാജസ്ഥാൻ
B	-	ബീഹാർ
J	-	ജമ്മു & കാശ്മീർ
P	-	പഞ്ചാബ്

- 1956 ൽ 14 സംസ്ഥാനങ്ങൾ നിലവിൽ വന്നു.
- 1956 ൽ ഏറ്റവും ചെറിയ സംസ്ഥാനം കേരളമായിരുന്നു.
- 1953 ലെ സംസ്ഥാന പുനസംഘടനാ കമ്മറ്റിക്ക് നേതൃത്വം കൊടുത്തത് ഫസൽ അലി.
- ആന്ധ്രാപ്രദേശാണ് ഭാഷാടിസ്ഥാനത്തിൽ രൂപം കൊണ്ട ആദ്യത്തെ സംസ്ഥാനം.
- ബോംബെ സംസ്ഥാനം പിന്നീട് ഗുജറാത്തും മഹാരാഷ്ട്രയുമാക്കി.
- മദ്രാസിന് തമിഴ്നാടെന്നും മൈസൂറിന് കർണാടകമെന്നും പുനർ നാമകരണം ചെയ്തു.

ലോകസുന്ദരികളായ ഇന്ത്യക്കാരികൾ

റീ ഐഡിയായുടെ ഫ്രീയാണ് ചില്ലറ

റീ	–	റീത്താ ഫാരിയ (1966)
ഐ	–	ഐശ്വര്യറായ് (1994)
ഡി	–	ഡയാന ഹെയ്ഡൻ (1997)
യ	–	യുക്താമുഖി (1999)
ഫ്രീ	–	പ്രിയങ്കാ ചോപ്ര (2000)
ചില്ലറ	–	മാനുഷി ഛില്ലർ (2017)

- മിസ് വേൾഡിന്റെ (ലോക സുന്ദരി) മുദ്രാവാക്യം ?
  Beauty with Purpose
- മിസ് വേൾഡ് (ലോകസുന്ദരി) മത്സരം ആരംഭിച്ചത് ലണ്ടനിലാണ്.
- ഇന്ത്യയ്ക്കാദ്യമായി മിസ് യൂണിവേഴ്സ് നേടിക്കൊടുത്തത് സുസ്മിതാ സെൻ (1994)
- മിസ് ഇന്ത്യയായി തെരഞ്ഞെടുക്കപ്പെട്ട ഏക മലയാളി
  – പാർവതി ഓമനക്കുട്ടൻ
- മിസ് എർത്ത് നേടിയ ആദ്യത്തെ ഇന്ത്യക്കാരി ? നിക്കോൾ ഫാരിയ
- മാനുഷി ഛില്ലർ ഹരിയാനക്കാരിയാണ്

പ്രധാന മന്ത്രി രാജീവ് ഗാന്ധി മുതൽ നരേന്ദ്രമോദി വരെ ക്രമപ്രകാരം

രാജീവ് V.P .ചന്ദ്രനെപ്പോലെയുള്ള സിംഹവും ദേവനെപ്പോലെയുള്ള ഗജവുമായി പോയതോടെ എല്ലാം മോഹന നമോ

രാജീവ്	–	രാജീവ് ഗാന്ധി
V.P	–	വി.പി. സിങ്
ചന്ദ്രൻ	–	ചന്ദ്രശേഖർ
സിംഹം	–	പി. വി നരസിംഹറാവു
ദേവൻ	–	എച്ച്. ഡി. ദേവഗൗഡ
ഗജ	–	ഐ. കെ. ഗുജറാൾ
പോയ	–	എ.ബി. വാജ്പേയി
മോഹന	–	മൻമോഹൻസിങ്
നമോ	–	നരേന്ദ്രമോദി

- നവോദയാ വിദ്യാലയങ്ങൾ ആരംഭിച്ചത് രാജീവ് ഗാന്ധിയുടെ കാലത്താണ്.
- രാജീവ് ഗാന്ധിയുടെ ജന്മദിനമായ ആഗസ്റ്റ് 20 സദ്ഭാവനാ ദിനമായി ആചരിക്കുന്നു.
- രാജീവ് ഗാന്ധിയാണ് ലോക്സഭയിൽ ഏറ്റവും കൂടുതൽ സീറ്റുകൾ നേടി അധികാരത്തിലേറിയത്.
- അവിശ്വാസ പ്രമേയത്തെത്തുടർന്ന് പ്രധാനമന്ത്രിപദം നഷ്ടപ്പെട്ട ആദ്യത്തെ വ്യക്തി. വി. പി. സിങാണ്.
- പാർലമെന്റിന്റെ ഏതെങ്കിലുമൊരു സഭയിൽ അംഗമല്ലാതെ പ്രധാന മന്ത്രിയായ ആദ്യത്തെയാൾ നരസിംഹറാവു ആണ്.
- ദക്ഷിണേന്ത്യയിൽ നിന്ന് പ്രധാനമന്ത്രിയായ രണ്ടാമത്തെ വ്യക്തി ദേവഗൗഡയാണ് (കർണാടകം).
- ലാഹോർ കരാറിൽ ഒപ്പുവച്ച പ്രധാനമന്ത്രി എ. ബി വാജ്പേയി ആണ്.
- കാലാവധി പൂർത്തിയാക്കിയ കോൺഗ്രസുകാരനല്ലാത്ത ആദ്യത്തെ പ്രധാനമന്ത്രി എ.ബി. വാജ്പേയിയാണ്.
- റിസർവ് ബാങ്ക് ഗവർണർ സ്ഥാനം വഹിച്ച ശേഷം പ്രധാനമന്ത്രി യായത് മൻമോഹൻ സിങാണ്.
- നരേന്ദ്രമോദിയുടെ പൂർണമായ പേര് നരേന്ദ്ര ദാമോദർ ദാസ് മോദി എന്നാണ്.

ഇന്ത്യൻ ഉപപ്രധാനമന്ത്രിമാർ കാലക്രമത്തിൽ

വല്ല ദേശത്തും കിടന്ന് ചരണിന്റെ ജീവൻ ചാവരുതെന്ന് ദേവി കൃഷ്ണനോട് പ്രാർത്ഥിച്ചു

വല്ല	-	**സർദാർ വല്ലഭായ് പട്ടേൽ**
ദേശ	-	**മൊറാർജി ദേശായി**
ചരൺ	-	**ചരൺ സിംഗ്**
ജീവൻ	-	**ജഗ് ജീവൻ റാം**
ചാവരുത്	-	**വൈ.ബി. ചവാൻ**
കൃഷ്ണൻ	-	**ലാൽ കൃഷ്ണ അദ്വാനി**

- **ആദ്യത്തെ ഉപപ്രധാനമന്ത്രി – സർദാർ വല്ലഭായ് പട്ടേൽ**
- **ഉപപ്രധാനമന്ത്രിയായ ശേഷം പ്രധാന മന്ത്രിയായവർ –മൊറാർജി ദേശായി, ചരൺ സിംഗ്.**
- **ഏറ്റവും കൂടുതൽ ബജറ്റ് അവതരിപ്പിച്ച കേന്ദ്രമന്ത്രി ? മൊറാർജി ദേശായി.**
- **സ്വതന്ത്ര ഇന്ത്യയുടെ അധികാര കൈമാറ്റത്തിൽ നെഹ്റുവിനൊപ്പം ഒപ്പിട്ടതാര്? സർദാർ വല്ലഭായ് പട്ടേൽ**
- **പദവിയിലിരിക്കെ അന്തരിച്ച ആദ്യത്തെ ഉപപ്രധാനമന്ത്രി? സർദാർ വല്ലഭായ് പട്ടേൽ**

ഇന്ത്യയുടെ നോബേൽ സമ്മാന ജേതാക്കൾ ലഭിച്ച ക്രമത്തിൽ

Ta Ra യുടെ Ku Te യാണ് ChAmVe (താരയുടെ കുട്ടിയാണ് ചാംവി)

Ta	–	ടാഗോർ (1913)
Ra	–	രാമൻ (1930)
Ku	–	ഖുരാന (1968)
Te	–	തെരേസ (1979)
Ch	–	ചന്ദ്രശേഖർ (1983)
Am	–	അമർത്യസെൻ (1998)
Ve	–	വെങ്കിട്ട രാമൻ രാമകൃഷ്ണൻ (2009)

- നോബേൽ സമ്മാനം നേടിയ ആദ്യത്തെ ഇന്ത്യക്കാരൻ (ഏഷ്യക്കാരൻ) രവീന്ദ്രനാഥ് ടാഗോറാണ്.
- ഇന്ത്യയുടെയും ബംഗ്ലാദേശിന്റെയും ദേശീയ ഗാനം രചിച്ചത് ടാഗോറാണ്.
- ശാസ്ത്രത്തിൽ നോബേൽ സമ്മാനം നേടിയ വെള്ളക്കാരനല്ലാത്ത ആദ്യത്തെ വ്യക്തിയാണ് സി. വി. രാമൻ.
- കടലിന്റെ നീല നിറത്തിനു വിശദീകരണം നല്കിയത് സി. വി. രാമനാണ്.
- വൈദ്യശാസ്ത്രത്തിന് നോബേൽ സമ്മാനം നേടിയ ആദ്യത്തെ ഇന്ത്യക്കാരൻ ഹർ ഗോവിന്ദ് ഖുരാനയാണ്.
- നോബേൽ സമ്മാനം നേടിയ ആദ്യത്തെ ഇന്ത്യൻ വനിതയാണ് മദർ തെരേസ (സമാധാന നോബേൽ സമ്മാനം).
- ഊർജതന്ത്രത്തിന് നോബേൽ സമ്മാനം നേടിയ രണ്ടാമത്തെ ഇന്ത്യക്കാരനാണ് എസ്. ചന്ദ്രശേഖർ.
- സാമ്പത്തിക ശാസ്ത്രത്തിനുള്ള നോബേൽ സമ്മാനം നേടിയ ആദ്യത്തെ ഇന്ത്യക്കാരനാണ് അമർത്യാസെൻ.
- രസതന്ത്രത്തിനുള്ള നോബേൽ സമ്മാനം നേടിയ ആദ്യത്തെ ഇന്ത്യക്കാരനാണ് വെങ്കിട്ടരാമൻ രാമകൃഷ്ണൻ.
- ആദ്യമായി നോബേൽ സമ്മാനം നേടിയ ബംഗ്ലാദേശുകാരൻ മുഹമ്മദ് യൂനസാണ്.
- നോബേൽ സമ്മാനം നേടിയ ആദ്യത്തെ വനിത മാഡം ക്യൂറിയാണ്.

ഇന്ത്യൻ ഭരണഘടന അംഗീകരിക്കുന്ന അഞ്ച് റിട്ടുകൾ എതെല്ലാം?

C.P.M ന്റെ *H.Q ?

C - സെർഷിയോററി,ഒരു കേസ് കീഴ്ക്കോടതിയിൽ നിന്നും മേൽക്കോടതിയിലേക്ക് മാറ്റാനുള്ള ഉത്തരവ് (റിട്ട്)

P - പ്രൊഹിബിഷൻ, ഒരു കീഴ്ക്കോടതി അധികാരാതിർത്തി ലംഘിക്കുകയോ സ്വാഭാവിക നിയമങ്ങൾക്കെതിരെ പ്രവർത്തിക്കുകയോ ചെയ്താലുള്ള ഉത്തരവ്.

M - മൻഡാമസ്, സ്വന്തം കർത്തവ്യം നിർവഹിക്കാൻ വ്യക്തിയെയോ സ്ഥാപനത്തെയോ അനുശാസിക്കുന്ന ഉത്തരവ്.

H - ഹേബിയസ് കോർപ്പസ്, അന്യായമായി തടവിൽ പാർപ്പിച്ചിരിക്കുന്ന ഒരാളെ സ്വതന്ത്രമാക്കുന്നതിനുള്ള ഉത്തരവാണിത്.

Q - ക്വോ വാറന്റോ, അനർഹമായി ഉദ്യോഗം നേടിയിട്ടുണ്ടോ എന്നു പരിശോധിക്കുന്ന ഉത്തരവ്.

- മൗലികാവകാശങ്ങൾ നടപ്പിലാക്കാൻ റിട്ടുകൾ പുറപ്പെടുവിക്കുന്നതിനുള്ള അധികാരം സുപ്രീം കോടതിക്കും ഹൈക്കോടതിക്കുമാണ്.
- ഹേബിയസ് കോർപ്പസ് എന്ന ലാറ്റിൻ വാക്കിനർത്ഥം 'ശരീരമേറ്റെടുക്കാം' എന്നാണ്.
- മൻഡാമസ് എന്ന ലാറ്റിൻ പദത്തിനർഥം 'നാം കല്പിക്കുന്നു' എന്നാണ്.
- സുപ്രീം കോടതിക്ക് പുറപ്പെടുവിക്കാൻ അധികാരം നൽകുന്ന റിട്ടുകളെക്കുറിച്ച് പരാമർശമുള്ള ഭരണഘടനാ വകുപ്പാണ് 32.
- ഹൈക്കോടതിക്ക് റിട്ട് പുറപ്പെടുവിക്കാൻ അധികാരം നല്കുന്ന ഭരണഘടനാ വകുപ്പാണ് 226.

*** H.Q = Head Quarters**

ആദ്യത്തെ അഞ്ച് സിഖ് മത ഗുരുക്കന്മാർ കാലക്രമത്തിൽ

NAARA [നാരാ]

N – നാനാക്ക്
A – അംഗത്
A – അമർദാസ്
R – രാംദാസ്
A – അർജ്ജുൻ ദേവ്

- സിഖ് മത സ്ഥാപകൻ ഗുരുനാനാക്ക് ആണ്.
- താൽവണ്ടിയിലാണ് നാനാക്ക് ജനിച്ചത്.
- ഗുരുമുഖി ലിഖിതത്തിന്റെ ഉപജ്ഞാതാവാണ് അംഗത്.
- ജാതി വ്യവസ്ഥയും പർദ ധരിക്കുന്നതും എതിർത്ത ഗുരുവാണ് അമർദാസ്
- അമൃത്സർ നഗരം നിർമ്മിച്ചത് നാലാമത്തെ ഗുരുവായ രാംദാസാണ്.
- സുവർണക്ഷേത്രം നിർമ്മിച്ചത് അർജുൻ ദേവാണ്.
- സിഖുകാരുടെ വിശുദ്ധ ഗ്രന്ഥമായ ആദിഗ്രന്ഥം ക്രോഡീകരിച്ചത് അർജുൻ ദേവാണ്.
- അർജുൻ ദേവിനെ ജഹാംഗീർ വധിച്ചു.
- അവസാനത്തെ ഗുരുവായ ഗോവിന്ദ് സിംഗ് ഖൽസ രൂപീകരിച്ചു.
- ഗോവിന്ദ് സിംഗ് പത്താമത്തെ സിഖു ഗുരുവാണ്.
- ഗുരു തേജ് ബഹാദൂറിനെ ഔറംഗസീബ് വധിച്ചു.
- സിഖ് എന്ന പദത്തിനർഥം അനുയായികൾ എന്നാണ്.
- ഹിന്ദു-ബുദ്ധ-ജൈന-സിഖ് എന്നീ മതങ്ങൾ ഇന്ത്യയിൽ രൂപം കൊണ്ടതാണ്.

ഭാരതരത്നം നേടിയ ഇന്ത്യൻ വനിതകൾ

MASIL (മസിൽ)

M - മദർതെരേസ, നോബൽ സമ്മാനവും മഗ്സാസെ പുരസ്കാരവും ഭാരതരത്നവും നേടിയ ഏക വനിത.

A - അരുണ ആസഫലി, മരണാനന്തര ബഹുമതിയായി ഭാരതരത്നം ലഭിച്ച ആദ്യത്തെ വനിത.

S - സുബ്ബലക്ഷ്മി, ഭാരതരത്നം നേടിയ ആദ്യത്തെ സംഗീതജ്ഞ.

I - ഇന്ദിരാഗാന്ധി, രാജ്യസഭാംഗമായിരിക്കെ പ്രധാനമന്ത്രിയായ ആദ്യ വ്യക്തി.

L - ലതാ മങ്കേഷ്ക്കർ, ചലച്ചിത്ര രംഗത്ത് ഏറ്റവുമധികം ഗാനങ്ങൾ ആലപിച്ചതിന് ഗിന്നസ് ബുക്കിൽ സ്ഥാനം പിടിച്ചു.

- ➢ മദർതെരേസയ്ക്ക് ഭാരത രത്നം ലഭിച്ചത് 1980 ലാണ്.
- ➢ ഭാരത രത്നം ലഭിച്ച ഏറ്റവും പ്രായം കുറഞ്ഞ വ്യക്തി
  – സച്ചിൻ ടെൻഡുൽക്കർ.
- ➢ ഭാരത രത്നം ലഭിച്ച ആദ്യത്തെ വിദേശി
  – ഖാൻ അബ്ദുൾ ഗാഫർ ഖാൻ.
- ➢ ഭാരത രത്നം ലഭിച്ച ആദ്യത്തെ സിനിമാ താരം
  – എം.ജി. രാമചന്ദ്രൻ (1988).

പിൻകോഡ് '6' ൽ തുടങ്ങുന്ന സംസ്ഥാനങ്ങളും യൂണിയൻ ടെറിട്ടറികളും

ലത. P.K

ല	–	ലക്ഷദ്വീപ്
ത	–	തമിഴ്നാട്
P	–	പുതുച്ചേരി
K	–	കേരളം

- ➢ ലോകത്തിലെ ഏറ്റവും വലിയ പോസ്റ്റൽ ശൃംഖല ഇന്ത്യയുടേതാണ്.
- ➢ ലോകത്തിലെ ആദ്യത്തെ തപാൽ സ്റ്റാമ്പ് പെനി ബ്ലാക്കാണ്. ഇതിൽ വിക്ടോറിയ രാജ്ഞിയുടെ ചിത്രം അച്ചടിച്ചിരുന്നു.
- ➢ സ്വതന്ത്ര ഇന്ത്യയുടെ ആദ്യത്തെ സ്റ്റാമ്പിന്റെ ഡിസൈൻ ഇന്ത്യൻ പതാകയും ജയ്ഹിന്ദ് എന്ന മുദ്രാവാക്യവും.
- ➢ ഏറ്റവും കൂടുതൽ തവണ തപാൽ സ്റ്റാമ്പിൽ പ്രത്യക്ഷപ്പെട്ടത് ഗാന്ധിജിയാണ്.
- ➢ ആദ്യമായി തപാൽ മുദ്രയിലെത്തിയ കേരളീയൻ ശ്രീനാരായണ ഗുരുവാണ്.
- ➢ ആദ്യമായി തപാൽ സ്റ്റാമ്പിലെത്തിയ കേരളീയ വനിത അൽഫോൻസാമ്മയാണ്.
- ➢ രാജ്യത്തിന്റെ പേരില്ലാതെ സ്റ്റാമ്പിറക്കുന്നത് ബ്രിട്ടനാണ്.
- ➢ സ്റ്റാമ്പ് ശേഖരണത്തെ ഫിലാറ്റലി എന്നു പറയും.
- ➢ ആദ്യമായി സ്റ്റാമ്പിറക്കിയ ഏഷ്യൻ രാജ്യം ഇന്ത്യയാണ്.

സുവർണ്ണ ചതുഷ്കോണ നഗരങ്ങൾ ഏതെല്ലാം

BCDK

B – ബോംബെ

C – ചെന്നൈ

D – ഡെൽഹി

K – കൊൽക്കത്ത

- ഇന്ത്യയിലെ മെട്രോ നഗരങ്ങളായ ന്യൂഡൽഹി – മുംബൈ – കൊൽക്കത്ത – ചെന്നൈ എന്നിവയെ പരസ്പരം ബന്ധിപ്പിക്കുന്നു.
- ഇന്ത്യയിലെ ഏറ്റവും നീളം കൂടിയ ദേശീയ പാത NH_{44} (ശ്രീനഗർ – കന്യാകുമാരി) ആണ്.
- ഇന്ത്യയിലെ ഏറ്റവും ചെറിയ ദേശീയ പാത NH 966B (കുണ്ടന്നൂർ – വില്ലിങ്ങ്ടൺ ദ്വീപ്) ആണ്.
- റോഡ് ശൃംഖലകളിൽ ഇന്ത്യയ്ക്ക് ലോകത്ത് രണ്ടാം സ്ഥാനമാണ്.
- ഏറ്റവും കൂടുതൽ റോഡ് ദൈർഘ്യമുള്ളത് മഹാരാഷ്ട്രയിലാണ്.
- ഏറ്റവും കൂടുതൽ ദേശീയ പാതകൾ കടന്നു പോകുന്ന സംസ്ഥാന മാണ് ഉത്തർപ്രദേശ്.
- ഏറ്റവും കുറച്ച് ദൂരം ദേശീയ പാതയുള്ളത് സിക്കിമിലാണ്.
- ഇന്ത്യയിലെ ആദ്യത്തെ ദേശീയ പാത ഗ്രാന്റ് ട്രങ്ക് റോഡാണ്.

ബംഗാൾ ഉൾക്കടലുമായി തീരം പങ്കു വയ്ക്കുന്ന രാജ്യങ്ങൾ

MIS ബംഗ്ലാ

M	–	മ്യാൻമർ
I	–	ഇന്ത്യ
S	–	ശ്രീലങ്ക
ബംഗ്ലാ	–	ബംഗ്ലാദേശ്

- ആൻഡമാനിനോട് ഏറ്റവുമടുത്ത രാജ്യം മ്യാൻമറാണ്.
- ലോകത്തേറ്റവും കൂടുതൽ പഞ്ചസാര ഉപയോഗിക്കുന്ന രാജ്യം ഇന്ത്യയാണ്.
- ശ്രീനാരായണഗുരുവിന്റെ സ്റ്റാമ്പ് പുറപ്പെടുവിച്ച ഏക വിദേശ രാജ്യം ശ്രീലങ്കയാണ്.
- നദികളുടെയും കൈവഴികളുടെയും നാടെന്ന് അറിയപ്പെടുന്ന രാജ്യമാണ് ബംഗ്ലാദേശ്.
- ഇന്ത്യയ്ക്കും ശ്രീലങ്കയ്ക്കും ഇടയിലാണ് ആദംസ് ബ്രിഡ്ജ്.
- സരൺ ദ്വീപെന്നറിയപ്പെടുന്ന രാജ്യമാണ് ശ്രീലങ്ക.
- യു.എൻ.ഒ സെക്രട്ടറി ജനറലായ ആദ്യത്തെ ഏഷ്യക്കാരൻ ഊതാന്റ്, മ്യാൻമറുകാരനാണ്.

ഇന്ത്യൻ മഹാസമുദ്രത്തിലെ ദ്വീപുകൾ

SLAMM*

S	–	ശ്രീലങ്ക
L	–	ലക്ഷദ്വീപ്
A	–	ആൻഡമാൻ & നിക്കോബാർ
M	–	മഡഗാസ്ക്കർ
M	–	മാലദ്വീപ്

- ഇന്ത്യയുടെ കണ്ണുനീർത്തുള്ളി എന്നറിയപ്പെടുന്ന രാജ്യമാണ് ശ്രീലങ്ക.
- കിഴക്കിന്റെ മുത്ത് എന്നറിയപ്പെടുന്ന രാജ്യമാണ് ശ്രീലങ്ക.
- ഇന്ത്യയിലെ ഏറ്റവും വലിയ ദ്വീപ് നോർത്ത് ആൻഡമാനാണ്.
- ഇന്ത്യയുടെ ഏറ്റവും തെക്കേ അറ്റത്തുള്ള ഇന്ദിരാപോയിന്റ് ഗ്രേറ്റ് നിക്കോബാറിലാണ്.
- ഗ്രാമ്പുവിന്റെ ദ്വീപ് എന്നറിയപ്പെടുന്ന രാജ്യമാണ് മഡഗാസ്ക്കർ.
- എട്ടാമത്തെ വൻകര എന്ന് വിളിക്കപ്പെടുന്ന രാജ്യമാണ് മഡഗാസ്ക്കർ.
- ലോകത്തെ ഏറ്റവും ചെറിയ മുസ്ലീം രാജ്യമാണ് മാലദ്വീപ്.
- ഭൂഗോളത്തിലെ ഏറ്റവും താഴ്ചയിലുള്ള രാജ്യമാണ് മാല ദ്വീപ്.
- ഏറ്റവും വിസ്തൃതമായ ലോകസഭാ മണ്ഡലം ജമ്മുകാശ്മീരിലെ ലഡാക്കാണ്.

***Slam** = കതകടയ്ക്കുമ്പോഴുള്ള ശബ്ദം

ഇന്ത്യയുമായി സമുദ്രാതിർത്തി മാത്രമുള്ള രാജ്യങ്ങൾ

SIM

S - ശ്രീലങ്ക, സിലോൺ എന്നായിരുന്നു പഴയ പേര്

I - ഇന്തോനേഷ്യ, തലസ്ഥാനം ജക്കാർത്ത

M - മാലദ്വീപ്, തലസ്ഥാനം മാലിയും ഭാഷ ദിവേഹിയുമാണ്.

- ലോകത്തെ ആദ്യത്തെ വനിതാ പ്രധാനമന്ത്രി, സിരിമാവോ ബണ്ഡാരനായകെ ശ്രീലങ്കയിലാണ്.
- ബഹാസയാണ് ഇന്തോനേഷ്യയിലെ ഭാഷ
- കാലാവസ്ഥാ വ്യതിയാനം മൂലം സമുദ്രനിരപ്പ് ഉയരുന്നതിന്റെ അപകടം അറിയിക്കാൻ കടലിനടിയിൽ മന്ത്രിസഭായോഗം നടത്തിയ രാജ്യം മാലദ്വീപാണ്.
- ഏറ്റവും കൂടുതൽ സമുദ്ര തീരമുള്ള ഏഷ്യൻ രാജ്യം ഇന്തോനേഷ്യയാണ്.
- ലോകത്തിലെ ഏറ്റവും കൂടുതൽ ജനസംഖ്യയുള്ള ജാവ ദ്വീപ് ഇന്തോനേഷ്യയിലാണ്.
- ഇന്ത്യയേയും ശ്രീലങ്കയേയും വേർതിരിക്കുന്നത് പാക് കടലിടുക്കാണ്.
- സേതു സമുദ്രം കപ്പൽച്ചാൽ ഇന്ത്യയ്ക്കും ശ്രീലങ്കയ്ക്കും ഇടയിലാണ്.

സപ്ത (ഏഴ്) സഹോദരിമാർ എന്നറിയപ്പെടുന്ന സംസ്ഥാനങ്ങൾ

M.T. MAMAN

M	–	മേഘാലയ
T	–	ത്രിപുര
M	–	മണിപ്പൂർ
A	–	ആസാം
M	–	മിസോറാം
A	–	അരുണാചൽ പ്രദേശ്
N	–	നാഗാലാൻഡ്

- **ലോകത്തിൽ ഏറ്റവുമധികം മഴ പെയ്യുന്ന സ്ഥലങ്ങൾ മേഘാലയത്തിലെ ചിറാപുഞ്ചി, മൗസിന്റാം എന്നിവയാണ്.**
- **ത്രിപുര 1949 ലാണ് ഇന്ത്യയിൽ ലയിച്ചത്.**
- **ലോകത്തിൽ ഒഴുകി നടക്കുന്ന ഏക തടാകമായ 'ലോക്ടക്' മണിപ്പൂരിലാണ്.**
- **ആസാമിനെ പ്രാചീനകാലത്ത് പ്രാഗ്ജ്യോതിഷ് എന്നു വിളിച്ചിരുന്നു.**
- **ഇന്ത്യയിലെ ഏക മനുഷ്യ കുരങ്ങായ ഹൂലോക്ക് ഗിബ്ബൺ മിസോറാമിലാണ്.**
- **ഇന്ത്യയുടെ ഏറ്റവും കിഴക്കേ അറ്റത്തുള്ള സംസ്ഥാനം അരുണാചൽ പ്രദേശാണ്.**
- **കിഴക്കിന്റെ സ്വിറ്റ്സർലൻഡ് എന്നറിയപ്പെടുന്നത് നാഗാലാൻഡാണ്.**
- **മേഘാലയ ഒഴികെയുള്ള സപ്തസഹോദരിമാർ ഗുവാഹത്തി ഹൈക്കോടതിയുടെ കീഴിലാണ്.**
- **സപ്ത സഹോദരിമാരിൽ ഏറ്റവും വലുത് അരുണാചൽ പ്രദേശാണ്.**

ഭാരത രത്നം നേടിയ ഇന്ത്യൻ പ്രധാനമന്ത്രിമാർ

ഗുലാനെ....വാ....ഇത്....മോരാ

ഗു – ഗുൽസാരിലാൽ നന്ദ

ലാ – ലാൽ ബഹദൂർ ശാസ്ത്രി, മരണാനന്തര ബഹുമതിയായി ഭാരത രത്നം നേടിയ ആദ്യത്തെ വ്യക്തി.

നെ – ജവഹർലാൽ നെഹ്റു, ഭാരത രത്നം നേടിയ ആദ്യത്തെ പ്രധാന മന്ത്രി (1955).

വാ – എ.ബി. വാജ്പെയ്, 2014 ഭാരതരത്നം ലഭിച്ചു.

ഇ – ഇന്ദിരാ ഗാന്ധി, ഭാരത രത്നം നേടിയ ആദ്യ വനിത (1971).

മോ – മൊറാർജി ദേശായി, നിഷാൻ-ഇ-പാകിസ്താനിയും ഭാരത രത്നവും നേടിയ ഏക ഇന്ത്യക്കാരൻ.

രാ – രാജീവ് ഗാന്ധി, ഭാരത രത്നം നേടിയ ഏറ്റവും പ്രായം കുറഞ്ഞ പ്രധാന മന്ത്രി (1991).

- ഭാരത സർക്കാർ നൽകുന്ന ഏറ്റവും ഉയർന്ന സിവിലിയൻ ബഹുമതി യാണ് – ഭാരത രത്നം. 1954 മുതൽ.
- 1954 ലിൽ ഭാരത രത്നം ഏറ്റുവാങ്ങിയവർ സി. രാജഗോപാലാചാരി, സി.വി. രാമൻ, ഡോ. എസ്. രാധാകൃഷ്ണൻ.
- ആദ്യമായി ഭാരത രത്നം ഏറ്റു വാങ്ങിയത് – സി. രാജഗോപാലാചാരി.
- നെൽസൺ മണ്ടേലക്ക് ഭാരത രത്നം ലഭിച്ചവർഷം – 1990.
- ഭാരത രത്നം, ദാദാ സാഹിബ് ഫാൽക്കെ അവാർഡ്, ഓണററി ഓസ്ക്കാർ, പത്മ വിഭൂഷൺ, പത്മഭൂഷൺ, പത്മശ്രീ എന്നിവ നേടി യത് – സത്യജിത്റായ്.
- ഭാരതത്തിലെ രണ്ടാമത്തെ ഉയർന്ന സിവിലിയൻ പുരസ്കാരം – പത്മവിഭൂഷൺ.

ഉത്തരായന രേഖ കടന്നു പോകുന്ന ഇന്ത്യൻ സംസ്ഥാനങ്ങൾ

M.T യെ കാണാൻ M.G.R, J.C.B യിലെത്തി

M	–	മധ്യപ്രദേശ്
T	–	ത്രിപുര
M	–	മിസ്സോറാം
G	–	ഗുജറാത്ത്
R	–	രാജസ്ഥാൻ
J	–	ജാർഖണ്ഡ്
C	–	ഛത്തീസ്ഗഢ്
B	–	ബംഗാൾ (പശ്ചിമ ബംഗാൾ)

- 8 സംസ്ഥാനങ്ങളിലൂടെ ഉത്തരായന രേഖ കടന്നു പോകുന്നു.
- ഏഷ്യ, ആഫ്രിക്ക, വടക്കേ അമേരിക്ക എന്നീ ഭൂഖണ്ഡങ്ങളിലൂടെ ഉത്തരായന രേഖ കടന്നു പോകുന്നു.
- സൂര്യൻ ഉത്തരായന രേഖയ്ക്ക് മുകളിലേയ്ക്ക് വരുന്നത് ജൂൺ 21 നോ 22 നോ ആണ്, ഇതിനെ ഉത്തരായനം എന്നു പറയും.
- ഉത്തരാർദ്ധ ഗോളത്തിലെ ഏറ്റവും ദൈർഘ്യമേറിയ പകൽ ഉത്തരായന ദിവസമായിരിക്കും.
- ഏഷ്യ സ്ഥിതി ചെയ്യുന്നത് ഉത്തരാർദ്ധ ഗോളത്തിലാണ്.
- ദക്ഷിണായന രേഖ രണ്ടു പ്രാവശ്യം മുറിച്ചു കടക്കുന്ന നദിയാണ് ലിംപോപോ.
- ഗ്രീൻ വിച്ച് സമയം (പ്രൈം മെറിഡിയൻ) ലണ്ടനിലെ ഗ്രീൻ വിച്ചിലൂടെ കടന്നു പോകുന്നു.
- ഗ്രീൻ വിച്ച് സമയത്തേക്കാൾ 5.30 മണിക്കൂർ മുൻപോട്ടാണ് ഇന്ത്യയുടെ സമയം.
- 82.5 ഡിഗ്രി കിഴക്കൻ രേഖാംശത്തെ അടിസ്ഥാനമാക്കിയാണ് ഇന്ത്യൻ സമയം കണക്കാക്കുന്നത്.
- ഇന്ത്യൻ സ്റ്റാൻഡേർഡ് സമയം കണക്കാക്കുന്നത് അലഹബാദിൽ കൂടി കടന്നുപോകുന്ന രേഖാംശ രേഖയെ അടിസ്ഥാനമാക്കിയാണ്.

ഇന്ത്യയിലെ ജനസംഖ്യ കൂടിയ സംസ്ഥാനങ്ങൾ

ഉമയ്ക്ക് B.P

ഉ	–	ഉത്തർപ്രദേശ്
മ	–	മഹാരാഷ്ട്ര
B	–	ബീഹാർ
P	–	പശ്ചിമബംഗാൾ

- ഏറ്റവും കൂടുതൽ ലോകസഭാ മണ്ഡലങ്ങളും രാജ്യസഭ സീറ്റുകളും ഉള്ളത് ഉത്തർ പ്രദേശിലാണ്.
- ഇന്ത്യയിൽ ഏറ്റവുമധികം വ്യവസായവൽക്കരിക്കപ്പെട്ടതും നഗര വത്കരിക്കപ്പെട്ടതുമായ സംസ്ഥാനമാണ് മഹാരാഷ്ട്ര.
- നളന്ദ സർവകലാശാല ബീഹാറിലാണ്.
- ഇന്ത്യയിലാദ്യത്തെ മെട്രോ റെയിൽ സംവിധാനം നിലവിൽ വന്നത് പശ്ചിമ ബംഗാളിലാണ്.
- ഇന്ത്യയിലെ ജനസംഖ്യ 121 കോടിയാണ്, ലോക ജനസംഖ്യയുടെ 17.5% വരും.
- ഇന്ത്യയുടെ ജനസാന്ദ്രത 382/ ച. കി. മീറ്റർ.
- ഏറ്റവും കുറവ് ജനസംഖ്യയുള്ളത് സിക്കിമിലാണ്.
- ജന സാന്ദ്രതയിൽ കേരളം മൂന്നാം സ്ഥാനത്താണ്.

ഇന്ത്യൻ വോട്ടർമാരുടെ ഫോൺ നമ്പർ

18, 21, 25, 30, 35

18 – ഇന്ത്യൻ പൗരന്റെ വോട്ടവകാശം നേടാനുള്ള കുറഞ്ഞ പ്രായം.

21 – തദ്ദേശ സ്വയംഭരണ സ്ഥാപനങ്ങളിലെ തെരഞ്ഞെടുപ്പിൽ മത്സരിക്കാനുള്ള പ്രായം.

25 – ലോക്സഭയിലും നിയമസഭയിലും അംഗമാകാനുള്ള പ്രായം.

30 – രാജ്യസഭാംഗമാകാനുള്ള പ്രായം.

35 – രാഷ്ട്രപതി, ഉപരാഷ്ട്രപതി, ഗവർണർ എന്നിവരാകാൻ 35 വയസ്സു വേണം.

- വോട്ടിംഗ് പ്രായം 21 വയസ്സിൽ നിന്ന് 18 ആയി കുറച്ചത് 1989 ൽ രാജീവ്ഗാന്ധിയാണ് (61-ാം ഭേദഗതി).
- ഭരണഘടന 324-ാം വകുപ്പിലാണ് തെരഞ്ഞെടുപ്പിനെക്കുറിച്ച് പറയുന്നത്.
- ഇന്ത്യയിൽ തെരഞ്ഞെടുപ്പ് കമ്മീഷണറെ നിയമിക്കുന്നത് രാഷ്ട്രപതിയാണ്.
- തെരഞ്ഞെടുപ്പ് കമ്മീഷണറുടെ കാലാവധി '6' വർഷം അല്ലെങ്കിൽ 65 വയസ്സാണ്.
- ഇന്ത്യൻ തെരഞ്ഞെടുപ്പ് കമ്മീഷണറുടെ ഔദ്യോഗിക വസതി നിർവാചൻ സദനാണ്.
- മുഖ്യ തെരഞ്ഞെടുപ്പ് കമ്മീഷണറായ ഏക കേരളീയൻ ടി.എൻ. ശേഷനാണ്.

ഇന്ത്യയിലെത്തിയ യൂറോപ്യന്മാരുടെ കാലക്രമം

പോഡ ബീഫ്രൈ

പോ – പോർച്ചുഗീസുകാർ, 1498 ൽ വാസ്കോഡഗാമ കോഴിക്കോടിലുള്ള കാപ്പാട് കപ്പലിറങ്ങിയതോടെ ഇന്ത്യയിൽ യൂറോപ്യൻമാരുടെ വരവിന് തുടക്കമായി.

ഡ – ഡച്ചുകാർ, ഇന്ത്യയിൽ ഡച്ചുകാരുടെ പതനത്തിനിടയായത് 1741 ലെ കുളച്ചൽ യുദ്ധമാണ്. മാർത്താണ്ഡവർമയാണ് ഡെച്ചുകാരെ പരാജയപ്പെടുത്തിയത്.

ബീ – ബ്രിട്ടീഷുകാർ, ഇന്ത്യയിൽ ആധിപത്യത്തിന് തുടക്കം കുറിച്ചത് പ്ലാസി യുദ്ധത്തിലൂടെയാണ് (1757). ബംഗാളി നവാബായ സിറാജ് ഉദ്-ദൗളയെ റോബർട്ട് ക്ലൈവ് കീഴടക്കി.

ഫ്രൈ – ഫ്രഞ്ചുകാർ, ഇന്ത്യയിൽ ഫ്രഞ്ച് ഭരണത്തിന് അവസാനം കുറിച്ച യുദ്ധം വാണ്ടിവാഷിൽ നടന്നു (1760). അവസാനമായി ഇന്ത്യയിൽ വന്ന യൂറോപ്യൻ രാജ്യം ഫ്രാൻസാണ്.

- ഇന്ത്യയിൽ ആദ്യം വന്നതും അവസാനം പോയതും പോർച്ചുഗീസുകാരാണ്.
- മാഹി ഫ്രഞ്ച് അധീന പ്രദേശമായിരുന്നു
- പോർച്ചുഗീസുകാരിൽ നിന്നും ഗോവ ഇന്ത്യൻ യൂണിയനിൽ കൂട്ടിച്ചേർത്തത് 1961 ഡിസംബർ 19 നാണ്.
- ബ്രിട്ടീഷുകാരും ഫ്രഞ്ചുകാരും തമ്മിൽ മൂന്ന് കർണാട്ടിക് യുദ്ധങ്ങൾ നടന്നു.
- ഇന്ത്യയിലെ ബ്രിട്ടീഷുകാരുടെ ആദ്യത്തെ ഫാക്ടറി ഗുജറാത്തിലെ സൂററ്റിലായിരുന്നു. (1613)
- ഇന്ത്യയിൽ ബ്രിട്ടീഷ് ആധിപത്യം സുസ്ഥിരമാക്കിയ യുദ്ധം? ബക്സാർ (1764)
- ശാസ്ത്രീയ തെങ്ങുകൃഷി സമ്പ്രദായങ്ങൾ കേരളത്തിൽ ആരംഭിച്ചത് ഡച്ചുകാരാണ്.
- കടൽ മാർഗം യൂറോപ്യൻമാർ ഇന്ത്യയിലാദ്യമെത്തിയത് കേരളത്തിലാണ്.

ബുദ്ധമത സമ്മേളനം ഒന്നും രണ്ടും നടത്തിയ ഭരണാധികാരി, വേദി, അധ്യക്ഷൻ

അജി രാജാവ് മഹാനാണെന്ന്, കാലത്ത് വൈശാലി സഭയിൽ പറഞ്ഞു

അജി - ഒന്നാം ബുദ്ധമത സമ്മേളനം നടത്തിയ ഭരണാധികാരി?
അജാത ശത്രു

രാജ - ഒന്നാം ബുദ്ധമത സമ്മേളനം നടന്ന വേദി?
രാജഗൃഹം

മഹാ - ഒന്നാം ബുദ്ധമത സമ്മേളനത്തിന്റെ അധ്യക്ഷൻ?
മഹാകശ്യപൻ

കാലത്ത് - രണ്ടാം ബുദ്ധമത സമ്മേളനം നടത്തിയ ഭരണാധികാരി?
കാലശോകൻ

വൈശാലി - രണ്ടാം ബുദ്ധമത സമ്മേളനം നടന്ന വേദി?
വൈശാലി

സഭ - രണ്ടാം ബുദ്ധമത സമ്മേളനത്തിന്റെ അധ്യക്ഷൻ?
സഭാകാമി

ബുദ്ധമത സമ്മേളനം	ഭരണാധികാരി	വേദി	അധ്യക്ഷൻ
I	അജാതശത്രു	രാജഗൃഹം	മഹാകശ്യപൻ
II	കാലശോകൻ	വൈശാലി	സഭാകാമി

ബുദ്ധമത സമ്മേളനം മൂന്നും നാലും നടത്തിയ ഭരണാധികാരി, വേദി, അധ്യക്ഷൻ

അശോകൻ പാടി മോഹിപ്പിച്ച്, കനിഷ്ക്കന്റെ കാശ് വസുലാക്കി

അശോകൻ – മൂന്നാം ബുദ്ധമത സമ്മേളനം നടത്തിയ ഭരണാധികാരി?
അശോകൻ

പാടി – മൂന്നാം ബുദ്ധമത സമ്മേളനം നടന്ന വേദി?
പാടലിപുത്രം

മോഹിപ്പിച്ച് – മൂന്നാം ബുദ്ധമത സമ്മേളനത്തിന്റെ അധ്യക്ഷൻ?
മോഹാലി പുട്ടത്തിസ്സ

കനിഷ്ക്കൻ– നാലാം ബുദ്ധമത സമ്മേളനം നടത്തിയ ഭരണാധികാരി?
കനിഷ്ക്കൻ

കാശ് – നാലാം ബുദ്ധമത സമ്മേളനം നടന്നവേദി?
കാശ്മീർ

വസു – നാലാം ബുദ്ധമത സമ്മേളനത്തിന്റെ അധ്യക്ഷൻ?
വസുമിത്രൻ

ബുദ്ധമത സമ്മേളനം	ഭരണാധികാരി	വേദി	അധ്യക്ഷൻ
III	അശോകൻ	പാടലീപുത്രം	മൊഹാലി പുട്ടത്തിസ്സ
IV	കനിഷ്കൻ	കാശ്മീർ	വസുമിത്രൻ

സുൽത്താന്മാരുടെ കാലം, ഭരണ ക്രമത്തിൽ

അടിമയെ കില്ല് ചെയ്ത തുഗ്ലക്ക് സെയ്ദിനെ ലോഡെന്ന് വിളിക്കാമോ

അടിമ	–	അടിമ വംശം
കില്ല്	–	ഖിൽജി വംശം
തുഗ്ലക്ക്	–	തുഗ്ലക്ക് വംശം
സെയ്ദ്	–	സെയ്ദ് വംശം
ലോഡ്	–	ലോദിവംശം

- അടിമ വംശ സ്ഥാപകൻ കുത്തബ്ദ്ദീൻ ഐബക്കാണ്.
- ലക്ഷങ്ങൾ കൊടുക്കുന്നവൻ എന്നറിയപ്പെടുന്നത് കുത്തബ്ദ്ദീൻ ഐബക്കാണ്.
- ഡൽഹി ഭരിച്ച ഏക മുസ്ലീം വനിതയാണ് റസിയ.
- ജലാലുദ്ദീനാണ് ഖിൽജി വംശ സ്ഥാപകൻ.
- ദക്ഷിണേന്ത്യ കീഴടക്കിയ ഏക ഡൽഹി സുൽത്താനാണ് അലാവുദീൻ ഖിൽജി.
- ഇന്ത്യയിലാദ്യമായി വില നിയന്ത്രണം ഏർപ്പെടുത്തിയത് അലാവുദീൻ ഖിൽജിയാണ്.
- തുഗ്ലക്ക് വംശ സ്ഥാപകൻ ഗിയാസുദ്ദീനാണ്.
- തുഗ്ലക്ക് വംശത്തിലെ പ്രസിദ്ധനായ രാജാവ് മുഹമ്മദ് ബിൻ തുഗ്ലക്കാണ്.
- പിശാചിന്റെ ഹൃദയമുള്ള പുണ്യവാളനെന്നും ബുദ്ധിമാനായ വിഡ്ഢിയെന്നും മുഹമ്മദ് ബിൻ തുഗ്ലക്ക് അറിയപ്പെടുന്നു.
- കൈസർ ഖാനാണ് സെയ്ദ് വംശ സ്ഥാപകൻ.
- അവസാനത്തെ സെയ്ദ് വംശ രാജാവ് അലാവുദ്ദീൻ ആലംഷാ ആണ്.
- ബാഹുലാൽ ആണ് ലോദി വംശ സ്ഥാപകൻ.
- ലോദി വംശത്തിലെ അവസാനത്തെ രാജാവ് ഇബ്രാഹിം ആണ്.
- ഇന്ത്യയിൽ മുസ്ലീം ഭരണത്തിന് അടിത്തറയിട്ടത് മുഹമ്മദ് ഗോറിയാണ്.
- മുഹമ്മദ് ഗസ്നി 17 പ്രാവശ്യം ഇന്ത്യയെ ആക്രമിച്ചു.

മുഗൾ ചക്രവർത്തിമാർ കാലക്രമത്തിൽ - ശവകുടീരങ്ങൾ

BHAJSA (ഭാജ്സാ)
KDSLAD (കേഡി സലാഡ്)

ചക്രവർത്തി		ശവകുടീരം	
B	ബാബർ	**K**	കാബൂൾ
H	ഹുമയൂൺ	**D**	ഡൽഹി
A	അക്ബർ	**S**	സിക്കന്ദ്ര
J	ജഹാംഗീർ	**L**	ലാഹോർ
S	ഷാജഹാൻ	**A**	ആഗ്ര
A	ഔറംഗസീബ്	**D**	ദൗലത്താബാദ്

- ഏറ്റവും സാഹസികനായ മുഗൾ ഭരണാധികാരി ബാബറാണ്.
- ആത്മകഥ രചിച്ച ആദ്യത്തെ ഇന്ത്യൻ ഭരണാധികാരി ബാബറാണ്.
- ഏറ്റവും ദൗർഭാഗ്യവാനായ മുഗൾ ചക്രവർത്തിയാണ് ഹുമയൂൺ
- ഷേർഷാ സ്ഥാന ഭ്രഷ്ടനാക്കിയ മുഗൾ ചക്രവർത്തിയാണ് ഹുമയൂൺ.
- ഏറ്റവും മഹാനായ മുഗൾ ചക്രവർത്തിയാണ് അക്ബർ (നിരക്ഷര നായിരുന്നു).
- അമൃത്സർ നഗരം നിർമിക്കാൻ സിഖുകാർക്ക് സ്ഥലം കൊടുത്തത് അക്ബറാണ്.
- ചിത്രകാരനായ മുഗൾ ചക്രവർത്തിയാണ് ജഹാംഗീർ.
- ഇംഗ്ലീഷ് ഈസ്റ്റിന്ത്യാ കമ്പനിയ്ക്ക് ഇന്ത്യയിൽ ഫാക്ടറി നിർമിക്കാൻ അനുവാദം കൊടുത്തത് ജഹാംഗീറാണ്.
- ശില്പികളിൽ രാജകുമാരൻ എന്നറിയപ്പെടുന്നത് ഷാജഹാനാണ്.
- മയൂര സിംഹാസനവും ഡൽഹിയിലെ ചെങ്കോട്ടയും നിർമിച്ചത് ഷാജഹാനാണ്.
- ഈസ്റ്റിന്ത്യാക്കമ്പനിക്ക് ബംഗാളിൽ കച്ചവടത്തിന് അനുമതി നല്കിയത് ഔറംഗസീബാണ്.

ബ്രിട്ടീഷ് ഇന്ത്യയുടെ ഭരണകർത്താക്കൾ

റോബർട്ട് വില്യം നടത്തിയ വാറിൽ കാനിലിരുന്ന ബാറ്ററി പൊട്ടി രാജാവ് മരിച്ചു

റോബർട്ട് – റോബർട്ട് ക്ലൈവ് – ഇന്ത്യയിലെ ആദ്യത്തെ ബ്രിട്ടീഷ് ഭരണാധികാരി.

വില്യം – വില്യം ബെന്റിക് പ്രഭു – 1833 ലെ ചാർട്ടർ ആക്ട് പ്രകാരം ഗവർണർ ജനറൽ ഓഫ് ഇന്ത്യയായ ആദ്യ ഭരണാധികാരി.

വാറിൽ – വാറൻ ഹേസ്റ്റിംഗ്സ് – ബ്രിട്ടീഷ് ഇന്ത്യയിലെ ആദ്യത്തെ ഗവർണർ ജനറൽ.

കാൻ – കാനിംഗ് പ്രഭു – ബ്രിട്ടീഷ് ഇന്ത്യയിലെ ആദ്യത്തെ വൈസ്രോയി(അവസാനത്തെ ഗവർണർ ജനറൽ കാനിംഗ് പ്രഭു.)

ബാറ്ററി – മൗണ്ട് ബാറ്റൺ പ്രഭു – സ്വതന്ത്ര ഇന്ത്യയിലെ ആദ്യത്തെ ഗവർണർ ജനറൽ. (ബ്രിട്ടീഷ് ഇന്ത്യയിലെ അവസാനത്തെ വൈസ്രോയിയാണ് മൗണ്ട് ബാറ്റൺ പ്രഭു)

രാജാവ് – രാജഗോപാലാചാരി – സ്വതന്ത്ര ഇന്ത്യയിലെ അവസാനത്തെ ഗവർണർ ജനറൽ (ഇന്ത്യയിലെ ഇന്ത്യാക്കാരനായ ഏക ഗവർണർ ജനറൽ രാജഗോപാലാചാരിയാണ്).

- ഇന്ത്യയിൽ ബ്രിട്ടീഷ് ഭരണത്തിന് അടിത്തറപാകിയത് റോബർട്ട് ക്ലൈവാണ്.
- സതി, ശൈശവ വിവാഹം, പെൺ ശിശുഹത്യ എന്നിവ നിരോധിച്ചത് വില്യം ബെന്റിക്കാണ്.
- തപാൽ സംവിധാനം പൊതുജനങ്ങൾക്ക് ഉപയോഗിക്കുവാൻ സൗകര്യം ചെയ്തത് വാറൻ ഹേസ്റ്റിംഗ്സാണ്.
- ബ്രിട്ടീഷ് പാർലമെന്റ് ഇംപീച്ച് ചെയ്ത ഗവർണർ ജനറലാണ് വാറൻ ഹേസ്റ്റിംഗ്സ്.
- കൊൽക്കത്ത, ബോംബെ, മദ്രാസ് സർവ്വകലാശാലകൾ ഉണ്ടായത് കാനിംഗ്പ്രഭുവിന്റെ കാലത്താണ്.
- ബ്രിട്ടീഷ് ഇന്ത്യയുടെ ഇരുപതാമത്തെ വൈസ്രോയിയാണ് മൗണ്ട് ബാറ്റൺ.

- തന്റെ ഏകാംഗ അതിർത്തി സേനയെന്നും ഖിന്നനായ കുരുവിയെന്നും ഗാന്ധിയെ വിശേഷിപ്പിച്ചത് മൗണ്ട് ബാറ്റനാണ്.
- ഇന്ത്യയുടെ സ്വാതന്ത്ര്യദിനമായി ആഗസ്റ്റ് 15 തിരഞ്ഞെടുത്തത് മൗണ്ട് ബാറ്റനാണ്.
- ബ്രിട്ടീഷിന്ത്യയിലെ ബാബർ എന്നറിയപ്പെട്ടത് റോബർട്ട് ക്ലൈവാണ്.

3G ഗുരുക്കൻമാർ

ഗാന്ധി – ഗോപാല –ഗോവിന്ദ (മൂന്നും 'G' യിൽ തുടങ്ങുന്ന പേരുകൾ)

ഗാന്ധിയുടെ രാഷ്ട്രീയ ഗുരുവായിരുന്നു ഗോപാല കൃഷ്ണ ഗോഖലെ,

ഗോപാലകൃഷ്ണ ഗോഖലെയുടെ ഗുരുവായിരുന്നു ഗോവിന്ദ റാനഡെ.

- ഗാന്ധിജിയുടെ ഇന്ത്യയിലെ ആദ്യത്തെ സത്യഗ്രഹം ചമ്പാരനിലും (1917). ആദ്യത്തെ നിരാഹാര സത്യഗ്രഹം അഹമ്മദാബാദിലും (1918) നടന്നു.
- കോൺഗ്രസിലെ മിതവാദിയായിരുന്നു ഗോഖലെ. ഗോപാല കൃഷ്ണ ഗോഖലെ സെർവന്റ്സ് ഓഫ് ഇന്ത്യ സൊസൈറ്റി രൂപീകരിച്ചു.
- ഗോപാലകൃഷ്ണഗോഖലെയുടെ ഗുരുവായിരുന്നു ഗോവിന്ദ റാനഡെ, പടിഞ്ഞാറൻ ഇന്ത്യയുടെ നവോത്ഥാന നായകനെന്നറിയപ്പെടുന്നു. ഗോവിന്ദ റാനഡെ ഡെക്കാൻ എജ്യൂക്കേഷൻ സൊസൈറ്റി രൂപീകരിച്ചു.
- വേഷ പ്രച്ഛന്നനായ രാജ്യദ്രോഹിയെന്ന് ബ്രിട്ടീഷുകാർ ഗോപാല കൃഷ്ണ ഗോഖലയെ വിശേഷിപ്പിച്ചു.
- ഗോപാലകൃഷ്ണ ഗോഖലെയാണ് മഹാരാഷ്ട്രയിലെ സോക്രട്ടീസ് എന്നറിയപ്പെടുന്നത്.

മഹാത്മാഗാന്ധി ആരംഭിച്ച പ്രസിദ്ധീകരണങ്ങൾ

ഹരിജൻസ് യങ് ഇന്ത്യയുടെ നവജീവനാണെന്നാണ് ഇന്ത്യൻസിന്റെ ഒപ്പീനിയൻ

ഹരിജൻ

യങ് ഇന്ത്യ

നവജീവൻ

ഇന്ത്യൻ ഒപ്പീനിയൻ (ദക്ഷിണാഫ്രിക്കയിൽ ആരംഭിച്ചു)

- ഗാന്ധിജി കോൺഗ്രസ് പ്രസിഡന്റായത് – 1924 (ബൽഗാം സമ്മേളനം)
- ഗാന്ധിയുടെ ആത്മകഥയിൽ പരാമർശിക്കുന്ന ഏക മലയാളി – ജി.പി. പിള്ള
- ഗാന്ധിജി ആദ്യമായി ജയിൽ വാസം അനുഭവിച്ച സ്ഥലം – ജൊഹന്നാസ് ബെർഗ്
- ഗാന്ധിജി പങ്കെടുത്ത യുദ്ധം – ബോവർ (1889)
- ഗാന്ധിജി 2338 ദിവസം തടവറ വാസം അനുഭവിച്ചു.
- ഗാന്ധിജിയുടെ വിദ്യാഭ്യാസ യോഗ്യത – ബാരിസ്റ്റർ അറ്റ്‌ലാ
- ഗാന്ധിയുടെ അവസാന വാക്കുകൾ – ഹേ റാം

ലാൽ - പാൽ - ബാൽ

ലാൽ - ലാല ലജ്പത് റായി
പാൽ - വിപിൻ ചന്ദ്രപാൽ
ബാൽ - ബാല ഗംഗാധര തിലകൻ

കോൺഗ്രസിലെ തീവ്രവാദ വിഭാഗത്തിന്റെ നേതാക്കളായിരുന്നു ലാൽ – പാൽ – ബാൽ,
ഇന്ത്യൻ നാഷണൽ കോൺഗ്രസ് മിതവാദ തീവ്രവാദ വിഭാഗങ്ങളായത് 1907 സൂറത്ത് സമ്മേളനത്തോടെയാണ്.

- ➢ പഞ്ചാബ് സിംഹമെന്ന് ലാല ലജ്പത് റായ് അറിയപ്പെടുന്നു. പഞ്ചാബ് നാഷണൽ ബാങ്കിന്റെ സ്ഥാപകനായ അദ്ദേഹം 'അൺഹാപ്പി ഇന്ത്യ' എന്ന പുസ്തകം രചിച്ചു.
- ➢ ലോക മാന്യ എന്നും മറാത്ത കേസരിയെന്നും ഇന്ത്യൻ അശാന്തി യുടെ പിതാവെന്നും ബാലഗംഗാധര തിലകൻ അറിയപ്പെടുന്നു.
- ➢ 1885– 1905 കോൺഗ്രസിലെ മിതവാദ കാലമെന്നും 1905 മുതൽ 1919 വരെ തീവ്രവാദ കാലമെന്നും 1919 –1947 വരെ ഗാന്ധിയൻ കാലമെന്നുമാണറിയപ്പെടുന്നത്.

ഇന്ത്യയിലെ ആദ്യത്തെ ആറ് പ്രധാന മന്ത്രിമാർ ക്രമപ്രകാരം

N.ഗുൽലാൽ, ഇന്ദിരയെ
മോറ കാട്ടി ചിരിച്ചു

N - നെഹ്റു
ഗുൽ - ഗുൽസാരിലാൽ നന്ദ (ആക്ടിങ്)
ലാൽ - ലാൽ ബഹദൂർ ശാസ്ത്രി
ഇന്ദിര - ഇന്ദിരാഗാന്ധി
മോറ - മൊറാർജി ദേശായി
ചിരി - ചരൺ സിങ്

- ജവഹർലാൽ നെഹ്റു ഏറ്റവും കൂടുതൽ കാലം പ്രധാനമന്ത്രിയായിരുന്നു (1947 – 64).
- ആധുനിക ഇന്ത്യയുടെ ശിൽപ്പിയാണ് നെഹ്റു.
- 'വെളിച്ചം പോയി, എവിടെയും ഇരുട്ടാണ്' എന്ന് ഗാന്ധിജി മരിച്ചപ്പോൾ നെഹ്റു പറഞ്ഞു.
- ഇന്ത്യയിലെ ഏക ആക്ടിങ് പ്രധാനമന്ത്രി ഗുൽസാരിലാൽ നന്ദയാണ്.
- ഇന്ത്യയ്ക്ക് വെളിയിൽ വച്ച് അന്തരിച്ച ഏക പ്രധാനമന്ത്രിയാണ് ലാൽ ബഹദൂർ ശാസ്ത്രി.
- സമാധാനത്തിന്റെ മനുഷ്യനെന്നും കുരുവിയെന്നും അറിയപ്പെടുന്നത് ലാൽ ബഹദൂർ ശാസ്ത്രിയാണ്.
- ഹരിതവിപ്ലവം ആരംഭിച്ചപ്പോൾ (1965) ഇന്ത്യയുടെ പ്രധാനമന്ത്രി ലാൽ ബഹദൂർ ശാസ്ത്രിയായിരുന്നു.
- ഇന്ത്യയിൽ ബഡ്ജറ്റ് അവതരിപ്പിച്ച ഏക വനിത ഇന്ദിരാഗാന്ധിയാണ്.
- ഇന്ദിരയുടെ ചരമദിനമായ ഒക്ടോബർ 31 ദേശീയ പുനരർപ്പണ ദിനമാണ്.
- തെരഞ്ഞെടുപ്പിൽ തോറ്റ ആദ്യത്തെ പ്രധാനമന്ത്രി ഇന്ദിരാഗാന്ധിയാണ്.
- പാർലമെന്റിന് പുറത്തുവച്ച് (രാജ്ഘട്ട്) സത്യപ്രതിജ്ഞ ചെയ്ത പ്രധാനമന്ത്രി മൊറാർജി ദേശായിയാണ്.
- രാജിവച്ച ആദ്യത്തെ ഇന്ത്യൻ പ്രധാനമന്ത്രി മൊറാർജി ദേശായിയാണ്.
- നാലുവർഷത്തിലൊരിക്കൽ മാത്രം (ഫെബ്രുവരി29) ജന്മദിനം ആഘോഷിച്ച പ്രധാനമന്ത്രി മൊറാർജിദേശായിയാണ്.
- പാർലമെന്റിനെ അഭിമുഖീകരിക്കാത്ത ഏക പ്രധാനമന്ത്രി ചരൺ സിങാണ്.
- ചരൺസിങിന്റെ ജന്മദിനം ഇന്ത്യയുടെ കർഷക ദിനമായി ആചരിക്കുന്നു.

ഏറ്റവും കൂടുതൽ കാലം ഇന്ത്യ ഭരിച്ച പ്രധാന മന്ത്രിമാർ ക്രമത്തിൽ

JIM

J	–	ജവാഹർലാൽ നെഹ്റു
I	–	ഇന്ദിരാ ഗാന്ധി
M	–	മൻമോഹൻ സിങ്

- ജവാഹർലാൽ നെഹ്റുവാണ് ഏറ്റവും കൂടുതൽ കാലം ഇന്ത്യ ഭരിച്ചത്.
- ഒരച്ഛൻ മകൾക്കയച്ച കത്തുകൾ രചിച്ചത് നെഹ്റുവാണ്.
- കേരളത്തിലെ പഞ്ചായത്ത് രാജ് സംവിധാനം ഉദ്ഘാടനം ചെയ്തത് നെഹ്റുവാണ്.
- കോടതിയലക്ഷ്യം നേരിട്ട ആദ്യത്തെ പ്രധാനമന്ത്രി ഇന്ദിരാഗാന്ധി യാണ്.
- കോൺഗ്രസിന്റെ തെരഞ്ഞെടുപ്പ് ചിഹ്നമായി കൈപ്പത്തി നിർദ്ദേശി ച്ചത് ഇന്ദിരാഗാന്ധിയാണ്.
- പദവിയിലിരിക്കെ വധിക്കപ്പെട്ട പ്രധാന മന്ത്രി ഇന്ദിരാഗാന്ധിയാണ്.
- ഇന്ത്യൻ പ്രധാനമന്ത്രി പദവിയിലെത്തിയ ആദ്യത്തെ പിന്നാക്ക ക്കാരൻ മൻമോഹൻ സിങാണ്.
- രാജ്യസഭയിൽ മാത്രം അംഗമായ ഏക പ്രധാനമന്ത്രിയാണ് മൻമോഹൻ സിങ്.

ഇന്ത്യയിലെ ആദ്യ 5 പ്രസിഡന്റുമാർ

രാജുവും രാധയും സഹ്യഗിരി വഴി ഫക്രുവിനെ കാണാനെത്തി.

രാജു – ഡോ. രാജേന്ദ്രപ്രസാദ്, 1950 മുതൽ 1962 വരെ തുടർച്ചയായി രണ്ടു തവണ പ്രസിഡന്റായി.

രാധ – ഡോ. എസ്. രാധാകൃഷ്ണൻ, ഇന്ത്യയിൽ ആദ്യത്തെ ദേശീയാടിയന്തിരാവസ്ഥ പ്രഖ്യാപിച്ചു.

സഹ്യ – ഡോ. സക്കീർ ഹുസൈൻ, ഏറ്റവും കുറച്ച് കാലം രാഷ്ട്രപതി യായിരുന്നു.

ഗിരി – വി.വി. ഗിരി (1969–74), കേരളത്തിൽ ഗവർണറായ ശേഷം രാഷ്ട്രപതിയായി.

ഫക്രു – ഡോ. ഫക്രുദീൻ അലി അഹമ്മദ്, ഏറ്റവും കൂടുതൽ ഓർഡിനൻസ് ഇറക്കിയ പ്രസിഡന്റ്.

- ഇന്ത്യയുടെ പ്രഥമ പൗരനാണ് പ്രസിഡന്റ്.
- ഭരണഘടന പ്രകാരം ഇന്ത്യയുടെ നിർവ്വഹണാധികാരം പ്രസിഡന്റിൽ നിക്ഷിപ്തമാണ്.
- പ്രധാനമന്ത്രി, മന്ത്രിസഭാംഗങ്ങൾ, സുപ്രീംകോടതി, ഹൈക്കോടതി ജഡ്ജിമാർ, മുഖ്യവിവരാവകാശ കമ്മീഷണർ, അറ്റോർണി ജനറൽ തുടങ്ങി ഇന്ത്യയുടെ പ്രധാന ഭരണ നിർവ്വഹണാംഗങ്ങളെ നിയമിക്കുന്നത് രാഷ്ട്രപതിയാണ്.
- അടിയന്തിരാവസ്ഥ പ്രഖ്യാപിക്കുന്നത് രാഷ്ട്രപതിയാണ്.

സമാധി സ്ഥലങ്ങൾ

നെഹ്റുവിന്റെ ശാന്തിയിൽ ഇന്ദിരയുടെ ശക്തിയിൽ രാജീവിന്റെ വീരത്വത്തിൽ ശാസ്ത്രിയുടെ വിജയത്തിൽ നാരായണന്റെ ഉദയത്തിൽ ഗാന്ധിജി രാജാവായി

ജവഹർലാൽ നെഹ്റു	–	**ശാന്തിവനം**
ഇന്ദിരാഗാന്ധി	–	**ശക്തിസ്ഥൽ**
രാജീവ് ഗാന്ധി	–	**വീർഭൂമി**
ലാൽ ബഹദൂർ ശാസ്ത്രി	–	**വിജയ്ഘട്ട്**
കെ.ആർ നാരായണൻ	–	**ഉദയഭൂമി**
ഗാന്ധിജി	–	**രാജ്ഘട്ട്**

- ഡോ. ബി. ആർ. അംബേദ്കറുടെ സമാധിസ്ഥലം ചൈത്യഭൂമി ആണ്.
- മൊറാർജി ദേശായിയുടെ സമാധിസ്ഥലം അഭയ്ഘട്ട് ആണ്.
- ചരൺ സിംഗിന്റെ സമാധിസ്ഥലം കിസാൻ ഘട്ട് ആണ്.
- ഗുൽസാരിലാൽ നന്ദി – നാരയൺഘട്ട്
- വാജ്പേയി – രാഷ്ട്രീയ സ്മൃതിസ്ഥൽ
- എ.പി.ജെ. അബ്ദുൾ കലാം – രാമേശ്വരം
- രാജേന്ദ്ര പ്രസാദ് – മഹാപ്രയാൺ ഘട്ട്
- ചന്ദ്രശേഖർ – ഏകതാസ്ഥൽ

ബ്രിട്ടനിൽ നിന്നും ഇന്ത്യ സ്വീകരിച്ച ഭരണഘടന ആശയങ്ങൾ

പപ്പ നിയമം തെരക്കാൻ ബ്രിട്ടനിൽ പോയി

പ	–	പാർലമെന്റ്
പ	–	പ്രധാനമന്ത്രി
പ	–	പൗരത്വം (ഏക പൗരത്വം)
നിയമം	–	നിയമ വാഴ്ച
നിയമം	–	നിയമ നിർമാണം
തെര	–	തെരഞ്ഞെടുപ്പ് സമ്പ്രദായം
ക്ക	–	ക്യാബിനറ്റ് സമ്പ്രദായം

- ഇന്ത്യൻ ഭരണഘടന നിലവിൽ വന്നത് 1950 ജനുവരി 26
- ഇന്ത്യൻ ഭരണഘടന അംഗീകരിക്കപ്പെട്ടത് 1949 നവംബർ 26.
- ഇന്ത്യൻ ഭരണഘടനയുടെ ആമുഖം എഴുതിയത് ജവഹർലാൽ നെഹ്റുവാണ്.
- ഭരണഘടന നിർമാണ സമിതിയുടെ സ്ഥിരം അധ്യക്ഷനായിരുന്നു ഡോ. രാജേന്ദ്രപ്രസാദ്.
- ഭരണഘടന കരട് രൂപീകരണ സമിതി (ഡ്രാഫ്റ്റിങ്ങ് കമ്മിറ്റി) അദ്ധ്യക്ഷൻ ഡോ. ബി.ആർ. അംബേദ്ക്കർ ആയിരുന്നു.

സാക്ഷരത കൂടിയ സംസ്ഥാനങ്ങൾ

കേളന്റെ മിസിസാണ് ഗോമതി

കേളൻ	–	കേരളം
മിസിസ്	–	മിസോറാം
ഗോമതി	–	ഗോവ

- സാക്ഷരതയിൽ കേരളം ഒന്നാം സ്ഥാനത്താണ് (93.91%) തൊട്ടടുത്ത സ്ഥാനങ്ങളിലാണ് മിസോറാമും ഗോവയും.
- സാക്ഷരതയിൽ ഒന്നാം സ്ഥാനമുള്ള യൂണിയൻ ടെറിട്ടറി ലക്ഷദ്വീപാണ്.
- ഏറ്റവും സാക്ഷരത കുറഞ്ഞ സംസ്ഥാനം ബീഹാറാണ്.
- കേരളത്തിലെ ഏറ്റവും സാക്ഷരത കൂടിയ ജില്ല പത്തനംതിട്ടയാണ്.
- സാക്ഷരതയിൽ ഏറ്റവും പിന്നിലുള്ള ജില്ല പാലക്കാടാണ്.
- കേരളം സമ്പൂർണ സാക്ഷരത നേടിയത് 1991 ലാണ്.
- ഇന്ത്യയിൽ സമ്പൂർണ സാക്ഷരത നേടിയ ആദ്യത്തെ ജില്ല എറണാകുളമാണ്.
- 2002 ലെ 86 -ാം ഭരണ ഘടനാ ഭേദഗതിയിലൂടെ പ്രാഥമിക വിദ്യാഭ്യാസം മൗലികാവകാശമാക്കി.

അടിയന്തിരാവസ്ഥയിലെ വകുപ്പുകൾ

Nancy യുടെ വയസ്സ് **52,** താമസം 352-ാം ഫ്ളാറ്റിൽ
Stancy യുടെ വയസ്സ് **56,** താമസം 356-ാം ഫ്ളാറ്റിൽ
Fincy യുടെ വയസ്സ് **60,** താമസം 360-ാം ഫ്ളാറ്റിൽ

- **Nancy - 52 - National Emergency - Article 352.**

  1962 ൽ ചൈന ഇന്ത്യയെ ആക്രമിച്ചപ്പോൾ ഡോ. എസ് രാധാകൃഷ്ണൻ ആദ്യമായി ദേശീയാടിയന്തിരാവസ്ഥ പ്രഖ്യാപിച്ചു.

- **Stancy - 56 - State Emergency - Article 356.**

  356-ാം വകുപ്പ് പ്രകാരം ഏറ്റവും കൂടുതൽ കാലം രാഷ്ട്രപതി ഭരണം നടന്ന സംസ്ഥാനം പഞ്ചാബാണ്. ആദ്യമായി 356-ാം വകുപ്പ് പ്രകാരം രാഷ്ട്രപതി ഭരണം പ്രഖ്യാപിച്ചത് കേരളത്തിലാണ്.

- **Fincy - 60 - Financial Emergency - Article 360.**

  ഇന്ത്യയിൽ ഇതുവരെ സാമ്പത്തിക അടിയന്തിരാവസ്ഥ പ്രഖ്യാപിച്ചിട്ടില്ല.

പശ്ചിമ ഘട്ടം സ്ഥിതി ചെയ്യുന്ന സംസ്ഥാനങ്ങൾ

M.K ഗോഗു കേരള തലൈവിയെ കണ്ടു

M	–	മഹാരാഷ്ട്ര
K	–	കർണാടകം
ഗോ	–	ഗോവ
ഗു	–	ഗുജറാത്ത്
കേരള	–	കേരളം
തലൈവി	–	തമിഴ്നാട്

- യുനെസ്കോ 2012 ൽ ലോക പൈതൃക പട്ടികയിൽ പശ്ചിമ ഘട്ടത്തെ ഉൾപ്പെടുത്തി.
- ഇന്ത്യയിലെ രണ്ട് ബയോ ഡൈവേഴ്സിറ്റികളാണ് കിഴക്കൻ ഹിമാലയവും പശ്ചിമഘട്ടവും.
- പശ്ചിമഘട്ട പാരിസ്ഥിതിക വിദഗ്ധ സമിതിയായ മാധവ് ഗാഡ്ഗിൽ റിപ്പോർട്ടിനെ വിലയിരുത്തിയത് കസ്തൂരി രംഗൻ റിപ്പോർട്ടാണ്.
- കേരളത്തിൽ പശ്ചിമഘട്ടം കടന്നു പോകാത്ത ഏക ജില്ല ആലപ്പുഴയാണ്.
- ദക്ഷിണ ഭാരതത്തിലെ വലിയ നദികളായ കൃഷ്ണ, കാവേരി, ഗോദാവരി എന്നിവ ഉത്ഭവിക്കുന്നത് പശ്ചിമ ഘട്ടത്തിൽ നിന്നാണ്.
- പശ്ചിമ ഘട്ടത്തിലൂടെ കൊങ്കൺ റെയിൽപ്പാത കടന്നു പോകുന്നു.
- പശ്ചിമ ഘട്ടത്തിലുള്ള ഏറ്റവും വലിയ നഗരം പൂനെയാണ്.
- പശ്ചിമഘട്ടം ഏറ്റവും കൂടുതൽ വ്യാപിച്ചു കിടക്കുന്നത് കർണാടകത്തിലാണ്.

ഇന്ത്യയുമായി കര അതിർത്തി പങ്കിടുന്ന രാജ്യങ്ങൾ

BaBy CAN M. P

B - ഭൂട്ടാൻ – ഇന്ത്യയുമായി കര അതിർത്തി പങ്കിടുന്ന ഏറ്റവും ചെറിയ രാജ്യം.

B - ബംഗ്ലാദേശ് – ഇന്ത്യയുമായി ഏറ്റവുമധികം കര അതിർത്തി യുള്ള രാജ്യം.

C - ചൈനയെ –ഇന്ത്യയുമായി വേർതിരിക്കുന്നത് മക്മോഹൻ രേഖ.

A - അഫ്ഗാനിസ്ഥാൻ – 1996 ൽ താലിബാൻ അധികാരത്തിലേ റിയ രാജ്യം.

N - നേപ്പാൾ–ലോകത്തെ ഏക ഹിന്ദു രാജ്യമായിരുന്നു, ഇപ്പോൾ മതേതര രാഷ്ട്രം.

M - മ്യാൻമർ – തലസ്ഥാനം നയ്പിഡോ.

P - പാകിസ്താൻ – ഔദ്യോഗിക ഭാഷ ഉറുദു ആണ്.

- പുകയില വില്പന നിരോധിച്ച ലോകത്തെ ആദ്യത്തെ രാജ്യം ഭൂട്ടാ നാണ്.
- കിഴക്കൻ പാകിസ്താനാണ് ബംഗ്ലാദേശായി മാറിയത്.
- കൺഫ്യൂഷ്യനിസം, താവോയിസം എന്നീ മതങ്ങൾ രൂപം കൊണ്ടത് ചൈനയിലാണ്.
- ലോകത്ത് ഏറ്റവുമധികം 'കറുപ്പ് ' (ഒപ്പിയം) കയറ്റുമതി ചെയ്യുന്ന രാജ്യം അഫ്ഗാനിസ്താനാണ്.
- എവറസ്റ്റ് കൊടുമുടി നേപ്പാളിലാണ് സ്ഥിതി ചെയ്യുന്നത്.

ഇന്ത്യയിലെ കിഴക്കോട്ടൊഴുകുന്ന ഉപദ്വീപിയൻ നദികൾ

കാവേരി മഹാനദിക്കരയിലിരുന്ന് കൃഷ്ണൻ ഗോതമ്പുതിന്നു

കാവേരി
മഹാനദി
കൃഷ്ണാനദി
ഗോദാവരി

- തമിഴ്നാട്ടിലെ പ്രധാന നദിയാണ് കാവേരി.
- ദക്ഷിണ ഗംഗ എന്നറിയപ്പെടുന്നത് കാവേരിയാണ്.
- കട്ടക് നഗരം മഹാനദിയുടെ തീരത്താണ്.
- ഒറീസയുടെ ദുഃഖമാണ് മഹാനദി.
- കൃഷ്ണാനദിയുടെ പോഷക നദിയാണ് തുംഗഭദ്ര.
- ആന്ധ്രയിലെ വിജയ വാഡ നഗരം കൃഷ്ണയുടെ തീരത്താണ്.
- ഇന്ത്യയിലെ ഉപദ്വീപിയ നദികളിൽ ഏറ്റവും നീളമുള്ളത് ഗോദാവരിയാണ്.
- വൃദ്ധ ഗംഗയെന്ന് ഗോദാവരി അറിയപ്പെടുന്നു.

ഇന്ത്യയിലെ പടിഞ്ഞാറോട്ടൊഴുകുന്ന ഉപദ്വീപിയൻ നദികൾ

ലൂണിസ്കൂട്ടറിൽ നർമദയിലെത്തിയ മാഹി താപം കാരണം സർബത്ത് കുടിച്ചു

ലൂണി
നർമദ
മാഹി
താപ്തി
സബർമതി

- ഹിമാലയത്തിൽ നിന്നല്ലാത്ത മറ്റ് പർവതങ്ങളിൽ നിന്ന് ഉത്ഭവിക്കുന്നതാണ് ഉപദ്വീപിയൻ നദികൾ.
- താർ മരുഭൂമിയിലൂടെ ഒഴുകുന്നതാണ് ലൂണി നദി.
- പടിഞ്ഞാറോട്ടൊഴുകുന്ന നദികളിൽ ഏറ്റവും വലുതാണ് നർമദ.
- ഭ്രംശ താഴ്‌വരയിലൂടെ ഒഴുകുന്ന പ്രധാന നദിയാണ് നർമദ.
- ഉത്തരേന്ത്യയെയും ദക്ഷിണേന്ത്യയെയും വേർതിരിക്കുന്ന നദിയാണ് നർമദ.
- ഗുജറാത്തിലെ സൂറത്ത് നഗരം താപ്തിയുടെ തീരത്താണ്.
- അഹമ്മദാബാദ് സബർമതിയുടെ തീരത്താണ്.

രാജസ്ഥാനിലെ പ്രധാന നദികൾ

ലൂണി ബസ് സബർമതിയിൽ ചാമ്പലായി

ലൂണി

ബനാറസ്

സബർമതി

ചമ്പൽ

- സമുദ്രങ്ങളിൽ പതിക്കാത്ത പ്രമുഖ ഇന്ത്യൻ നദിയാണ് ലൂണി.
- രാജസ്ഥാനിലെ ഏക ഹിൽ റിസോട്ടാണ് മൗണ്ട് അബു.
- ഗ്രേറ്റ് ഇന്ത്യൻ ഡസേർട്ട് എന്നറിയപ്പെടുന്ന ഥാർ മരുഭൂമി രാജസ്ഥാനിലാണ്.
- ഇന്ത്യയിലെ ഏറ്റവും പഴക്കമുള്ള മടക്കു പർവതം ആരവല്ലി രാജസ്ഥാനിലാണ്.
- ഇന്ത്യയിലേറ്റവുമധികം ഗ്രാഫൈറ്റ്, മാർബിൾ, ചുണ്ണാമ്പു കല്ല് എന്നിവ ഉൽപാദിപ്പിക്കപ്പെടുന്നത് രാജസ്ഥാനിലാണ്.
- ജൈന കേന്ദ്രമായ ദിൽവാര ക്ഷേത്രം രാജസ്ഥാനിലാണ്.
- കാലി ബംഗാൻ എന്ന സൈന്ധവ കേന്ദ്രം രാജസ്ഥാനിലാണ്.

അറബിക്കടലിന്റെ തീരത്തുള്ള സംസ്ഥാനങ്ങൾ

M.K ഗോഗു കേരളത്തിലെത്തി

M	–	മഹാരാഷ്ട്ര
K	–	കർണാടകം
ഗോ	–	ഗോവ
ഗു	–	ഗുജറാത്ത്
കേരളം		

- അറബിക്കടലിന്റെ മറ്റൊരു പേരാണ് ലക്ഷദ്വീപ് കടൽ.
- അറബിക്കടലിന്റെ റാണിയാണ് കൊച്ചി.
- അറബിക്കടലുമായി കൂടുതൽ ദൂരം ജല അതിർത്തി പങ്കുവയ്ക്കുന്നത് ഗുജറാത്താണ്.
- ഇന്ത്യൻ മഹാസമുദ്രത്തിന്റെ ഭാഗമാണ് അറബിക്കടൽ.
- കേരളത്തിന്റെ കടൽത്തീരത്ത് ധാരാളമുള്ള അപൂർവ ധാതുക്കളാണ് ഇൽമനൈറ്റ്, മോണോസൈറ്റ് തുടങ്ങിയവ.
- കേരളത്തിന്റെ പടിഞ്ഞാറ് ഭാഗത്താണ് അറബിക്കടൽ
- കേരളത്തിലെ 41 നദികൾ അറബിക്കടലിലാണ് പതിക്കുന്നത്.
- ഉത്തരായന രേഖയ്ക്ക് സമാന്തരമായി ഒഴുകി അറബിക്കടലിൽ പതിക്കുന്നത് നർമദാ നദിയാണ്.
- അറബിക്കടൽ, ബംഗാൾ ഉൾക്കടൽ, ഇന്ത്യൻ മഹാസമുദ്രം എന്നിവ സംഗമിക്കുന്ന സ്ഥലമാണ് കന്യാകുമാരി.

കൊൽക്കത്തയിലെ പ്രധാന സ്ഥാപനങ്ങൾ

ഭൂമിയിലെ പുരാതന സസ്യ ജന്തു മനുഷ്യരുടെ കണക്കെടുക്കാൻ ബിർളാ ബോസ് ചണ സഞ്ചിയുമായെത്തി

ഭൂമി (ജിയോളജി)	– **ജിയോളജിക്കൽ സർവേ ഓഫ് ഇന്ത്യ**
പുരാതന (ആർക്കിയോളജി)	– **ആർക്കിയോളജിക്കൽ സർവേ ഒഫ് ഇന്ത്യ**
സസ്യ (ബോട്ടണി)	– **ബൊട്ടാണിക്കൽ സർവേ ഓഫ് ഇന്ത്യ**
ജന്തു (സുവോളജി)	– **സുവോളജിക്കൽ സർവേ ഓഫ് ഇന്ത്യ.**
മനുഷ്യൻ (ആന്ത്രപോളജി)	– **ആന്ത്രപോളജിക്കൽ സർവേ ഓഫ് ഇന്ത്യ**
കണക്കെടുക്കാൻ (സ്റ്റാറ്റിസ്റ്റിക്കൽ)	– **ഇന്ത്യൻ സ്റ്റാറ്റിസ്റ്റിക്കൽ ഇൻസ്റ്റിറ്റ്യൂട്ട്**
ബിർള	– **ബിർള പ്ലാനറ്റേറിയം ടെക്നോളജി**
ബോസ്	– **ബോസ് റിസർച്ച് ഇൻസ്റ്റിറ്റ്യൂട്ട്.**
ചണം (ജ്യൂട്ട്)	– **സെൻട്രൽ ജൂട്ട് ടെക്നോളജിക്കൽ റിസർച്ച് ഇൻസ്റ്റിറ്റ്യൂട്ട്**

- **ഇന്ത്യയിലെ ആദ്യത്തെ ശാസ്ത്ര നഗരം.**
- **ഗാന്ധിജി ആദ്യമായി പങ്കെടുത്ത കോൺഗ്രസ് സമ്മേളനം (1901) കൊൽക്കത്തയിലായിരുന്നു.**
- **ഇന്ത്യൻ ഫുട്ബോളിന്റെ മെക്ക.**
- **വൈദ്യുതീകരിക്കപ്പെട്ട ആദ്യത്തെ ഇന്ത്യൻ നഗരം.**
- **ഇന്ത്യയിലാദ്യമായി 4 G സംവിധാനം നിലവിൽ വന്ന നഗരം.**

ഇന്ത്യയിലെ വിളവെടുപ്പ് കാലം

a. ഖാരീഫ് സീസണിലെ പ്രധാന വിളകൾ

പരുത്തി ചണ സഞ്ചിയിൽ കരിയും ചളിയുമില്ലാത്ത അരിയുണ്ട്.

പരുത്തി	–	**പരുത്തി, ചണ –ചണം**
കരി	–	**കരിമ്പ്, ചളി – ചോളം**
അരി	–	**നെല്ല്**

പരുത്തി, ചണം കരിമ്പ്, ചോളം, അരി (നെല്ല്) എന്നിവ ജൂണിൽ (മൺസൂൺ) വിളവിറക്കി നവംബറിൽ (ശൈത്യം) വിളവെടുക്കുന്നു.

b. റാബി വിളകൾ

കടുത്ത പുകയിൽ വേവിച്ച ഗോതമ്പ്

കടുത്ത	–	കടുക്, പുക – പുകയില
ഗോതമ്പ്	–	ഗോതമ്പ്

ശൈത്യകാലത്ത് (നവംബർ) വിളവിറക്കുന്ന കടുക്, പുകയില, ഗോതമ്പ് എന്നിവ വേനൽക്കാലത്ത് (മാർച്ച്) വിളവെടുക്കുന്നു.

c. സൈദ് വിളകൾ

പച്ച പഴം കൊണ്ടുള്ള തണ്ണി

പച്ച	–	പച്ചക്കറികൾ
പഴം	–	പഴവർഗങ്ങൾ
തണ്ണി	–	തണ്ണിമത്തൻ

പച്ചക്കറികൾ, പഴവർഗങ്ങൾ, തണ്ണിമത്തൻ എന്നിവ വേനൽക്കാലത്ത് (മാർച്ച്) വിളവിറക്കി, മൺസൂണിൽ (ജൂൺ) വിളവെടുക്കും.

- ഇന്ത്യയിൽ ചോളം നെല്ല്, ഗോതമ്പ്, കരിമ്പ് എന്നിവ ഏറ്റവും കൂടുതൽ വിളയുന്നത് ഉത്തർപ്രദേശിലാണ്.
- ലോകത്തിൽ ഏറ്റവും കൂടുതൽ ഉപയോഗിക്കുന്ന ഭക്ഷ്യവിള നെല്ലാണ്.
- ചണം, വാഴപ്പഴം, മാമ്പഴം എന്നിവ ഏറ്റവുമധികം ഉല്പാദിപ്പിക്കുന്ന രാജ്യം ഇന്ത്യയാണ്.
- നെല്ല്, ഗോതമ്പ്, തേയില, ആപ്പിൾ എന്നിവ ഏറ്റവുമധികം ഉല്പാദിപ്പിക്കുന്നത് ചൈനയാണ്.
- കുരുമുളക് ഏറ്റവുമധികം ഉല്പാദിപ്പിക്കുന്നത് വിയറ്റ്നാമാണ്.
- പഞ്ചസാര, കാപ്പി, ഓറഞ്ച് എന്നിവ ഏറ്റവുമധികം ഉല്പാദിപ്പിക്കുന്നത് ബ്രസീലാണ്.

റെയിൽവേപ്പാത ഇല്ലാത്ത കേരളത്തിലെ ജില്ലകളും ഇന്ത്യയിലെ സംസ്ഥാനങ്ങളും

ഇവ

(1) റെയിൽവേപ്പാത ഇല്ലാത്ത കേരളത്തിലെ ജില്ലകൾ
 – ഇവ (ഇടുക്കി, വയനാട്)

- റെയിൽവേ ഇല്ലാത്ത ഏക സംസ്ഥാനം സിക്കിമാണ്.
- 2014 മുതൽ മേഘാലയത്തിൽ റെയിൽവേപ്പാത ആരംഭിച്ചു.
- ഇന്ത്യയിലെ ഏറ്റവും പഴക്കമുള്ള അർദ്ധ സൈനിക വിഭാഗമായ അസം റൈഫിൾസിന്റെ ആസ്ഥാനം മേഘാലയമാണ്.
- മേഘാലയത്തിലെ പ്രധാന ഭാഷ ഖാസിയാണ്.
- നിയമസഭാംഗങ്ങളുടെ എണ്ണം ഏറ്റവും കുറവുള്ള സംസ്ഥാനമാണ് സിക്കിം. ഇന്ത്യയിലെ പർവ്വത സംസ്ഥാനം എന്നറിയപ്പെടുന്നു.
- ഇന്ത്യയിലെ ഏറ്റവും വലിയ ആർച്ചു ഡാം ഇടുക്കിയിലാണ്.
- തമിഴ്നാടും കർണാടകവുമായി അതിർത്തി പങ്കിടുന്ന കേരളത്തിലെ ഏക ജില്ല വയനാടാണ്.
- നോർത്ത് ഈസ്റ്റേൺ ഹിൽ യൂണിവേഴ്സിറ്റി മേഘാലയത്തിലാണ്.
- നാഥുലാ ചുരം ഇന്ത്യയോട് ബന്ധിപ്പിക്കുന്ന സംസ്ഥാനം സിക്കിമാണ്.

ഇന്ത്യൻ സൈനിക ബഹുമതികൾ

പരമ ശക്തമായ അശോക ചക്രം മഹാ കീർത്തിയും വീരശൂരത്വവും ഓർമിപ്പിക്കുന്നു

a. പരമശക്തമായ അശോകചക്രം

പരമശക്തം – ഇന്ത്യയുടെ പരമോന്നത സൈനിക ബഹുമതി യാണ് പരമവീരചക്രം

അശോകചക്രം– പരമവീരചക്രത്തിനു തുല്യമായ അശോക ചക്രം സമാധാനകാലത്ത് സൈനികർക്ക് നല്കുന്നതാണ്.

b. മഹാകീർത്തി

മഹാ – ഇന്ത്യയുടെ രണ്ടാമത്തെ സൈനിക ബഹുമതി യാണ് മഹാവീരചക്രം.

കീർത്തി – സമാധാന കാലത്തു മഹാവീരചക്രത്തിനു തുല്യമായി നല്കുന്നതാണ് കീർത്തിചക്ര.

c. വീരശൂരത്വം

വീര – ഇന്ത്യയുടെ മൂന്നാമത്തെ യുദ്ധകാല സൈനിക ബഹുമതിയാണ് വീരചക്രം.

ശൂരത്വം – സമാധാനകാലത്ത് നല്കുന്ന വീരചക്രത്തിനു തുല്യമായ ബഹുമതിയാണ് ശൗര്യചക്ര.

- ഭാരത സർക്കാർ നല്കുന്ന 'ഭാരതരത്നം' കഴിഞ്ഞുള്ള ഏറ്റവും വലിയ ബഹുമതിയാണ് പരമ വീരചക്രം.
- പരമ വീരചക്രത്തിന്റെ പതക്കം രൂപ കല്പന ചെയ്തത് സാവിത്രി ഖനോൽക്കർ ആണ്.
- ആദ്യമായി പരമ വീരചക്രം ലഭിച്ചത് സോമനാഥ ശർമക്കാണ്.
- പാകിസ്ഥാനിലെ ഏറ്റവും ഉയർന്ന സൈനിക ബഹുമതി നിഷാൻ –ഇ– ഹൈദറാണ്.
- അമേരിക്കയിലെ ഏറ്റവും ഉയർന്ന സൈനിക ബഹുമതി മെഡൽ ഓഫ് ഓണർ ആണ്.

ഇന്ത്യയിലെ കേന്ദ്രഭരണ പ്രദേശങ്ങൾ

ആന്റൻ ദാദയും ചാണ്ഡിയും ലക്ഷം രൂപയ്ക്ക് പുതിയ ഡാം വാങ്ങി

ആന്റൻ	–	**ആൻഡമൻ നിക്കോബർ**
ദാദ	–	**ദാദ & നാഗർ ഹവേലി**
ചാണ്ഡി	–	**ചണ്ഡിഗഢ്**
ലക്ഷം	–	**ലക്ഷദ്വീപ്**
പുതിയ	–	**പുതുച്ചേരി**
ഡാം	–	**ഡാമൻ & ഡ്യൂ**

- കേന്ദ്രഭരണ പ്രദേശങ്ങൾ ആറെണ്ണം
- ഏറ്റവും വലിപ്പമുള്ള യൂണിയൻ ടെറിട്ടറി
  – ആൻഡമാൻ & നിക്കോബാർ
- ഏറ്റവും ചെറിയ കേന്ദ്രഭരണപ്രദേശം – ലക്ഷദ്വീപ്
- പഞ്ചാബിന്റെയും ഹരിയാനയുടെയും തലസ്ഥാനമായ കേന്ദ്രഭരണ പ്രദേശം
  –ചണ്ഡിഗഢ്
- ഗുജറാത്തിൽ സ്ഥിതി ചെയ്യുന്ന കേന്ദ്രഭരണ പ്രദേശം
  –ദാമൻ & ദിയു
- ആൻഡമാൻ നിക്കോബാർ ദ്വീപുകൾ ബംഗാൾ ഉൾക്കടലിലാണ്.
- ലക്ഷദ്വീപുകൾ അറബിക്കടലിലാണ്.
- ലക്ഷദ്വീപിലെ ഭാഷ മലയാളമാണ്
- ലക്ഷദ്വീപിലെ ഏറ്റവും വിസ്തീർണ്ണം കൂടിയ ദ്വീപ് – ആന്ത്രോത്ത്
- ലക്ഷദ്വീപിൽ 36 ദ്വീപുകളുണ്ട്.
- ആൻഡമാൻ നിക്കോബാർദ്വീപുകളെ വേർതിരിക്കുന്നത് 10° ചാനൽ.
- ഇന്ത്യയിലെ ഏക സജീവ അഗ്നിപർവ്വതം 'ബാരൻ' – ആൻഡമാൻ നിക്കോബാർ ദ്വീപിലാണ്.
- ഇന്ത്യയിലെ ആസൂത്രിത നഗരം എന്നറിയപ്പെടുന്നത് – ചണ്ഡിഗഢ്.

ഇന്ത്യയുടെ ഔദ്യോഗിക ഭാഷയിൽ അവസാനം ഉൾപ്പെടുത്തിയവ

My Dog SaBo

My	–	മൈഥിലി (Mythili)
Dog	–	ഡോഗ്രി (Dogri)
Sa	–	സാന്താലി (Santhali)
Bo	–	ബോഡോ (Bodo)

- 2003 ലെ 92–ാം ഭേദഗതിയിലൂടെ ഭരണഘടനയുടെ 8–ാം ഷെഡ്യൂളിൽ നാലു ഭാഷകൾ ഉൾപ്പെടുത്തി.
- ഇന്ത്യയിലെ ഔദ്യോഗിക ഭാഷകൾ 22 എണ്ണമാണ്.
- ഭരണഘടനയുടെ 17–ാം പാർട്ടിൽ (ഭാഗത്തിൽ) ഔദ്യോഗിക ഭാഷകളെക്കുറിച്ച് പറയുന്നു.
- ഇന്ത്യയിൽ ഏറ്റവും കൂടുതൽ സംസ്ഥാനങ്ങളിൽ ഔദ്യോഗിക ഭാഷ ഹിന്ദിയാണ്.
- ഇന്ത്യൻ കറൻസിയിൽ 17 ഭാഷകളിൽ മൂല്യം രേഖപ്പെടുത്തിയിട്ടുണ്ട്.
- ജമ്മു കാശ്മീരിലെ ഒര് ഭാഷയാണ് ഡോഗ്രി.
- നാഗാലാന്റിലെ ഔദ്യോഗിക ഭാഷ ഇംഗ്ലീഷാണ്.
- സിക്കിമിലെ ഔദ്യോഗിക ഭാഷ നേപ്പാളിയാണ്.
- മൈഥിലി ബീഹാറിലെ ഭാഷയാണ്.
- ബോഡോ ആസാമിലെ ഭാഷയാണ്.

ഇന്ത്യയിലെ ഋതുക്കൾ

Winner SuSy Attacked

Winner – Winter (ശൈത്യം) – ഡിസംബർ, ജനുവരി, ഫെബ്രുവരി
Su – Summer (ഉഷ്ണകാലം) – മാർച്ച്, ഏപ്രിൽ, മേയ്
S – Spring (വസന്തം) – ജൂൺ,ജൂലൈ,ആഗസ്റ്റ്, സെപ്തംബർ (തെക്കു പടിഞ്ഞാറൻ മൺസൂൺ കാലം)
A – Autumn (ശരത്) – ഒക്ടോബർ, നവംബർ (വടക്കു കിഴക്കൻ മൺസൂൺ കാലം)

- ഇന്ത്യയിൽ നാല് ഋതുക്കളാണുള്ളത്.
- ഇന്ത്യയിലെ തെക്കു പടിഞ്ഞാറൻ മൺസൂൺ കാലം കേരളത്തിൽ കാലവർഷ മാണ്.
- ഇന്ത്യയിലെ വടക്കു കിഴക്കൻ മൺസൂൺ കാലം കേരളത്തിൽ തുലാവർഷ മാണ്.
- സംവഹന വൃഷ്ടിയെ നാലുമണി മഴ എന്നറിയപ്പെടുന്നു.
- കേരളത്തിന്റെയും കർണാടകത്തിന്റെ തീരങ്ങളിൽ ഉഷ്ണകാലത്തുണ്ടാ കുന്ന മഴയാണ് മാങ്കോഷവർ.
- മൗസിം (മൺസൂൺ) എന്ന വാക്കിനർഥം ഋതുക്കൾ എന്നാണ്.
- കേരളത്തിൽ ഏറ്റവുമധികം മഴ ലഭിക്കുന്നത് ജൂലൈയിലാണ്.

1929,30,31,32 വർഷങ്ങൾ

സ്വരാജ്യത്തിനായി ഉപ്പ്, ഗുരു നിവർത്തിച്ചു

സ്വരാജ് – 1929 ലെ ഇന്ത്യൻ നാഷണൽ കോൺഗ്രസിന്റെ ലാഹോർ സമ്മേളനത്തിൽ പൂർണ സ്വരാജ് പ്രഖ്യാപിച്ചു.
ഉപ്പ് – 1930 ന് ഉപ്പു സത്യഗ്രഹം നടന്നു.
ഗുരു – 1931 ന് ഗുരുവായൂർ സത്യഗ്രഹം.
നിവർത്തിച്ചു – 1932 ന് നിവർത്തന പ്രക്ഷോഭം

- ജവഹർലാൽ നെഹ്റു ആദ്യമായി കോൺഗ്രസ് പ്രസിഡന്റായത് 1929 ലാഹോർ സമ്മേളനത്തിലാണ്.
- 1930 മാർച്ച് 12 ന് അഹമ്മദാബാദിലെ സബർമതിയിൽ നിന്ന് ദണ്ഡിയിലേക്ക് ഗാന്ധിജിയും 78 അനുയായികളും എത്തി.
- ഉപ്പു സത്യഗ്രഹം കേരളത്തിൽ നടന്നത് പയ്യന്നൂരാണ്.
- ഗുരുവായൂർ സത്യഗ്രഹത്തിന്റെ വോളന്റിയർ ക്യാപ്റ്റൻ എ. കെ.ജി ആണ്.
- ഈഴവ- ക്രിസ്തീയ- മുസ്ലീം ജനവിഭാഗങ്ങൾക്ക് ജനസംഖ്യ അനുപാതികമായി പ്രാതിനിധ്യം ലഭിക്കുവാൻ വേണ്ടി നടത്തിയതാണ് നിവർത്തന പ്രക്ഷോഭം.
- നിയമ ലംഘന പ്രസ്ഥാനം ആരംഭിച്ചത് 1930 ലാണ്.
- ഒന്നാം വട്ടമേശ സമ്മേളനം നടന്നത് 1930 ലാണ്.
- നിവർത്തന പ്രക്ഷോഭവുമായി ബന്ധപ്പെട്ട കോഴഞ്ചേരി പ്രസംഗം നടത്തിയത് സി. കേശവനാണ്.

2005 ന്റെ സവിശേഷതകൾ

പീഡനത്തിന് കാരണമാകുന്ന വാറ്റ് തൊഴിലാക്കിയവർക്കെതിരെ വിവരവും വിജ്ഞാനവും ഉള്ളവർ പ്രതികരിച്ചു

പീഡനം	–	ഗാർഹിക പീഡനത്തിൽ നിന്നും സ്ത്രീകളെ സംരക്ഷിക്കുന്ന നിയമം –2005
വാറ്റ്	–	ഇന്ത്യയിൽ വാറ്റ് നിലവിൽ വന്നത് – 2005.
തൊഴിലാക്കി	–	മഹാത്മാഗാന്ധി തൊഴിലുറപ്പു പദ്ധതി ആരംഭിച്ചത് – 2005.
വിവരം	–	വിവരാവകാശ കമ്മീഷൻ നിലവിൽ വന്നത് 2005.
വിജ്ഞാനം	–	ദേശീയ വിജ്ഞാന കമ്മീഷൻ ആരംഭിച്ചത് 2005.

- വിവരാവകാശ നിയമം പാസാക്കാൻ കാരണമായ പ്രസ്ഥാനം –മസ്ദൂർ കിസാൻ ശക്തി സംഘതൻ.
- വിവരാവകാശ നിയമ പ്രകാരം സമർപ്പിക്കേണ്ട അപേക്ഷയിൽ പതിക്കേണ്ട കോർട്ട് ഫീ സ്റ്റാമ്പ് 10 രൂപയുടേതാണ്.

കേരളത്തിൽ കടലോരമില്ലാത്ത ജില്ലകൾ

K.P - V.I.P (കേരള പോലീസ് V.I.P കളാണ്)

K - കോട്ടയം, അക്ഷര നഗരം എന്നറിയപ്പെടുന്നു.
P - പത്തനംതിട്ട, പതിമൂന്നാമത്തെ ജില്ലയാണിത്.
V - വയനാട്, പക്ഷിപാതാളം ഇവിടെയാണ്.
I - ഇടുക്കി, ഏറ്റവും കൂടുതൽ വനപ്രദേശമുള്ള ജില്ല.
P - പാലക്കാട്, ഏറ്റവും വലിയ ജില്ല.

- കടലോരമില്ലാത്ത അഞ്ച് ജില്ലകളാണുള്ളത്.
- കേരളത്തിൽ 580 കി.മീ. കടൽത്തീരമുണ്ട്.
- കേരളത്തിലെ ഏറ്റവും വലിയ ജലപാത ആലപ്പുഴ മുതൽ കൊച്ചി വരെയാണ്.
- ഇന്ത്യയിലേറ്റവുമധികം ഉൾനാടൻ ജല പാതകളുള്ളത് കേരളത്തിലാണ്.
- ഇന്ത്യയിലേറ്റവുമധികം ചെമ്മീൻ കയറ്റുമതി ചെയ്യുന്നത് കേരളമാണ്.

പാലക്കാട് ജില്ലയിൽ ഏറ്റവും കൂടുതലുള്ളവ

ഓ, മകനെ പനിച്ചു

ഓ	–	ഓറഞ്ച്
മ	–	മധുരക്കിഴങ്ങ്
ക	–	കരിമ്പ്
നെ	–	നെല്ല്
പ	–	പരുത്തി
നി	–	നിലക്കടല
ചു	–	ചുണ്ണാമ്പുകല്ല്

- ഏറ്റവും വ്യവസായവത്കൃതമായ രണ്ടാമത്തെ ജില്ല.
- കേരളത്തിലെ വൃന്ദാവനമെന്ന് 'മലമ്പുഴ' അറിയപ്പെടുന്നു.
- ഓറഞ്ച് തോട്ടങ്ങൾക്ക് പ്രസിദ്ധമായ സ്ഥലം നെല്ലിയാമ്പതിയാണ്.
- കേരളത്തിലെ ഏറ്റവും വലിയ റെയിൽവേ സ്റ്റേഷൻ ഷൊർണ്ണൂരാണ്.
- കേരളത്തിൽ കാറ്റിൽ നിന്നും വൈദ്യുതി ഉല്പാദിപ്പിക്കുന്ന ആദ്യത്തെ പ്രോജക്ട് കഞ്ചിക്കോടാണ്.
- ആദ്യത്തെ അഖില കേരള കോൺഗ്രസ് സമ്മേളനം നടന്നത് ഒറ്റപ്പാലത്താണ്.
- കേരളത്തിലെ ഏറ്റവും വലിയ അണക്കെട്ട് മലമ്പുഴയാണ്.
- പരുത്തി ഉല്പാദിപ്പിക്കുന്ന ഏക ജില്ല പാലക്കാടാണ്.
- ഏറ്റവും കൂടുതൽ ഭൂമി കാർഷികാവശ്യത്തിനായി ഉപയോഗിക്കുന്ന ജില്ല പാലക്കാടാണ്.

കേരളത്തിലെ ശുദ്ധജലതടാകങ്ങൾ

ശാസ്താവിന് വെള്ളപ്പൂക്കെട്ട്

ശാസ്താ	–	ശാസ്താംകോട്ടക്കായൽ, കൊല്ലം
വെള്ള	–	വെള്ളായണി, തിരുവനന്തപുരം
പൂക്കെട്ട്	–	പൂക്കോട്, വയനാട്

- 'F' ആകൃതിയിൽ കാണപ്പെടുന്ന ശാസ്താംകോട്ടക്കായൽ കേരളത്തിലെ ഏറ്റവും വലിയ ശുദ്ധജല തടാകമാണ്. 3.75 ച.കി.മീ. വിസ്തീർണ്ണം.
- വലിപ്പത്തിൽ രണ്ടാംസ്ഥാനം വെള്ളായണിക്കാണ്.
- പൂക്കോട് തടാകം വയനാട്ടിലെ വൈത്തിരി താലൂക്കിലാണ്.
- തൃശ്ശൂരിലെ ഏനമാക്കൽ, മനക്കൊടി എന്നിവ ചെറിയ ശുദ്ധജല തടാകങ്ങളാണ്.
- ലോകത്തിലെ ഏറ്റവും നീളം കൂടിയ തടാകം?

  ടാംഗനിക്ക (ആഫ്രിക്ക)

കേരളത്തിലെ പക്ഷി സങ്കേതങ്ങൾ

**കുമാരി മംഗള ചൂലുകൊണ്ട്
കടലയരി തട്ടി പാതാളത്തിലിട്ടു**

കുമാരി	–	കുമരകം (കോട്ടയം)
മംഗള	–	മംഗള വനം (എറണാകുളം)
ചൂലു	–	ചൂലന്നൂർ (പാലക്കാട്)
കടല	–	കടലുണ്ടി
അരി	–	അരിപ്പ (തിരുവനന്തപുരം)
തട്ടി	–	തട്ടേക്കാട് (എറണാകുളം)
പാതാളം	–	പക്ഷിപാതാളം (വയനാട്)

- തട്ടേക്കാട് പക്ഷി സങ്കേതത്തിന്റെ പ്രാധാന്യം ആദ്യമായി ചൂണ്ടിക്കാണിച്ചത് സലിം അലിയാണ്.
- ചൂലന്നൂർ, മയിൽ സങ്കേതമെന്ന നിലയിൽ പ്രസിദ്ധമാണ്.
- എറണാകുളം ജില്ലയുടെ ഹൃദയ ഭാഗത്താണ് മംഗളവനം.
- കേരളത്തിലെ ഏറ്റവും ചെറിയ പക്ഷി സങ്കേതമാണ് മംഗളവനം.
- ഏറ്റവും വലിയ പക്ഷിസങ്കേതം തട്ടേക്കാടാണ് (25.16 ച.കി.മീ).
- തെക്കൻ കേരളത്തിലെ പക്ഷി സങ്കേതം – അരിപ്പ.

കേരളത്തിലെ ദേശീയോദ്യാനങ്ങൾ

**ആനയും പാമ്പും ഇരതേടൽ
മതിയാക്കി സൈലന്റായി**

ആന – ആനമുടി ചോല : ഇടുക്കി ജില്ലയിലെ മറയൂർ വില്ലേജിലാണ്.

പാമ്പ് – പാമ്പാടും ചോല: ഇടുക്കി ജില്ലയിലാണ്. കേരളത്തിലെ ഏറ്റവും ചെറിയ ദേശീയോദ്യാനം.

ഇര – ഇരവികുളം : ഇടുക്കി ജില്ലയിലെ ദേവികുളം താലൂക്കിലാണ്. കേരളത്തിലെ ഏറ്റവും വലിയ ദേശീയോദ്യാനം (97 ച.കി.മീ).

വരയാടുകളുടെ വിഹാരകേന്ദ്രം. കേരളത്തിലെ ആദ്യത്തെ ദേശീയോദ്യാനം (1978).

മതി – മതി കെട്ടാൻ ചോല : ഇടുക്കി ജില്ലയിലെ ഉടുമ്പൻഞ്ചോല താലൂക്കിലാണ്.

സൈലന്റ് – സൈലന്റ് വാലി : പാലക്കാട് ജില്ലയിലെ ദേശിയോദ്യാനം, കുന്തിപ്പുഴ ഒഴുകുന്നു. സിംഹവാലൻ കുരങ്ങുകൾക്ക് പ്രസിദ്ധം. 1984 ൽ ദേശിയോദ്യാനമായി ഇന്ദിരാഗാന്ധി പ്രഖ്യാപിച്ചു, രാജീവ്ഗാന്ധി ഉദ്ഘാടനം ചെയ്തു.

കേരളത്തിലെ നീളം കൂടിയ 4 നദികൾ

പെരിയ ഭാരമുള്ള പമ്പ് ചാലിലുണ്ട്

1 പെരിയ–പെരിയാർ: നീളം 244 കി.മീ. 'ചൂർണി' എന്നറിയപ്പെട്ടിരുന്ന പെരിയാറിനാണ് ഏറ്റവുമധികം പോഷക നദികളുള്ളത്. ആലുവാ മണപ്പുറം, ശങ്കരാചാര്യരുടെ ജന്മസ്ഥലമായ കാലടി, മലയാറ്റൂർ എന്നിവ പെരിയാറിന്റെ തീരത്താണ്.

2 ഭാരം–ഭാരതപ്പുഴ : മാമാങ്കം നടന്നിരുന്ന തിരുനാവായ, തുഞ്ചൻപറമ്പ്, കേരള കലാമണ്ഡലം എന്നിവ ഭാരതപ്പുഴയുടെ തീരത്താണ്. ആന മലയിൽ നിന്ന് ഉത്ഭവിക്കുന്നു.

3 പമ്പ് –പമ്പ : ദക്ഷിണ ഭഗീരഥിയെന്നും ദക്ഷിണ ഗംഗയെന്നും അറിയപ്പെടുന്നു. പമ്പ, പുളച്ചി മലയിൽ നിന്നും ഉത്ഭവിക്കുന്നു. ശബരിമല, കുട്ടനാട് എന്നിവ പമ്പയുടെ തീരത്താണ്.

4 ചാല–ചാലിയാർ : കോഴിക്കോടിന്റെ സമ്പദ്ഘടനയെ നിയന്ത്രിക്കുന്നു. ഗ്വാളിയാർ റയോൺസ് ഫാക്ടറി ചാലിയാറിനെ മലിനമാക്കിയിരിക്കുന്നു.

- കേരളത്തിൽ 44 നദികളുണ്ട്.
- പെരിയാർ ഉത്ഭവിക്കുന്നത് ശിവഗിരി മലയിൽ നിന്നാണ്.
- 100 കി.മി. അധികം നീളമുള്ള 11 നദികളുണ്ട്.
- നിള, പേരാർ, പൊന്നിപ്പുഴ എന്നീ പേരുകളിലും ഭാരതപ്പുഴ അറിയപ്പെടുന്നു.
- കേരളത്തിലെ നദികളിൽ 41 എണ്ണം പടിഞ്ഞാറോട്ട് ഒഴുകി അറബി ക്കടലിൽ ചേരുന്നു. മൂന്നെണ്ണം മാത്രം കിഴക്കോട്ടൊഴുകുന്നു – കബനി, ഭവാനി, പാമ്പാർ.
- കർണാടകത്തിലേക്ക് ഒഴുകുന്ന നദി കബനി.
- കോട്ടയം പട്ടണം മീനച്ചിലാറിന്റെ തീരത്താണ്.

പെരിയാറിന്റെ പ്രധാന പോഷക നദികൾ

മുല്ലയ്ക്ക് മുതിര വാങ്ങാൻ കുട്ടപ്പൻ ചെറുതോണിയിൽ പെരുന്തുറയെത്തി

മുല്ല	–	മുല്ലയാറ്
മുതിര	–	മുതിരപ്പുഴയാറ്
കുട്ടപ്പൻ	–	കട്ടപ്പനയാറ്
ചെറുതോണി	–	ചെറുതോണിയാറ്
പെരുന്തുറ	–	പെരുന്തുറയാറ്

- പെരിയാറിനെ 'ചൂർണി' എന്നറിയപ്പെടുന്നു.
- പെരിയാർ തടാകത്തിനു ചുറ്റുമാണ് തേക്കടി വന്യജീവി സങ്കേതം.
- കേരളത്തിലെ ആദ്യത്തെ ജല വൈദ്യുത പദ്ധതിയായ പള്ളി വാസൽ പെരിയാറിലാണ്.
- ഏറ്റവും വലിയ ജല വൈദ്യുത പദ്ധതിയായ ഇടുക്കി പദ്ധതി പെരി യാറിലാണ്.
- പെരിയാർ രണ്ടായി പിരിയുന്നത് 'കാലടി' യിൽ വച്ചാണ്.
- ഏറ്റവും തെക്കേ അറ്റത്തെ നദി നെയ്യാർ ആണ്.
- ഏറ്റവും വടക്കേ അറ്റത്തെ നദി മഞ്ചേശ്വരം പുഴയാണ്.
- കൗടില്യന്റെ അർത്ഥ ശാസ്ത്രത്തിൽ പ്രതിപാദിക്കുന്ന നദി പെരിയാ റാണ്.
- പെരിയാറിനോട് ചേരുന്ന ആദ്യത്തെ പോഷക നദിയാണ് മുല്ലയാർ.

ഭാരതപ്പുഴയുടെ പോഷക നദികൾ

കണ്ണാടി ഗായത്രി കാൽ കുന്തി
തൂതപ്പുഴയിൽ വീണു

കണ്ണാടി	–	കണ്ണാടിപ്പുഴ
ഗായത്രി	–	ഗായത്രിപ്പുഴ
കാൽ	–	കൽപാത്തിപ്പുഴ
കുന്തി	–	കുന്തിപ്പുഴ
തൂത	–	തൂതപ്പുഴ

- ഭാരതപ്പുഴ തമിഴ്നാട്ടിലെ ആനമലയിൽ നിന്ന് ഉത്ഭവിച്ച് അറബിക്കടലിൽ പതിക്കുന്നു.
- നീളത്തിൽ രണ്ടാം സ്ഥാനമുള്ള ഭാരതപ്പുഴയ്ക്ക് 209 കി. മീ. നീളമുണ്ട്.
- നിള, പേരാർ, പൊന്നാനിപ്പുഴ എന്നീ പേരുകളിലും ഭാരതപ്പുഴ അറിയപ്പെടുന്നു.
- കുന്തിപ്പുഴ സൈലന്റ് വാലിയിലൂടെ ഒഴുകുന്നു.
- മലമ്പുഴ അണക്കെട്ട് ഭാരതപ്പുഴയിലാണ്.
- ഭാരതപ്പുഴയുടെ ആദ്യത്തെ പോഷക നദിയാണ് കൽപ്പാത്തിപ്പുഴ.
- തൂതപ്പുഴയുടെ പശ്ചാത്തലത്തിൽ ഒ.വി വിജയൻ രചിച്ച കൃതിയാണ് ഗുരുസാഗരം.

വേമ്പനാട്ട് കായലിൽ പതിക്കുന്ന നദികൾ

അച്ഛൻ മൂവാറ്റുപുഴയിൽ പോയ തക്കത്തിന്
മണി മീനയുമായി പമ്പ കടന്നു

അച്ചൻ	–	അച്ചൻകോവിലാറ്
മൂവാറ്റു	–	മൂവാറ്റുപുഴ
മണി	–	മണിമലയാറ്
മീന	–	മീനച്ചലാറ്
പമ്പ	–	പമ്പാനദി

- ഏറ്റവും വലിയ കായലാണ് വേമ്പനാട്ട് കായൽ.
- തണ്ണീർമുക്കം ബണ്ട് വേമ്പനാട്ടുകായലിലാണ്.
- കുമരകം, വേമ്പനാട്ടുകായലിന്റെ തീരത്താണ്.

ആധുനിക തിരുവിതാംകൂറിന്റെ സ്ഥാപകനും സമകാലികരും

മാറഡ കുഞ്ചി രാമ രാമ

മാറ – മാർത്താണ്ഡവർമ്മ
– ആധുനിക തിരുവിതാംകൂറിന്റെ ശില്പിയാണ്.

ഡ – ഡിലനോയി – ഡച്ചുകാരനായ ഇദ്ദേഹം തിരുവിതാംകൂർ സൈന്യത്തിന്റെ വലിയ കപ്പിത്താനായി.

കുഞ്ചി – കുഞ്ചൻ നമ്പ്യാർ, മാർത്താണ്ഡവർമ്മയുടെ കാലത്തു ജീവിച്ചിരുന്നു.

രാമ – രാമപുരത്തുവാര്യരുടെ കുചേലവൃത്തം വഞ്ചിപ്പാട്ട് മാർത്താണ്ഡവർമ്മയോട് നടത്തുന്ന പ്രാർഥനയാണ്.

രാമ – രാമയ്യ – മാർത്താണ്ഡവർമ്മയുടെ മന്ത്രി മുഖ്യനായിരുന്നു.

- എട്ടു വീട്ടിൽ പിള്ളമാരെ അമർച്ച ചെയ്തത് മാർത്താണ്ഡവർമ്മയാണ്.
- അമ്മച്ചി പ്ലാവിൽ അഭയം തേടിയത് മാർത്താണ്ഡവർമ്മയാണ്.
- ശ്രീപത്മനാഭ സ്വാമിക്ക് തൃപ്പടിദാനം നടത്തിയത് മാർത്താണ്ഡവർമ്മയാണ്.
- മലയാളത്തിലെ ആദ്യത്തെ ചരിത്ര നോവൽ സി. വി. രാമൻ പിള്ളയുടെ "മാർത്താണ്ഡവർമ്മ" യാണ്.

ബ്രിട്ടീഷുകാർക്കെതിരെ ആദ്യം പോരാടിയ കേരളത്തിലെ രാജ്യസ്നേഹികൾ

കൊച്ചിലച്ചനോട് കൂറുള്ള തമ്പി വയനാടൻ പഴശ്ശിയെ കണ്ടു

കൊച്ചിലച്ചൻ – കൊച്ചിയിലെ ദിവാൻ – പാലിയത്തച്ചൻ

കൂറുള്ള തമ്പി – തിരുവിതാംകൂർ ദിവാൻ – വേലുത്തമ്പി

വയനാടൻ പഴശ്ശി – മലബാറിൽ – കേരളവർമ പഴശ്ശി രാജ

- കൊച്ചിയിലെ ദിവാൻമാരെ വിളിക്കുന്ന പേരാണ് പാലിയത്തച്ചൻ.
- ബ്രിട്ടീഷുകാർക്കെതിരെ 1809 ജനുവരി 11 ന് വേലുത്തമ്പി കുണ്ടറ വിളംബരം നടത്തി.
- വേലുത്തമ്പി പത്തനംതിട്ടയിലെ 'മണ്ണടി' യിൽ ജീവത്യാഗം ചെയ്തു.
- പഴശ്ശിരാജാവിനെ കേരള സിംഹം എന്നു വിശേഷിപ്പിച്ച ചരിത്രകാരനാണ് കെ.എം. പണിക്കർ
- പഴശ്ശി രാജാവിനെ സഹായിച്ച കുറിച്യരുടെ നേതാവാണ് തലയ്ക്കൽ ചന്തു.
- പഴശ്ശി വിപ്ലവത്തെ അടിച്ചമർത്തിയത് വെല്ലസ്ലിയാണ്.
- 1805 നവംബർ 30 ന് പഴശ്ശി രാജാവ് അന്തരിച്ചു.
- പഴശ്ശി സ്മാരകം വയനാട്ടിലും പഴശ്ശി മ്യൂസിയം കോഴിക്കോടുമാണ്.

കേരളത്തിലെ ആദ്യത്തെയും അവസാനത്തെയും പ്രധാനമന്ത്രിമാർ

(1) തിരുവിതാംകൂറിലെ പട്ടം പറന്നു

പട്ടം – തിരുവിതാംകൂറിലെ ആദ്യത്തെ പ്രധാനമന്ത്രി – പട്ടം താണുപിള്ള

പറന്നു – തിരുവിതാംകൂറിലെ അവസാനത്തെ പ്രധാനമന്ത്രി – പറവൂർ ടി.കെ നാരായണപിള്ള

(2) കൊച്ചിയിലെ പന ഇക്കണ്ടത്തിലാണ്

പന – കൊച്ചിയിലെ ആദ്യത്തെ പ്രധാനമന്ത്രി പനമ്പള്ളി ഗോവിന്ദമോനോൻ

ഇക്കണ്ട – കൊച്ചിയിലെ അവസാനത്തെ പ്രധാനമന്ത്രി ഇക്കണ്ട വാര്യർ.

(3) തിരുക്കൊച്ചി പറമ്പിൽ പന നട്ടു

പറ – തിരുക്കൊച്ചിയിലെ ആദ്യത്തെ പ്രധാനമന്ത്രി പറവൂർ ടി.കെ. നാരായണപിള്ള

പന – തിരുക്കൊച്ചിയിലെ അവസാനത്തെ പ്രധാനമന്ത്രി പനമ്പള്ളി ഗോവിന്ദ മേനോൻ

- കേരള മുഖ്യമന്ത്രിയായ ശേഷം ഗവർണറായത് പട്ടം താണുപിള്ളയാണ്.
- തിരുക്കൊച്ചി സംസ്ഥാനം രൂപം കൊള്ളുമ്പോൾ കൊച്ചിയിലെ രാജാവായിരുന്നത് രാമവർമ (പരീക്ഷിത്ത് തമ്പുരാൻ).
- തിരുക്കൊച്ചി സംസ്ഥാനത്തിന്റെ രാജപ്രമുഖൻ ശ്രീ. ചിത്തിരതിരുനാൾ ബാലരാമവർമ്മയായിരുന്നു.
- തിരുവിതാംകൂർ, ഇന്ത്യൻയൂണിയനിൽ ഉൾപ്പെടാത്ത ഒരു സ്വതന്ത്രരാജ്യമായി പ്രഖ്യാപിച്ച ദിവാനാണ് സർ. സി.പി. രാമസ്വാമി അയ്യർ.

തിരു - കൊച്ചി സംയോജന (1949)ത്തിലൂടെ രൂപം കൊണ്ട ജില്ലകൾ

49-ാം കൊല്ലം തിരുവനന്തപുരത്ത് തൃശൂരുകാർ കോട്ടകെട്ടി

കൊല്ലം

തിരുവനന്തപുരം

തൃശൂർ

കോട്ടയം

- 1949 ജൂലൈ 1 നാണ് തിരു - കൊച്ചി രൂപം കൊണ്ടത്.
- ടി.കെ നാരായണ പിള്ളയുടെ നേതൃത്വത്തിൽ തിരു- കൊച്ചി സംസ്ഥാനത്തെ ആദ്യത്തെ ജനകീയ മന്ത്രിസഭ നിലവിൽ വന്നു.
- തിരു- കൊച്ചി സംസ്ഥാനത്തെ ആദ്യ തെരഞ്ഞെടുപ്പ് 1951 ലാണ് നടന്നത്.
- 1956 നവംബർ 1 ന് കേരളം നിലവിൽ വന്നപ്പോൾ തിരു - കൊച്ചിയിൽ പ്രസിഡന്റ് ഭരണമായിരുന്നു.
- തിരുവിതാംകൂർ ഭരിച്ച അവസാനത്തെ രാജാവാണ് ശ്രീചിത്തിര തിരുന്നാൾ ബാല രാമവർമ്മ.
- കൊച്ചി ഭരിച്ച അവസാനത്തെ ഭരണാധികാരിയാണ് പരീക്ഷിത്ത് തമ്പുരാൻ.

ജനസംഖ്യയിൽ മുന്നിൽ നിൽക്കുന്ന മൂന്ന് ജില്ലകൾ

മതിഎ

മ	–	മലപ്പുറം
തി	–	തിരുവനന്തപുരം
എ	–	എറണാകുളം

- ജനസംഖ്യ ഏറ്റവും കൂടുതലുള്ള ജില്ല മലപ്പുറമാണ്.
- കേരളത്തിലെ ജനസംഖ്യ 3 കോടി 34 ലക്ഷം
- സ്ത്രീ പുരുഷ അനുപാതം 1084/1000
- ഹവ്വാ ബീച്ച് തിരുവനന്തപുരം ജില്ലയിലാണ്
- ഏറ്റവും കൂടുതൽ തൊഴിൽ രഹിതരുള്ളത് തിരുവനന്തപുരത്താണ്.
- കോഴിക്കോട് വിമാനത്താവളവും (കരിപ്പൂർ) കാലിക്കറ്റ് സർവകലാശാലയുടെ ആസ്ഥാനവും (തേഞ്ഞിപ്പാലം) മലപ്പുറം ജില്ലയിലാണ്.
- കേരളത്തിലെ ആദ്യത്തെ ശിശു സൗഹൃദ ജില്ലയാണ് എറണാകുളം.
- കേരളത്തിലെ ഏറ്റവും വലിയ ആർക്കിയോളജിക്കൽ മ്യൂസിയം തൃപ്പൂണിത്തുറ ഹിൽ പാലസാണ് (എറണാകുളം).

തൃശൂരിലെ പ്രധാന സ്ഥാപനങ്ങൾ

കൃഷിക്കാരി ലളിത ആരോഗ്യവതിയായിരിക്കുന്നത് കലാ-സാഹിത്യ-സംഗീതാദികൾ ഇഷ്ടപ്പെടുന്നതിനാലാണ്

കൃഷിക്കാരി	–	**കാർഷിക സർവ്വകലാശാല**
ലളിത	–	**ലളിത കലാ അക്കാദമി**
ആരോഗ്യ	–	**ആരോഗ്യ സർവകലാശാല**
കലാ	–	**കേരള കലാ മണ്ഡലം**
സാഹിത്യ	–	**കേരള സാഹിത്യ അക്കാദമി**
സംഗീത	–	**കേരള സംഗീത - നാടക അക്കാദമി**

- കാർഷിക സർവ്വകലാശാല തൃശ്ശൂരിലെ മണ്ണുത്തിയിലാണ്. (1971)
- 1956 ആഗസ്റ്റ് 15 ന് തിരുവനന്തപുരത്ത് ആരംഭിച്ച സാഹിത്യ അക്കാദമി പിന്നീട് തൃശ്ശൂരിലേക്ക് മാറ്റി. ആദ്യത്തെ പ്രസിഡന്റ് സർദാർ കെ.എം. പണിക്കർ.
- കേരളലളിത കലാ അക്കാദമിയുടെ ആദ്യത്തെ പ്രസിഡന്റ് എം. രാമവർമരാജയാണ്.
- കേരള കലാമണ്ഡലം തൃശൂരിലെ ചെറുതുരുത്തിയിലാണ്.
- കഥകളിക്ക് പ്രാധാന്യം കൊടുത്തുകൊണ്ട് വള്ളത്തോൾ നാരായണ മേനോന്റെ നേതൃത്വത്തിൽ കലാമണ്ഡലം ആരംഭിച്ചു.
- സംസ്ഥാനത്തെ ആദ്യത്തെ കൽപ്പിത സർവ്വകലാശാലയാണ് കലാ മണ്ഡലം.
- കേരള ഭാഷാ ഇൻസ്റ്റിറ്റ്യൂട്ടും കേരള ചലച്ചിത്ര അക്കാദമിയും തിരുവനന്തപുരത്താണ്.

തലശ്ശേരിയുടെ സവിശേഷതകൾ

മൂന്ന് C കൾ

C	–	Circus
C	–	Cricket
C	–	Cake

- കേരളത്തിൽ ക്രിക്കറ്റ് ആരംഭിച്ചതും സർക്കസിന്റെ ഈറ്റില്ലവും ബേക്കറികളിൽ കേക്ക് ലഭ്യമായി തുടങ്ങിയതും തലശ്ശേരിയിലാണ്.
- മലയാളത്തിലെ ആദ്യത്തെ പത്രം രാജ്യസമാചാരം ആരംഭിച്ചത് തലശ്ശേരിയിലാണ്.
- കണ്ണൂർ ജില്ലയിലാണ് തലശ്ശേരി.
- കീലേരി കുഞ്ഞിക്കണ്ണൻ സർക്കസിന്റെ പിതാവെന്ന് അറിയപ്പെടുന്നു.
- കേരളത്തിലെ ജില്ലകളിൽ ഏറ്റവും കൂടുതൽ കടൽത്തീരമുള്ളത് കണ്ണൂരാണ്.
- ഭൂരഹിതർ ഇല്ലാത്ത ആദ്യത്തെ ജില്ല കണ്ണൂരാണ്.
- കേരളത്തിൽ ഏറ്റവും വടക്കായി സ്ഥിതി ചെയ്യുന്ന വന്യജീവി സങ്കേതമായ ആറളം, കണ്ണൂരിലാണ്.
- തെയ്യങ്ങളുടെ നാടെന്ന് കണ്ണൂരറിയപ്പെടുന്നു.
- കേരളത്തിലെ ഏറ്റവും നീളം കൂടിയ ബീച്ചായ മുഴുപ്പിലങ്ങാടി കണ്ണൂരിലാണ്.

സംഘകാലത്തെ രാജ്യങ്ങളും തലസ്ഥാനവും

ചോളം ഉറയിലാക്കി, ചേരയെ വഞ്ചിയാക്കി, മധുര യിലെത്തിയ പാണ്ടികൾ പല്ലികൾക്കു നേരെ കാഞ്ചി വലിച്ചു

ചോളം ഉറയിലാക്കി	–ചോളൻമാരുടെ തലസ്ഥാനം	– ഉറയൂർ
ചേരയെ വഞ്ചിയാക്കി	–ചേര നാടിന്റെ തലസ്ഥാനം	– വഞ്ചി
മധുര പാണ്ടി	–പാണ്ഡ്യൻമാരുടെ തലസ്ഥാനം	– മധുര
പല്ലി കാഞ്ചി	–പല്ലവൻമാരുടെ തലസ്ഥാനം	– കാഞ്ചി

- ചോളൻമാരുടെ ഔദ്യോഗിക ചിഹ്നം – കടുവ
- ചേരൻമാരുടെ ഔദ്യോഗിക ചിഹ്നം – അമ്പും വില്ലും
- പാണ്ഡ്യൻമാരുടെ ഔദ്യോഗിക ചിഹ്നം – മത്സ്യം

- സംഘ കാലത്തെ ദക്ഷിണ കേരളത്തിലെ രാജവംശമാണ് – ആയ്
- ആയ് രാജ വംശത്തിന്റെ തലസ്ഥാനം പൊതിയൻ മലയാണ്, ഔദ്യോഗിക മുദ്ര ആന.
- സംഘ കാലത്തെ യുദ്ധ ദേവത – കൊറ്റവൈ
- സംഘ കാലത്തെ ഏറ്റവും മികച്ച കവയത്രിയാണ് ഔവ്വയാർ.
- രണ്ടാം ചേര സാമ്രാജ്യത്തിന്റെ തലസ്ഥാനം മഹോദയ പുരമായി രുന്നു. രണ്ടാം ചേര സാമ്രാജ്യം ഭരിച്ചത് കുലശേഖരൻമാരാണ്.

1957 ൽ രൂപീകരിച്ച കേരളത്തിലെ ജില്ലകൾ

ആലപ്പാല കണ്ണന് 57 കോഴികളുണ്ട്

ആല	–	ആലപ്പുഴ
പാല	–	പാലക്കാട്
കണ്ണൻ	–	കണ്ണൂർ
കോഴി	–	കോഴിക്കോട്

- പുന്നപ്ര വയലാർ സമരം നടന്നത് ആലപ്പുഴയിലാണ്.
- എടത്വ പള്ളി ആലപ്പുഴയിലാണ്.
- ഏറ്റവുമധികം പട്ടിക ജാതിക്കാരുള്ളത് പാലക്കാടാണ്.
- കേരളത്തിലെ റെയിൽവേ സിറ്റി എന്നറിയപ്പെടുന്ന ഷൊർണ്ണൂർ പാലക്കാടാണ്.
- ഏക കന്റോൺമെന്റ് കണ്ണൂരാണ്.
- സാമൂതിരിയുടെ ആസ്ഥാനം കോഴിക്കോടാണ്.
- ഇന്ത്യയിലെ ആദ്യത്തെ മാലിന്യ മുക്ത നഗരം കോഴിക്കോടാണ്.

ജ്ഞാനപീഠം നേടിയ മലയാളികൾ

ശങ്കരൻ പോറ്റിയുടെ പിള്ളയാണ് വാസുക്കുറുപ്പ്

ശങ്കരൻ – ജി ശങ്കരക്കുറുപ്പ്, ജ്ഞാനപീഠ പുരസ്ക്കാരം നേടിയ ആദ്യത്തെ ഇന്ത്യക്കാരൻ. 'ഓടക്കുഴൽ' എന്ന കാവ്യസമാഹാരത്തിന് 1965 ൽ ജ്ഞാനപീഠം ലഭിച്ചു.

പോറ്റി – എസ്കെ. പൊറ്റക്കാടിന്റെ 'ഒരു ദേശത്തിന്റെ കഥ'യ്ക്ക് 1980 ലെ പുരസ്ക്കാരം ലഭിച്ചു. ജ്ഞാനപീഠം നേടുന്ന ആദ്യത്തെ മലയാള നോവലിസ്റ്റാണ് എസ്.കെ. പൊറ്റക്കാട്.

പിള്ള – തകഴി ശിവശങ്കരപിള്ളയ്ക്ക് 1984 ലെ ജ്ഞാനപീഠം 'കയർ' എന്ന നോവലിന് ലഭിച്ചു. കുട്ടനാടിന്റെ കഥാകാരനാണ് തകഴി.

വാസു – എം.ടി. വാസുദേവൻ നായർക്ക് 1995 ൽ സമഗ്ര സംഭാവനയ്ക്ക് ജ്ഞാനപീഠം ലഭിച്ചു. കേരളത്തിന്റെ ഹെമിംഗ്വേ എന്നറിയപ്പെടുന്നു.

കുറുപ്പ് – ഒ.എൻ.വി. കുറുപ്പ് : 2007 ൽ സമഗ്ര സംഭാവനയ്ക്ക് ജ്ഞാനപീഠ പുരസ്ക്കാരം ലഭിച്ചു.

➢ ഇന്ത്യയിലെ ഏറ്റവും ഉയർന്ന സാഹിത്യ പുരസ്കാരമാണ് ജ്ഞാനപീഠം.

മലയാളത്തിലെ കവിത്രയങ്ങൾ

ചെറിയച്ഛൻ കുഞ്ചൻ ആശാന്റെ വള്ളത്തിനുള്ളിൽ കയറി

ചെറിയ	–	ചെറുശ്ശേരി
അച്ഛൻ	–	എഴുത്തച്ഛൻ
കുഞ്ചൻ	–	കുഞ്ചൻ നമ്പ്യാർ
ആശാൻ	–	കുമാരനാശാൻ
വള്ളം	–	വള്ളത്തോൾ നാരായണമേനോൻ
ഉള്ളിൽ	–	ഉള്ളൂർ എസ്. പരമേശ്വരയ്യർ

➢ പ്രാചീന കവിത്രയമാണ് ചെറുശ്ശേരി (15–ാം നൂറ്റാണ്ട്) എഴുത്തച്ഛൻ (16–ാം നൂറ്റാണ്ട്) കുഞ്ചൻ നമ്പ്യാർ (18–ാം നൂറ്റാണ്ട്) എന്നിവർ.

➢ ചെറുശ്ശേരിയുടെ മഹാകാവ്യമാണ് കൃഷ്ണഗാഥ.

➢ മലയാള ഭാഷയുടെ പിതാവാണ് എഴുത്തച്ഛൻ.

➢ അധ്യാത്മ രാമായണം കിളിപ്പാട്ട്, മഹാഭാരതം കിളിപ്പാട്ട്, ചിന്താരത്നം എന്നിവയാണ് എഴുത്തച്ഛന്റെ കൃതികൾ.

- മലപ്പുറത്തെ തിരൂരിൽ മലയാളം സർവ്വകലാശാല 2012 നവംബർ ഒന്നിന് ആരംഭിച്ചു.
- കവിത ചാട്ടവാറാക്കിയ കവിയാണ് കുഞ്ചൻ നമ്പ്യാർ.
- കല്യാണ സൗഗന്ധികം ഓട്ടൻതുള്ളൽ രചിച്ചത് കുഞ്ചൻ നമ്പ്യാരാണ്.
- ആധുനിക കവിത്രയമാണ് ആശാൻ, വള്ളത്തോൾ, ഉള്ളൂർ എന്നിവർ.
- മഹാകാവ്യം എഴുതാത്ത മഹാകവിയാണ് കുമാരനാശാൻ.
- ആധുനിക കവിത്രയത്തിൽ ആദ്യം അന്തരിച്ചത് കുമാരനാശാനാണ്.
- പത്മഭൂഷൺ നേടിയ ആദ്യത്തെ മലയാളിയാണ് വള്ളത്തോൾ.
- കേരള വാല്മീകിയെന്നും ശബ്ദ സുന്ദരനെന്നും വള്ളത്തോൾ അറിയപ്പെടുന്നു.
- ഉജ്ജ്വല ശബ്ദാഢ്യനെന്നും ഉല്ലേഖ ഗായകനെന്നും ഉള്ളൂർ അറിയപ്പെടുന്നു.
- തിരുവിതാംകൂറിന്റെ ആക്ടിങ് ചീഫ് സെക്രട്ടറിയായ മഹാകവിയാണ് ഉള്ളൂർ.

മലയാളത്തിലെ പ്രധാന സാഹിത്യ പുരസ്കാരങ്ങൾ ആദ്യമായി ലഭിച്ചവർ

ചന്ദ്രനെപ്പോലെ ശ്രേഷ്ഠതയുള്ള ശൂരനായ അച്ഛൻ പാലത്തിൽ വള്ളം കയറ്റുമ്പോൾ ലളിത വയലിലൂടെ വെണ്ണ നിറച്ച ഓട്ടുപാത്രവുമായെത്തി

ചന്ദ്രനെപ്പോലെ ശ്രേഷ്ഠൻ	–പ്രബോധചന്ദ്രൻ നായർക്ക് ആദ്യത്തെ ശ്രേഷ്ഠഭാഷാ അവാർഡ് (2019)
ശൂരനായ അച്ഛൻ	– ശൂരനാട് കുഞ്ഞൻപിള്ളയ്ക്ക് ആദ്യത്തെ എഴുത്തച്ഛൻ അവാർഡ് (1993)
പാലത്തിൽ വള്ളം	– പാലാ നാരായണൻ നായർക്ക് ആദ്യത്തെ വള്ളത്തോൾ അവാർഡ്.
ലളിത വയലിൽ	– ലളിതാംബികാ അന്തർജനത്തിന് ആദ്യത്തെ വയലാർ അവാർഡ് (1977)
വെണ്ണ നിറച്ച ഓട്ടുപാത്രം	– വെണ്ണിക്കുളം ഗോപാലക്കുറുപ്പിന് ആദ്യത്തെ ഓടക്കുഴൽ അവാർഡ്

- ലളിതാംബികാ അന്തർജനത്തിന്റെ അഗ്നിസാക്ഷി എന്ന നോവലിനാണ് വയലാർ അവാർഡ് ലഭിച്ചത്.

- ആദ്യത്തെ കേന്ദ്ര സാഹിത്യ അക്കാഡമി അവാർഡ് നേടിയത് നാരായണപ്പണിക്കരാണ്.
- ആദ്യത്തെ ലളിതാംബികഅന്തർജനം അവാർഡ് നേടിയത് വൈക്കം മുഹമ്മദ് ബഷീറാണ്.
- കേരള തുളസീദാസൻ എന്നറിയപ്പെടുന്നത് വെണ്ണിക്കുളം ഗോപാല ക്കുറുപ്പാണ്.
- മലയാളത്തിലെ ഏറ്റവും ഉന്നത സാഹിത്യ പുരസ്കാരം എഴുത്തച്ഛൻ പുരസ്കാരമാണ്.

സരസ്വതി സമ്മാൻ നേടിയ മലയാളികൾ

ബാലയ്യപ്പന് സുഗമാണോ

ബാല	–	ബാലാമണിയമ്മ (1995)
അയ്യപ്പൻ	–	അയ്യപ്പപ്പണിക്കർ (2005)
സുഗ	–	സുഗത കുമാരി (2012)

- സരസ്വതി സമ്മാൻ നേടിയ ആദ്യത്തെ മലയാളിയാണ് ബാലാമണി യമ്മ. 'നൈവേദ്യം' എന്ന കൃതിയ്ക്കാണ് ബാലാമണിയമ്മയ്ക്ക് സരസ്വതി സമ്മാൻ ലഭിച്ചത്.
- അയ്യപ്പപ്പണിക്കരുടെ പ്രസിദ്ധമായ കൃതിയാണ് കുരുക്ഷേത്രം.
- സുഗതകുമാരിയ്ക്ക് 'മണലെഴുത്ത്' എന്ന കൃതിയ്ക്കാണ് സരസ്വതി സമ്മാൻ ലഭിച്ചത്.
- എഴുത്തച്ഛൻ പുരസ്കാരം നേടിയ ആദ്യത്തെ വനിതയാണ് ബാലാ മണിയമ്മ.
- രാത്രിമഴ, അമ്പലമണികൾ എന്നീ കൃതികൾ രചിച്ചത് സുഗത കുമാരിയാണ്.

ബാലാമണിയമ്മയുടെ കൃതികൾ

കുടുംബിനിയായ സ്ത്രീയുടെ ഹൃദയം മാതൃഹൃദയമാകാൻ കൊതിക്കും,, ഒടുവിൽ അമ്മയും മുത്തശ്ശിയുമാകും

കുടുംബിനി
സ്ത്രീഹൃദയം
മാതൃഹൃദയം
അമ്മ
മുത്തശ്ശി

- ബാലാമണിയമ്മയെ മാതൃത്വത്തിന്റെ കവയിത്രി എന്നാണ് അറിയപ്പെടുന്നത്.
- ബാലാമണിയമ്മയുടെ ആദ്യത്തെ കൃതി കൂപ്പുകൈയാണ്.
- ബാലാമണിയമ്മയുടെ മകളാണ് മാധവിക്കുട്ടി.
- മാധവിക്കുട്ടിയുടെ ആത്മകഥകളാണ് എന്റെ കഥ, ബാല്യകാല സ്മരണകൾ, നീർമാതളം പൂത്തകാലം എന്നിവ.

ഒ.എൻ.വി. കുറുപ്പിന്റെ പ്രധാന കൃതികൾ

ഉജ്ജയിനിയിലെ ശാർങ്ഗ പക്ഷികളും മയിലുകളും മൃഗങ്ങളും ഭൂമിയ്ക്ക് ഒരു ചരമഗീതം പാടി. അഗ്നി ശലഭങ്ങൾ, അക്ഷരവും ഉപ്പും ദാഹിക്കുന്ന പാനപാത്രത്തിലിട്ടു

ഉജ്ജയിനി – കാളിദാസനെക്കുറിച്ചുള്ള ദീർഘ കവിതയാണ്.
ശാർങ്ഗപക്ഷികൾ
മയിൽപ്പീലി
മൃഗയ
ഭൂമിയ്ക്ക് ഒരു ചരമഗീതം
അഗ്നി ശലഭങ്ങൾ (കേരള സാഹിത്യ അക്കാദമി അവാർഡ്)

അക്ഷരം (കേന്ദ്ര സാഹിത്യ അക്കാദമി അവാർഡ്)
ഉപ്പ് (വയലാർ അവാർഡ്)
ദാഹിക്കുന്ന പാനപാത്രം

- കൊല്ലം ജില്ലയിലെ ചവറയിൽ ജനിച്ചു.
- പൊരുതുന്ന സൗന്ദര്യം ആദ്യത്തെ കൃതി.
- 2007 ൽ ജ്ഞാനപീഠ പുരസ്കാരവും എഴുത്തച്ഛൻ പുരസ്കാരവും നേടി.

എം.ടി. വാസുദേവൻ നായരുടെ പ്രധാന കൃതികൾ

അസുരവിത്തായ ഓപ്പോൾ മഞ്ഞുകാലത്ത് കളിവീട്ടിൽ നിന്നു നാലുകെട്ടിലേക്ക് താമസം മാറ്റി. രണ്ടാമൂഴത്തിൽ ഗോപുര നടയിലെത്തിയ മുറപ്പെണ്ണ് ഇരുട്ടിന്റെ ആത്മാവിനെ നോക്കി ഒരു ചെറു പുഞ്ചിരി സമ്മാനിച്ചു

അസുരവിത്ത്
ഓപ്പോൾ
മഞ്ഞ്
കാലം (കേരള സാഹിത്യ അക്കാദമി അവാർഡ്)
കളിവീട്
നാലുകെട്ട് (കേരള സാഹിത്യ അക്കാദമി അവാർഡ്)
രണ്ടാമൂഴം (വയലാർ അവാർഡ്)
ഗോപുരനടയിൽ ((കേരള സാഹിത്യ അക്കാദമി അവാർഡ്)
മുറപ്പെണ്ണ്
ഇരുട്ടിന്റെ ആത്മാവ്
ഒരു ചെറു പുഞ്ചിരി

- കൂടല്ലൂരിന്റെയും നിളയുടെയും കഥാകാരൻ.
- മഹാഭാരതം അവലംബമാക്കി രചിച്ച രണ്ടാമൂഴത്തിലെ നായകൻ ഭീമസേനനാണ്.
- മലയാളത്തിലെ ആദ്യത്തെ കൂട്ടുനോവലായ ‘അറബിപ്പൊന്ന്’ എൻ.പി. മുഹമ്മദും എം.ടി.യും ചേർന്ന് രചിച്ചതാണ്.

തകഴി ശിവശങ്കരപ്പിള്ളയുടെ കൃതികൾ

രണ്ടിടങ്ങഴി ചെമ്മീനുമായി ഏണിപ്പടികൾ കയറിയ തോട്ടിയുടെ മകൻ വെള്ളപ്പൊക്കത്തിൽ വീണു

രണ്ടിടങ്ങഴി

ചെമ്മീൻ

ഏണിപ്പടികൾ

കയർ

തോട്ടിയുടെ മകൻ

വെള്ളപ്പൊക്കം

- തകഴി ശിവശങ്കരപിള്ള 'കേരളത്തിന്റെ മോപ്പസാങ് എന്നറിയപ്പെടുന്നു.
- 'ശങ്കരമംഗല'മാണ് തകഴിയുടെ വീട്.
- 1965 ലെ മികച്ച ചലച്ചിത്രമായി തെരഞ്ഞെടുത്ത 'ചെമ്മീൻ' എഴുതിയത് തകഴിയാണ്.
- എഴുത്തച്ഛൻ പുരസ്കാരം നേടിയ ആദ്യത്തെ ജ്ഞാനപീഠ ജേതാവ് തകഴിയാണ്.
- കേന്ദ്രസാഹിത്യ അക്കാദമി അവാർഡ് നേടിയ ആദ്യത്തെ മലയാള നോവലിസ്റ്റ് തകഴിയാണ്.
- 'ഓർമയുടെ തീരങ്ങളിൽ' തകഴിയുടെ ആത്മകഥയാണ്.
- തകഴി രചിച്ച ഏക നാടകമാണ് 'തോറ്റില്ല'.

കുമാരനാശാന്റെ കൃതികൾ

ചിന്താവിഷ്ടയായ സീതയുടെ ദുരവസ്ഥ അറിഞ്ഞ് പുഷ്പവാടിയിലെത്തിയ നളിനിയും ലീലയും കരുണയോടെ ഒരു വീണപൂവ് നൽകി

ചിന്താവിഷ്ടയായ സീത
ദുരവസ്ഥ
പുഷ്പവാടി
നളിനി
ലീല
കരുണ
വീണപൂവ്

- വീണപൂവ് എന്ന ഖണ്ഡകാവ്യത്തിലൂടെ മഹാകവിപ്പട്ടത്തിലേക്ക് കുമാരനാശാൻ ഉയർന്നു.
- കുമാരനാശാന്റെ അവസാനത്തെ കൃതി കരുണയാണ്.
- തിരുവിതാംകൂറിൽ നിയമ സഭാംഗമായ കവിയാണ് കുമാരനാശാൻ.
- "സ്നേഹമാണഖില സാരമൂഴി" യിൽ എന്നുദ്ഘോഷിച്ച മലയാളകവി.
- ഡോ. പൽപ്പു, കുമാരനാശാനെ ചിന്നസ്വാമിയെന്ന് വിളിച്ചു.
- കുമാരനാശാന്റെ സ്മാരകം തോന്നയ്ക്കലാണ്.
- കുമാരകോടിയാണ് കുമാരനാശാന്റെ അന്ത്യ വിശ്രമ സ്ഥലം.
- സ്നേഹ ഗായകൻ എന്നറിയപ്പെടുന്ന കവിയാണ് കുമാരനാശാൻ.
- 'മാറ്റുവിൻചട്ടങ്ങളെ' എന്നു പാടിയ കവിയാണ് കുമാരനാശാൻ.

വയലാറിന്റെ പ്രധാന കൃതികൾ

മുളങ്കാട്ടിൽ നിന്നും സർഗ സംഗീതം കേട്ടപ്പോൾ
കൊന്തയും പൂണൂലുമിട്ട ആയിഷ പറഞ്ഞു,
എനിക്ക് മരണമില്ല

മുളങ്കാട്
സർഗസംഗീതം
കൊന്തയും പൂണൂലും
ആയിഷ
എനിക്ക് മരണമില്ല

- "ആത്മാവിലൊരു ചിത" എന്ന കവിത രചിച്ചത് വയലാർ രാമവർമ്മയാണ്.
- കേരളാ കമ്പർ എന്നറിയപ്പെടുന്നത് വയലാറാണ്.
- മനുഷ്യൻ മതങ്ങളെ സൃഷ്ടിച്ചു, മതങ്ങൾ ദൈവങ്ങളെ സൃഷ്ടിച്ചു എന്നെഴുതിയത് വയലാറാണ്.
- വയലാർ, ഒ.എൻ. വി, പി ഭാസ്ക്കരൻ എന്നിവർ വിപ്ലവത്തിന്റെ ത്രിമൂർത്തികൾ എന്നറിയപ്പെടുന്നു.

വിഭക്തി

നി-പ്രതി-സംയോ-ഉ-പ്ര-സം-ആ-
എ-ഓട്-ക്ക്-ആൽ-ഉടെ-ഇൽ

- നാമത്തിന് വാക്യത്തിലെ മറ്റ് പദങ്ങളോടുള്ള ബന്ധം കാണിക്കുന്നതിനുള്ള പ്രത്യയം ചേർന്ന രൂപമാണ് വിഭക്തി.
- മലയാളത്തിൽ ഏഴ് വിഭക്തിയാണുള്ളത്.
- പ്രത്യയമില്ലാത്ത വിഭക്തി നിർദേശികയാണ്.

	പ്രത്യയം	ഉദാ	ഉദാ
നി - നിർദേശിക	-	സീത	വിജയൻ
പ്രതി - പ്രതിഗ്രാഹിക	എ	സീതയെ	വിജയനെ
സംയോ- സംയോജിക	ഓട്	സീതയോട്	വിജയനോട്
ഉ - ഉദ്ദേശിക	ക്ക്/ന്	സീതയ്ക്ക്	വിജയന്
പ്ര - പ്രയോജിക	ആൽ	സീതയാൽ	വിജയനാൽ
സം - സംബന്ധിക	ഉടെ/ന്റെ	സീതയുടെ	വിജയന്റെ

ശതാബ്ദി ആഘോഷങ്ങൾ നടത്തിയ മലയാളത്തിലെ 3 പത്രങ്ങൾ

DMK

D - ദീപിക
M - മലയാള മനോരമ
K - കേരള കൗമുദി

- ഇന്ന് നിലവിലുള്ള പത്രങ്ങളിൽ ഏറ്റവും പഴക്കമുള്ളത് ദീപികയാണ്.
- നസ്രാണി ദീപിക എന്ന പേരിൽ 1887 നിധീരിക്കൽ മാണികത്തനാർ ആണ് ദീപിക ആരംഭിച്ചത്.
- മനോരമയുടെ സ്ഥാപകൻ കണ്ടത്തിൽ വർഗീസ് മാപ്പിളയാണ്.
- കേരളാ കൗമുദി പത്രം ആരംഭിച്ചത് കെ. സുകുമാരൻ ആണ്.
- മലയാള മനോരമയും ദീപികയും പ്രസിദ്ധീകരണം ആരംഭിച്ചത് കോട്ടയത്തു നിന്നാണ്.
- കോഴിക്കോട് നിന്നാണ് മാതൃഭൂമി പ്രസിദ്ധീകരണം (1923) ആരംഭിച്ചത്.
- മലയാളത്തിലെ ആദ്യത്തെ പത്രം രാജ്യസമാചാരമാണ്.
- ഏറ്റവും കൂടുതൽ ദിനപത്രങ്ങളുള്ള രാജ്യം ഇന്ത്യയാണ്.
- ആദ്യമായി പത്രം പ്രസിദ്ധീകരിച്ച രാജ്യം ചൈനയാണ്.

മലയാളമല്ലാതെ കേരളത്തിലുള്ള ഭാഷകൾ

കൊതുകത

കൊ	-	കൊങ്കണി
തു	-	തുളു
ക	-	കന്നട
ത	-	തമിഴ്

- ഏറ്റവും കൂടുതൽ ആളുകൾ സംസാരിക്കുന്ന ദ്രാവിഡഭാഷയാണ് തെലുങ്ക്.
- ഭാഷാടിസ്ഥാനത്തിൽ രൂപം കൊണ്ട ആദ്യ സംസ്ഥാനം ആന്ധ്രാപ്രദേശാണ്.
- സിംഗപ്പൂരിലെയും ശ്രീലങ്കയിലേയും ഔദ്യോഗിക ഭാഷയാണ് തമിഴ്.
- ബൈബിൾ ആദ്യമായി വിവർത്തനം ചെയ്ത ദക്ഷിണേന്ത്യൻ ഭാഷ തമിഴാണ്.
- കൊങ്കണി ഔദ്യോഗിക ഭാഷയായ സംസ്ഥാനമാണ് ഗോവ.
- തമിഴ്നാട്ടിലെ ഏറ്റവും വലിയ രണ്ടാമത്തെ ഭാഷ തെലുങ്കാണ്.
- ഭാഷയെക്കുറിച്ചുള്ള പഠനമാണ് ഫിലോളജി.
- ഇന്ത്യൻ സംസ്ഥാനങ്ങളിൽ ഏറ്റവും കൂടുതൽ തദ്ദേശ ഭാഷകൾ ഉള്ളത് അരുണാചൽ പ്രദേശിലാണ്.

കഥകളി വേഷങ്ങൾ

പച്ചക്കറിയുടെ കത്തി താടി, മീനു

പച്ച
കരി
കത്തി
താടി
മിനുക്ക്

- കഥകളിയുടെ സാഹിത്യ രൂപമാണ് ആട്ടക്കഥ.
- ലോകത്തിലേറ്റവും കട്ടിയുള്ള 'മെയ്ക്കപ്പ്' കഥകളിയുടെതാണ്.
- സത്സ്വഭാവികളായ രാജാക്കന്മാർക്ക് (അർജുനൻ, ശ്രീകൃഷ്ണൻ) നല്കുന്ന വേഷം പച്ചയാണ്.
- കഥകളിയുടെ പ്രാചീന രൂപമാണ് രാമനാട്ടം.
- രാമനാട്ടത്തിന്റെ കർത്താവ് കൊട്ടാരക്കര തമ്പുരാനാണ്.
- കഥകളി ഏറ്റവും പ്രചാരം നേടിയത് മാർത്താണ്ഡവർമയുടെ കാല ത്താണ്.
- കഥകളിയിൽ 24 അടിസ്ഥാന മുദ്രകളുണ്ട്.
- ചെണ്ട, മദ്ദളം, ഇലത്താളം, ചേങ്ങില എന്നിവയാണ് കഥകളിയിലെ വാദ്യോപകരണങ്ങൾ.

ജലത്തിലൂടെ പകരുന്ന രോഗങ്ങൾ

കോമഡി ടൈം

കോ	–	കോളറ (വിഷൂചിക)
മ	–	മഞ്ഞപ്പിത്തം (Jaundice)
ഡി	–	ഡിസന്ററി (വയറിളക്കം)
ടൈ	–	ടൈഫോയ്ഡ്

- വിബ്രിയോ കോളറ ആണ് കോളറയ്ക്ക് കാരണം.
- കരളിനെ ബാധിക്കുന്ന രോഗമാണ് മഞ്ഞപ്പിത്തം.
- വൈഡൽ ടെസ്റ്റിലൂടെ ടൈഫോയ്ഡ് രോഗം നിർണയിക്കാം.
- മഞ്ഞപ്പിത്തം മാറാനുള്ള ഔഷധസസ്യം കീഴാർ നെല്ലിയാണ്.

ലൂയി പാസ്റ്ററുടെ കണ്ടുപിടിത്തം

CARuP [കറുപ്പ്]

C – കോളറയ്ക്കെതിരെയുള്ള വാക്സിൻ
A – ആന്ത്രാക്സിനെതിരെയുള്ള വാക്സിൻ
R – റാബീസിനെതിരെയുള്ള വാക്സിൻ
P – പാസ്ചുറൈസേഷൻ

- സൂക്ഷ്മാണുക്കളെക്കുറിച്ച് പഠനം നടത്തിയ ശാസ്ത്രജ്ഞനാണ് ലൂയി പാസ്റ്റർ.
- ഇന്ത്യയിൽ പേപ്പട്ടി വിഷത്തിനെതിരെയുള്ള വാക്സിൻ നിർമ്മിക്കുന്നത് പാക്സ്ചർ ഇൻസ്റ്റിറ്റ്യൂട്ട് കുനൂർ, തമിഴ്നാട്ടിലാണ്.
- പോളിയോ വാക്സിൻ ജോസഫ് ഇ.സാൽക്ക് കണ്ടെത്തി.
- പോളിയോ തുള്ളിമരുന്ന് ആൽഫ്രഡ് സാബിൻ കണ്ടെത്തി.
- രക്തചംക്രമണം കണ്ടെത്തിയത് വില്യം ഹാർവിയാണ്.
- കോശം കണ്ടെത്തിയത് റോബർട്ട് ഹുക്ക് ആണ്.

ശ്വാസകോശത്തെ ബാധിക്കുന്ന രോഗങ്ങൾ

B. PAST

B - ബ്രോങ്കൈറ്റീസ് (ശ്വാസനാള വീക്കം)
P - ന്യുമോണിയ (Pneumonia)
A - ആസ്മ
S - സാർസ്
T - ട്യൂബർക്കുലോസിസ് (ക്ഷയം)

- ന്യുമോണിയക്കു കാരണം കോക്കസ് എന്ന ബാക്ടീരിയ ആണ്.
- കില്ലർ ന്യുമോണിയ എന്നറിയപ്പെടുന്നത് സാർസാണ്
- ക്ഷയത്തിനു കാരണം മൈക്കോ ബാക്ടീരിയ ആണ്.
- കോക്ക് ഡിസീസെന്നും വൈറ്റ് പ്ലേഗെന്നും ക്ഷയം അറിയപ്പെടുന്നു.

AIDS നിർണയിക്കുന്ന പരിശോധനകൾ

NEWS

N	-	നേവാ ടെസ്റ്റ്
E	-	എലീസാ ടെസ്റ്റ്
W	-	വെസ്റ്റേൺ ബ്ലോട്ട് ടെസ്റ്റ്
S	-	സതേൺ ബ്ലോട്ട് ടെസ്റ്റ്

- എച്ച്. ഐ.വി. തിരിച്ചറിയാൻ നടത്തുന്ന പ്രാഥമിക പരിശോധന – എലീസാ ടെസ്റ്റ്, സ്ഥിരീകരിക്കാൻ നടത്തുന്ന ടെസ്റ്റാണ് വെസ്റ്റേൺ ബ്ലോട്ട്.
- എയ്ഡ്സ് ബോധവൽക്കരണവുമായി ബന്ധപ്പെട്ട ട്രെയിനാണ് റെഡ് റിബൺ എക്സ്പ്രസ്.
- എയ്ഡ്സ് രോഗം ആദ്യം റിപ്പോർട്ട് ചെയ്ത രാജ്യമാണ് അമേരിക്ക.
- ഏറ്റവുമധികം എയ്ഡ്സ് രോഗികളുള്ള രാജ്യമാണ് ദക്ഷിണാഫ്രിക്ക.
- ഇന്ത്യയിൽ എയ്ഡ്സ് ആദ്യമായി റിപ്പോർട്ട് ചെയ്തത് 1986 ലാണ്.
- ഇന്ത്യയിലാദ്യമായി എയ്ഡ്സ് റിപ്പോർട്ട് ചെയ്ത സംസ്ഥാനം തമിഴ് നാടാണ്.
- ഡിസംബർ 1 എയ്ഡ്സ് ദിനമായി ആചരിക്കാൻ തുടങ്ങിയത് 1988 മുതലാണ്.
- എയ്ഡ്സ് രോഗത്തിനു കാരണമായ HIV വൈറസുകളെ ആദ്യമായി വേർതിരിച്ചത് ലൂ മൊണ്ടാഗ്നീറാണ്.

വിഷ പരിശോധന

പനിമച്ചു

പ	നി	മ	ച്ചു
നേരിയ	സാധാരണ	കൂടിയ	മാരക

പ - പച്ചത്രികോണം കവറിന്റെ പുറത്ത് കാണിച്ചാൽ നേരിയ വിഷത്തെ സൂചിപ്പിക്കും.

നി - നീലത്രികോണം കവറിന്റെ പുറത്ത് കാണിച്ചാൽ സാധാരണ വിഷത്തെ സൂചിപ്പിക്കും.

മ - മഞ്ഞത്രികോണം കവറിന്റെ പുറത്തുണ്ടെങ്കിൽ കൂടിയ വിഷത്തെ സൂചിപ്പിക്കും.

ച്ചു - ചുവപ്പുത്രികോണം കവറിന്റെ പുറത്തുണ്ടെങ്കിൽ മാരകമായ വിഷത്തെ സൂചിപ്പിക്കും.

- പി. വി. സി കത്തുന്നതിന്റെ ഫലമായുണ്ടാകുന്ന വിഷവാതക മാണ് ഡയോക്സിൻ.
- പുകയിലയിലെ വിഷാംശം നിക്കോട്ടിനാണ്.
- സിങ്ക് ഫോസ്ഫൈഡാണ് എലി വിഷമായി ഉപയോഗിക്കുന്നത്.
- ഭോപ്പാൽ ദുരന്തത്തിന് കാരണമായ രാസ വസ്തുവാണ് മീഥെൽ ഐസോസയനേറ്റ്.
- വിറകു കത്തുമ്പോൾ പുറത്തു വരുന്ന വാതകമാണ് കാർബൺഡൈ ഓക്സൈഡ്.
- വിഷങ്ങളുടെ രാജാവാണ് ആഴ്സെനിക്.

സന്ധിയെ ബാധിക്കുന്ന രോഗങ്ങൾ

വാതം ആർക്കാണ് രമേ?
സന്ധ്യയ്ക്ക്

വാതം		
ആർ	–	**ആർത്രൈറ്റിസ്**
രമ	–	**റുമാറ്റിസം**
സന്ധ്യ	–	**സന്ധിരോഗം**

- **പോളിയോ, പരാലിസിസ് എന്നിവ നാഡീ വ്യൂഹത്തെ ബാധിക്കുന്ന രോഗങ്ങളാണ്.**
- **നെഫ്രൈറ്റിസ് വൃക്കയെ ബാധിക്കുന്നു.**
- **ടൈഫോയിഡ് കുടലിനെ ബാധിക്കും.**
- **മഞ്ഞപ്പിത്തം കരളിനെ ബാധിക്കുന്ന രോഗമാണ്.**
- **പ്രമേഹം പാൻക്രിയാസിനെ ബാധിക്കുന്നു.**
- **മയോപ്പിയ, ട്രക്കോമ എന്നിവ കണ്ണിനെ ബാധിക്കുന്ന രോഗങ്ങളാണ്.**
- **ലുക്കീമിയ രക്തത്തെ ബാധിക്കുന്ന രോഗമാണ്. ഗോയിറ്റർ തൈറോയിഡ് ഗ്രന്ഥിയെ ബാധിക്കുന്ന രോഗമാണ്.**

മസ്തിഷ്ക്കത്തെ ബാധിക്കുന്ന രോഗങ്ങൾ

PREMA

P	-	പാർക്കിൻസൺസ് (കഠിനമായ ഞരമ്പ് രോഗം)
R	-	റാബീസ് (പേപ്പട്ടി വിഷം)
E	-	എപ്പിലെപ്സി (അപസ്മാരം)
M	-	മെനിഞ്ചയ്റ്റ്സ്
A	-	അൽഷിമേഴ്സ് (മറവിരോഗം)

- സെറിബ്രൽ കോർട്ടക്സിലെ പ്രവർത്തനം താളം തെറ്റുമ്പോഴാണ് അൽഷിമേഴ്സ് ഉണ്ടാകുന്നത്.
- ന്യൂറോണുകൾക്ക് നാശം സംഭവിക്കുമ്പോഴാണ് പാർക്കിൻസൺ ഉണ്ടാകുന്നത്.
- പേപ്പട്ടി വിഷത്തിന് പ്രതിരോധകുത്തിവയ്പ് കണ്ടെത്തിയത് ലൂയിപാസ്ചറാണ്.
- തലച്ചോറിന് 1400 ഗ്രാം ഭാരമുണ്ട്.
- മസ്തിഷ്ക്കത്തെ പൊതിഞ്ഞിരിക്കുന്ന മൂന്ന് പാളികളാണ് മെനിൻജിസ്
- കൈ വിറയൽ, എഴുതാനും വായിക്കാനും സംസാരിക്കാനും സാധിക്കാതാവുക ഇവയാണ് പാർക്കിൻസൺ രോഗത്തിന്റെ ലക്ഷണങ്ങൾ.

വൈറസിലൂടെ പകരുന്ന രോഗങ്ങൾ

DYSP, C.M RAMESH

D	-	ഡെങ്കിപ്പനി
Y	-	യെല്ലോപ്പനി (പിത്തപ്പകർച്ചപനി)
S	-	സാർസ്
P	-	പോളിയോ (പിള്ളവാതം)
C	-	ചിക്കൻപോക്സ് (പൊങ്ങൻപനി)
M	-	മീസൽസ് (അഞ്ചാംപനി)
R	-	റാബീസ് (പേപ്പട്ടി വിഷം)
A	-	എയ്ഡ്സ്
M	-	മംസ് (മുണ്ടിനീര്)
E	-	എബോള (Ebola)
S	-	സ്മാൾ പോക്സ് (വസൂരി)
H	-	ഹെപ്പറ്റൈറ്റിസ് (കരൾ വീക്കം)

- ജീവകോശത്തിൽ ജീവനുള്ളതായും പുറത്തായിരിക്കുമ്പോൾ ജീവനില്ലാത്തതായും ലക്ഷണം പ്രകടിപ്പിക്കുന്നതാണ് വൈറസ്.
- ഇവാനോവ്സ്കിയാണ് വൈറസ് കണ്ടെത്തിയത്.
- വസൂരി പൂർണമായും നിർമാർജനം ചെയ്യപ്പെട്ട രോഗമാണ്.

വായുവിലൂടെ പകരുന്ന രോഗങ്ങൾ

5 വില്ലൻ പന്നികൾ മുണ്ടൻ വാസുവിനെ ഫ്ളൂവിലിട്ട് ക്ഷയിപ്പിച്ചു

5	–	അഞ്ചാം പനി
വില്ലൻ	–	വില്ലൻ ചുമ
പന്നി	–	പന്നിപ്പനി
മുണ്ടൻ	–	മുണ്ടിനീര്
വാസു	–	വസൂരി
ഫ്ളൂ	–	പകർച്ചപ്പനി
ക്ഷയിപ്പിച്ചു	–	ക്ഷയം

- സ്പർശനത്തിലൂടെ പകരുന്ന രോഗങ്ങളാണ് ചൊറിയും ചിരങ്ങും.
- ഡോട്ട്സ് ക്ഷയരോഗത്തെ നിയന്ത്രിക്കുന്ന ചികിത്സയാണ്.
- ഏറ്റവും അധികം ക്ഷയരോഗികളുള്ള രാജ്യം ഇന്ത്യയാണ്.
- ആദ്യമായി കണ്ടുപിടിച്ച ആന്റി ബയോട്ടിക്സ് പെൻസിലിനാണ്.
- പെൻസിലിൻ കണ്ടെത്തിയത് അലക്സാണ്ടർ ഫ്ളെമിങ്ങാണ്.
- വാക്സിനേഷൻ കണ്ടെത്തിയത് എഡ്വേർഡ് ജെന്നറാണ്.

ബാക്ടീരിയ മൂലം ഉണ്ടാകുന്ന രോഗങ്ങൾ

SYMEN, VILLANu PLANE CODuTTu
സൈമൺ, വില്ലന് പ്ലെയ്ൻ കൊടുത്തു

Sy - സിഫിലിസ് (പറങ്കിപ്പുണ്ണ്)
MEN - മെനിഞ്ചയിറ്റിസ്
VIL - വില്ലൻ ചുമ
L - ലെപ്രസി (കുഷ്ഠം)
AN - ആന്ത്രാക്സ്
PLA - പ്ലേഗ് (വിഷപ്പനി)
NE - ന്യുമോണിയ
CO - കോളറ (വിഷൂചിക)
D - ഡിഫ്ത്തീരിയ (തൊണ്ടയ്ക്കുണ്ടാകുന്ന രോഗം)
T - റ്റൈഫോയ്ഡ്
Tu - ട്യൂബർ കുലോസിസ് (ക്ഷയം)

- പെർട്ടൂസിസ് എന്ന് അറിയപ്പെടുന്ന രോഗമാണ് വില്ലൻ ചുമ.
- പ്ലേഗിന് കാരണമായ രോഗാണു യെർസിനിയ പെസ്റ്റിസ് ആണ്.
- ഷിക് ടെസ്റ്റ് നടത്തുന്നത് ഡിഫ്തീരിയ രോഗത്തിനാണ്.
- മൈക്രോ ബാക്ടീരിയം ലെപ്രേയാണ് കുഷ്ഠരോഗമുണ്ടാക്കുന്ന അണു.
- കൺകുരു, എലിപ്പനി എന്നിവയ്ക്ക് കാരണം ബാക്ടീരിയകളാണ്.
- ബാക്ടീരിയത്തെ മൈക്രോ സ്കോപ്പിലൂടെ ആദ്യമായി നിരീക്ഷിച്ചത് ലീവൻ ഹോക്കാണ്.

വിറ്റാമിന്റെ കുറവ് കൊണ്ടുണ്ടാകുന്ന രോഗങ്ങൾ

നിശ B.S, കണവയിൽ ABCDE
വിറ്റാമിൻ ഉണ്ടെന്ന് കണ്ടെത്തി

നിശ – നിശാന്ധത (നൈറ്റ്ബ്ലൈൻഡ്നെസ്)
– വിറ്റാമിൻ 'A' യുടെ കുറവ് കൊണ്ടുണ്ടാകുന്ന രോഗം.

B - ബെറി ബെറി (നാഡി വ്യവസ്ഥയെ ബാധിക്കുന്നു
– വിറ്റാമിൻ 'B' യുടെ കുറവ് കൊണ്ടുണ്ടാകുന്ന രോഗം.

S – സ്കർവി (നാവിക രോഗം)
– വിറ്റാമിൻ 'C' യുടെ കുറവ് കൊണ്ടുണ്ടാകുന്ന രോഗം.

കണ – കണ (റിക്കറ്റ്സ്)
– വിറ്റാമിൻ 'D' യുടെ കുറവ് കൊണ്ടുണ്ടാകുന്ന രോഗം.

വ – വന്ധ്യത (സ്റ്റെർലിറ്റി)
– വിറ്റാമിൻ 'E' യുടെ കുറവ് കൊണ്ടുണ്ടാകുന്ന രോഗം.

- കണ്ണുകളുടെ ആരോഗ്യത്തിന് വിറ്റാമിൻ 'എ' പ്രധാന പങ്കു വഹിക്കുന്നു.
- കാർബോ ഹൈഡ്രേറ്റുകളെ ഊർജമാക്കാൻ ശരീരത്തെ സഹായിക്കുന്നത് വിറ്റാമിൻ B_1 ആണ്.
- എല്ലുകളുടെയും പല്ലുകളുടെയും ആരോഗ്യത്തിന് വിറ്റാമിൻ 'സി' സഹായിക്കും.
- അസ്ഥികളുടെ ആരോഗ്യത്തിന് പ്രധാന പങ്കു വഹിക്കുന്നത് വിറ്റാമിൻ 'ഡി' യാണ്.
- വിറ്റാമിൻ'കെ'യുടെ കുറവ് കൊണ്ട് രക്തം കട്ടപിടിക്കുന്നതിന് താമസമുണ്ടാകും.

വിസർജനാവയവങ്ങൾ

SKILL

S	-	Skin(ത്വക്ക്)
K	-	Kidney (വൃക്കകൾ)
I	-	Intenstine (കുടൽ)
L	-	Liver (കരൾ)
L	-	Lungs (ശ്വാസകോശം)

- ഏറ്റവും വലിയ ജ്ഞാനേന്ദ്രിയമാണ് ത്വക്ക്.
- ത്വക്കിലൂടെ മനസ്സിലാക്കാൻ കഴിയുന്ന സംവേദനങ്ങൾ 5 തരമാണ്.
- മനുഷ്യ ശരീരത്തിലെ അരിപ്പ എന്നാണ് വൃക്ക അറിയപ്പെടുന്നത്.
- അണലിയുടെ വിഷം ബാധിക്കുന്നത് വൃക്കയെയാണ്.
- ചെറുകുടലും വൻകുടലും ചേരുന്ന ഭാഗത്തെ ഇലിയം എന്നു വിളിക്കും.
- ഭക്ഷണത്തിലടങ്ങിയിരിക്കുന്ന ജലാംശം ആഗിരണം ചെയ്യപ്പെടുന്നത് വൻ കുടലിൽ വച്ചാണ്. ദഹിച്ച ആഹാരത്തിലെ പോഷക ഘടകങ്ങൾ രക്തത്തിലേക്ക് ആഗിരണം ചെയ്യപ്പെടുന്നത് ചെറുകുടലിൽ വച്ചാണ്.
- മനുഷ്യ ശരീരത്തിലെ ഏറ്റവും വലിയ ഗ്രന്ഥിയാണ് കരൾ.
- പുനരുജ്ജീവന ശക്തിയുള്ള മനുഷ്യ ശരീരത്തിലെ അവയവമാണ് കരൾ.
- പേശികളില്ലാത്ത അവയവമാണ് ശ്വാസകോശം.
- അവയവങ്ങളിൽ താരതമ്യേന ഭാരം കുറവുള്ള അവയവമാണ് ശ്വാസകോശം.

ദിവ്യ ഔഷധങ്ങൾ

കറുത്ത തുളസി കൂവി

കറുത്ത	–	**കറുക**
തുളസി	–	**തുളസി**
കൂവി	–	**കൂവളം**

- ➢ ഔഷധ സസ്യങ്ങളുടെ മാതാവാണ് തുളസി.
- ➢ ഒറ്റ ഇല മാത്രമുള്ള സസ്യമാണ് ചേന.
- ➢ പുല്ലു വർഗത്തിലെ ഏറ്റവും വലിയ സസ്യം മുളയാണ്.
- ➢ ഒരിക്കൽ മാത്രം ഫലമുണ്ടാകുന്ന സസ്യമാണ് വാഴ.
- ➢ സുഗന്ധ വ്യഞ്ജനങ്ങളുടെ രാജാവാണ് കുരുമുളക്.
- ➢ സുഗന്ധ വ്യഞ്ജനങ്ങളുടെ റാണിയാണ് ഏലം.
- ➢ രക്താർബുദത്തിന് ഉപയോഗിക്കുന്ന ഔഷധ സസ്യമാണ് ശവം നാറി.
- ➢ സാധാരണ ഉദര രോഗങ്ങൾക്കുള്ള ഔഷധ സസ്യമാണ് ഇഞ്ചി.
- ➢ ആയുർവേദത്തെക്കുറിച്ച് പ്രതിപാദിക്കുന്നത് അഥർവ വേദത്തിലാണ്.

കൊഴുപ്പിൽ ലയിക്കുന്ന വിറ്റാമിനുകളും വെള്ളത്തിൽ ലയിക്കുന്ന വിറ്റാമിനുകളും

(1) കൊഴുപ്പിൽ ലയിക്കുന്ന വിറ്റാമിനുകൾ **KEDA** (കേടാ)

വിറ്റാമിൻ K – **രാസനാമം ഫില്ലോക്വിനോൺ**
വിറ്റാമിൻ E – **രാസനാമം ടോക്കോ ഫെറോൾ**
വിറ്റാമിൻ D – **രാസനാമം കാൽസി ഫെറോൾ**
വിറ്റാമിൻ A – **രാസനാമം റെറ്റിനോൾ**

(2) വെള്ളത്തിൽ ലയിക്കുന്ന വിറ്റാമിനുകൾ – **BC**

വിറ്റാമിൻ B, തവിടിൽ ധാരാളമായി കാണപ്പെടുന്നു.

വിറ്റാമിൻ C, കൃത്രിമമായി നിർമ്മിക്കപ്പെട്ട ആദ്യത്തെ ജീവകം.

- വിറ്റാമിൻ 'B1' ന്റെ രാസനാമം തയാമിൻ.
- വിറ്റാമിൻ 'C' യുടെ രാസനാമം അസ്കോർബിക്കാസിഡ്.
- വിറ്റാമിൻ എന്ന പദം ആദ്യമായി ഉപയോഗിച്ചത് – കാസിമർ ഫങ്ക്
- ഏറ്റവുമധികം ഊർജം ശരീരത്തിന് ലഭിക്കുന്നത് കൊഴുപ്പിൽ നിന്നാണ്.
- പച്ചിലകറികളിൽ വിറ്റാമിൻ 'E' ഉണ്ട്.
- ഹോർമോണായും പ്രവർത്തിക്കുന്ന ഏക വിറ്റാമിനാണ് 'D'.
- പച്ചിലകറികൾ, കരൾ, മീനെണ്ണ, മുട്ടയുടെ മഞ്ഞക്കരു എന്നിവയിൽ വിറ്റാമിൻ 'A' ഉണ്ട്.
- ത്വക്കിന്റെ ആരോഗ്യത്തിന് പ്രധാനപ്പെട്ടത് 'B-5വിറ്റാമിനാണ്.

ക്രോമസോം

42 എലിയോട് 2 കൂട്ടിയാൽ മുയൽ
മുയലിനോട് 2 കൂട്ടിയാൽ മനുഷ്യൻ
മനുഷ്യനോട് 2 കൂട്ടിയാൽ ഗൊറില്ല.

എലിയുടെ ക്രോമസോം സംഖ്യ	**–**	**42**
മുയലിന്റെ ക്രോമസോം സംഖ്യ	**–**	**44**
മനുഷ്യന്റെ ക്രോമസോം സംഖ്യ	**–**	**46**
ഗൊറില്ലയുടെ ക്രോമസോം സംഖ്യ	**–**	**48**

- **ക്രോമസോമിന്റെ അടിസ്ഥാന ഘടകം ഡി.എൻ.എ ആണ്.**
- **ഡി.എൻ.എ യിലാണ് ജീനുകൾ കാണപ്പെടുന്നത്.**
- **പാരമ്പര്യ സ്വഭാവത്തിന്റെ അടിസ്ഥാന വാഹകരാണ് ജീനുകൾ.**
- **കുഞ്ഞ് ആണോ പെണ്ണോ എന്നു നിശ്ചയിക്കുന്നത് പിതാവിന്റെ ക്രോമസോമാണ്.**
- **ഏറ്റവും ഉയർന്ന ക്രോമസോം സംഖ്യയുള്ള ജന്തുവാണ് പ്രോട്ടോസോവ (1600).**

➢ **നായയുടെ ക്രോമസോം**	–	78
➢ **പശുവിന്റെ ക്രോമസോം**	–	60
➢ **ആനയുടെ ക്രോമസോം**	–	56
➢ **ഗോതമ്പിന്റെ ക്രോമസോം**	–	42
➢ **പൂച്ചയുടെ ക്രോമസോം**	–	38
➢ **നെല്ലിന്റെ ക്രോമസോം**	–	24
➢ **കൊതുകിന്റെ ക്രോമസോം**	–	6

കുലീന ലോഹങ്ങൾ ?

സുവർണ വെള്ളിയാഴ്ച ഫ്ളാറ്റിൽ വരും

സുവർണ	–	സ്വർണം (ഗോൾഡ്)
വെള്ളിയാഴ്ച	–	വെള്ളി (സിൽവർ)
ഫ്ളാറ്റ്	–	പ്ലാറ്റിനം

- ധാതുക്കളുടെ രാജാവ് എന്നറിയപ്പെടുന്നത് സ്വർണം.
- താപത്തിന്റെയും വൈദ്യുതിയുടെയും മികച്ച ചാലകമാണ് വെള്ളി.
- ലിറ്റിൽ സിൽവർ എന്നറിയപ്പെടുന്നത് പ്ലാറ്റിനമാണ്.
- കുലീന ലോഹങ്ങൾ അളക്കാനുള്ള യൂണിറ്റ് ട്രോയ് ഔൺസാണ്.
- സ്വതന്ത്ര ലോഹങ്ങൾക്ക് ഉദാഹരണങ്ങളാണ് സ്വർണവും വെള്ളിയും പ്ലാറ്റിനവും.

റോസ് മെറ്റലിലെ ഘടകങ്ങൾ

ബിസ്മത്തിന്റെ ഇ ക്കാ ...

ബിസ്മത്ത്,

ഈ– ഈയം

ക്ക– കാരിയം

- ലോഹങ്ങൾ വിളക്കി ചേർക്കാൻ റോസ് മെറ്റൽ ഉപയോഗിക്കും.
- ഏറ്റവും ചാലകശേഷി കുറഞ്ഞ ലോഹം ബിസ്മത്താണ്.
- ലെഡിന്റെ മലയാള പദമാണ് ഈയം.

ബ്രിട്ടാനിയത്തിലെ ലോഹ ഘടകങ്ങൾ

വെളുത്താന്റി ചെമ്പെടുത്തു

വെളുത്തീയം (ടിൻ)

ആന്റിമണി

ചെമ്പ്

➢ ഓസ്ക്കാർ ശില്പങ്ങൾ നിർമ്മിക്കാൻ ബ്രിട്ടാനിയം ലോഹസങ്കരം ഉപയോഗിക്കുന്നു

പഞ്ചലോഹങ്ങൾ

L.K.G ക്കാരൻ S I ആയി

L - ലെഡ് (ഈയം), പ്രതീകം Pb

➢ ഏറ്റവും സ്ഥിരതയുള്ള മൂലകം.

K - കോപ്പർ (ചെമ്പ്), പ്രതീകം Cu.

➢ മനുഷ്യർ ആദ്യമായി കണ്ടെത്തിയ ലോഹം. വിഗ്രഹ നിർമ്മാണത്തിന് ഏറ്റവുമധികം ഉപയോഗിക്കുന്നു.

G - ഗോൾഡ് (സ്വർണം) പ്രതീകം Au.

➢ ധാതുക്കളുടേയും ലോഹങ്ങളുടെയും രാജാവ് എന്നറിയപ്പെടുന്നു.

➢ ഏറ്റവും കൂടുതൽ വലിച്ചു നീട്ടാൻ കഴിയുന്ന മൂലകം. സയനൈഡ് പ്രക്രിയയിലൂടെ ശുദ്ധീകരിക്കുന്നു.

S - സിൽവർ (വെള്ളി) പ്രതീകം Ag. താപത്തിന്റെയും വൈദ്യുതിയുടേയും മികച്ച ചാലകം.

➢ കേരളത്തിലെ പുരാതന നാണയങ്ങൾ കർഷാപണവും അനന്തരായർ പണവും സിൽവറിലാണ് നിർമ്മിച്ചത്.

I - അയൺ (ഇരുമ്പ്) പ്രതീകം Fe.

➢ പ്രപഞ്ചത്തിൽ ഏറ്റവും കൂടുതലുള്ള ലോഹം. ഭൂമിയിൽ ഏറ്റവുമധികം ഖനനം ചെയ്യുന്ന ലോഹം.

➢ ഹേമറ്റൈറ്റും മാഗ്നറ്റൈറ്റും ഇരുമ്പിന്റെ അയിരുകളാണ്.

➢ മണ്ണിലെ ചുവപ്പുനിറത്തിന് കാരണം ഇരുമ്പാണ്.

ഫ്ലൂറസെന്റ് ലാമ്പിലെ വാതകങ്ങൾ

ആർമെർ

ആർ – ആർഗൺ

മെർ – മെർക്കുറി

➢ ഏറ്റവും കൂടുതലുള്ള നിഷ്ക്രിയ വാതകം - ആർഗോൺ

➢ ക്വിക്ക് സിൽവർ എന്നറിയപ്പെടുന്നത് മെർക്കുറിയാണ്.

മണ്ണെണ്ണയിൽ സൂക്ഷിക്കുന്ന ലോഹങ്ങൾ Or മൃദുലോഹങ്ങൾക്ക് ഉദാഹരണം

സോപ്

സോ	–	സോഡിയം
പ്	–	പൊട്ടാസ്യം

- സോഡിയവും പൊട്ടാസ്യവും കണ്ടുപിടിച്ചത് ഹംഫ്രിഡേവിയാണ്.
- ശരീരത്തിലെ രക്തസമ്മർദ്ദം നിയന്ത്രിക്കുന്ന ലോഹം സോഡിയ മാണ്.
- കത്തി ഉപയോഗിച്ച് മുറിച്ചെടുക്കുന്ന ലോഹങ്ങളാണ് – സോഡിയവും പൊട്ടാസ്യവും.
- പൊട്ടാസ്യം കത്തുമ്പോൾ ലൈലാക് നിറവും സോഡിയം കത്തു മ്പോൾ മഞ്ഞ നിറവുമാണ്.

മെർക്കുറി അമാൽഗത്തിലെ ഘടകങ്ങൾ

M.S - കോ. ടി. സി

M	-	മെർക്കുറി
S	-	സിൽവർ (വെള്ളി)
കോ	–	കോപ്പർ (ചെമ്പ്)
ടി	–	ടിൻ
സി	–	സിങ്ക്

- പല്ലിലെ പോടുകൾ അടയ്ക്കാൻ മെർക്കുറി അമാൽഗമാണ് ഉപയോഗിക്കുന്നത്.
- മെർക്കുറി ചേരുന്ന ലോഹസങ്കരങ്ങളെ അമാൽഗം എന്നു വിളിക്കും.
- ഏറ്റവും കുറഞ്ഞ ദ്രവണാങ്കമുള്ള മൂലകം മെർക്കുറിയാണ്.
- ഇരുമ്പ് ഉപകരണങ്ങളിൽ സിങ്ക് പൂശുന്നതാണ് ഗാൽവനൈസേഷൻ.
- തത്ത്വ ചിന്തകന്റെ കമ്പിളി എന്നറിയപ്പെടുന്നത് സിങ്കാണ്.
- അസുറൈറ്റും മാലക്കൈറ്റും കോപ്പറിന്റെ അയിരുകളാണ്.
- ആദ്യമായി മനുഷ്യൻ ഉപയോഗിച്ച ലോഹം ചെമ്പാണ്.
- കലാമൈൻ സിങ്കിന്റെ അയിരാണ്.
- അർജന്റം എന്നു പേരുള്ള സിൽവറിൽ നിന്നാണ് അർജന്റീന എന്ന രാജ്യത്തിന് ആ പേര് ലഭിച്ചത്.
- ഷെർഷാ 'റുപ്പിയ' എന്ന നാണയം വെള്ളി ഉപയോഗിച്ചാണ് നിർമിച്ചത്.

ഉപലോഹങ്ങൾക്ക് ഉദാഹരണം

ജസി. B

ജ	-	ജർമേനിയം
സി	-	സിലിക്കൺ
B	-	ബോറോൺ

ഉപലോഹങ്ങൾക്ക് ഉദാഹരണമാണ് ജർമേനിയവും സിലിക്കണും ബോറോണും

- **ലോഹങ്ങളുടെയും അലോഹങ്ങളുടെയും സ്വഭാവം കാണിക്കുന്ന മൂലകങ്ങളാണ് ഉപലോഹങ്ങൾ.**
- **സൗരസെല്ലുകളുടെ നിർമാണത്തിന് ഉപയോഗിക്കുന്ന ഉപലോഹങ്ങളാണ് ജർമേനിയവും സിലിക്കണും.**
- **ട്രാൻസിസ്റ്ററിന്റെ നിർമാണത്തിന് ഉപയോഗിക്കുന്ന ഉപലോഹം ജർമേനിയമാണ്.**
- **ഐ. സി. ചിപ്പുകൾ നിർമിക്കാൻ വ്യാപകമായി ഉപയോഗിക്കുന്നത് സിലിക്കൺ.**
- **സിലിക്കൺ, ജർമേനിയം എന്നിവ അർധ ചാലകങ്ങൾക്ക് ഉദാഹരണമാണ്.**

സ്റ്റെയിൻലെസ് സ്റ്റീലിൽ ഇരുമ്പല്ലാതെ എന്തെല്ലാം ഘടകങ്ങളുണ്ട്

NiCCr (നിക്കർ)

Ni	–	**നിക്കൽ**
C	–	**കാർബൺ**
Cr	–	**ക്രോമിയം**

- **അടിച്ചുപരത്താൻ തീരെ വഴങ്ങാത്ത ലോഹം – ക്രോമിയം**
- **ശുദ്ധമായ കാർബണിന്റെ നിറം – കറുപ്പ്**
- **ഇരുമ്പ് 73%, ക്രോമിയം – 18%, നിക്കൽ –8%, കാർബൺ – 1% വീതം ചേരുന്നതാണ് സ്റ്റെയിൻലെസ്സ്റ്റീൽ**
- **ഏറ്റവും കടുപ്പമേറിയ ലോഹം – ക്രോമിയം**

പഞ്ചസാരയിലെ (ആൽക്കഹോളിലെ) ഘടകങ്ങൾ

COH

C	–	**കാർബൺ**
O	–	**ഓക്സിജൻ**
H	–	**ഹൈഡ്രജൻ**

- **ഏറ്റവും ലഘുവായ പഞ്ചസാരയാണ് ഗ്ലൂക്കോസ്.**
- **നിത്യജീവിതത്തിൽ ഉപയോഗിക്കുന്നത് സൂക്രോസ് എന്ന പഞ്ചസാരയാണ്.**
- **സൂക്രോസിനെ ടേബിൾ ഷുഗറെന്നും വിളിക്കും.**

- രക്തത്തിൽ അടങ്ങിയിരിക്കുന്ന പഞ്ചസാരയാണ് ഗ്ലൂക്കോസ്.
- ലോകത്തിൽ ആദ്യമായി നിർമിക്കപ്പെട്ട കൃത്രിമ മധുരം സാക്കറിനാണ്.
- പഴങ്ങളിലുള്ള പഞ്ചസാരയാണ് ഫ്രക്ടോസ്.
- പാലിലുള്ള പഞ്ചസാരയാണ് ലാക്ടോസ്.
- ഏറ്റവും മധുരമുള്ള പ്രകൃതി ദത്തമായ പഞ്ചസാരയാണ് ഫ്രക്ടോസ്.
- ഇന്ത്യയിലേറ്റവുമധികം പഞ്ചസാര ഉല്പാദിപ്പിക്കുന്നത് ഉത്തർ പ്രദേശിലാണ്.

ലോഹസങ്കരങ്ങൾ

a. ഓടിലെ (ബ്രോൺസ്) ഘടകങ്ങൾ ഏതെല്ലാം?
ഓട് = കോടി, കോപ്പറും ടിന്നും

b. പിച്ചളയിലെ (ബ്രാസ്) ഘടകങ്ങൾ ഏതെല്ലാം?
പിച്ചള = കോസി, കോപ്പറും സിങ്കും

c. ഗൺമെറ്റലിലെ ഘടകങ്ങൾ ഏതെല്ലാം?
ഗൺമെറ്റൽ = കോടിസി, കോപ്പറും ടിന്നും സിങ്കും

d. നിക്രോമിലെ (Nichrome) ഘടകങ്ങൾ ഏതെല്ലാം?
Nichrome = NI , നിക്കലും അയണും

e. ഫ്യൂസ് വയറിലെ ഘടകലോഹങ്ങൾ ഏതെല്ലാം?
ഫ്യൂസ് വയർ = ലേഡി, ലെഡും ടിന്നും

- ലാറ്റിൻ ഭാഷയിൽ കുപ്രം എന്നറിയപ്പെടുന്നത് കോപ്പറാണ് (ചെമ്പ്).
- പ്രാചീന ഇന്ത്യയിൽ ചെമ്പിനെ അയസ് എന്നാണ് വിളിച്ചിരുന്നത്.
- പ്രതിമ , നാണയം എന്നിവ നിർമിക്കാൻ ഓട് ഉപയോഗിക്കും.
- കണ്ടൻസർ ട്യൂബ്, വീട്ടുപകരണം എന്നിവ നിർമിക്കാൻ പിച്ചള ഉപയോഗിക്കും.
- തോക്കുകൾ,ഗിയറുകൾ, ബെയറിങ് എന്നിവ നിർമിക്കാൻ ഗൺ മെറ്റൽ ഉപയോഗിക്കും.
- ഹീറ്റിങ് കോയിലുകൾ നിർമിക്കാൻ നിക്രോം ഉപയോഗിക്കും.
- ആദ്യമായി ഉപയോഗിച്ച ലോഹ സങ്കരം ഓടാണ്.

അന്തരീക്ഷത്തിലെ പ്രധാന വാതകങ്ങൾ

NO, ആർക്ക് വേണം CO_2

N	–	**നൈട്രജൻ**
O	–	**ഓക്സിജൻ**
ആർക്ക്	–	**ആർഗൺ (Ar)**
CO_2	–	**കാർബൺ ഡൈ ഓക്സൈഡ്**

- അന്തരീക്ഷത്തിൽ ഏറ്റവും കൂടുതലുള്ള വാതകം നൈട്രജനാണ് (78%).
- ജ്വലനത്തെ നിയന്ത്രിക്കാനുള്ള കഴിവ് നൈട്രജനുണ്ട്.
- മനുഷ്യശരീരത്തിലും ഭൂവല്ക്കത്തിലും ഏറ്റവും കൂടുതലുള്ളത് ഓക്സിജനാണ്.
- ഹൈഡ്രജനും ഹീലിയവും കഴിഞ്ഞാൽ പ്രപഞ്ചത്തിൽ ഏറ്റവും കൂടുതലുള്ളത് ഓക്സിജനാണ്.
- ഓക്സിജൻ കണ്ടെത്തിയത് പ്രീസ്റ്റിലിയും പേര് നല്കിയത് ലാവോസിയറുമാണ്.
- ഹരിത ഗൃഹ പ്രഭാവത്തിന് ഏറ്റവും കൂടുതൽ കാരണമാകുന്നത് കാർബൺ ഡൈ ഓക്സൈഡാണ്.
- കള്ള് പുളിക്കുമ്പോൾ പുറത്തു വരുന്നത് കാർബൺ ഡൈ ഓക്സൈഡാണ്.
- കാർബൺ ഡൈ ഓക്സൈഡ് കണ്ടുപിടിച്ചത് ജോസഫ് ബ്ലാക്കാണ്.

സമുദ്രജലത്തിൽ ഏറ്റവുമധികമുള്ള ലവണങ്ങൾ

സോമ Cl

സോ. **Cl**	–	സോഡിയം ക്ലോറൈഡ്
മ. **Cl**	–	മഗ്നീഷ്യം ക്ലോറൈഡ്

- സമുദ്രത്തിൽ ഏറ്റവുമധികമുള്ള ലവണം സോഡിയം ക്ലോറൈഡാണ്.
- നിറമില്ലാത്ത സംയുക്തമാണ് സോഡിയം ക്ലോറൈഡ്.
- സമുദ്ര ലവണങ്ങളിൽ രണ്ടാം സ്ഥാനമുള്ളത് മഗ്നീഷ്യം ക്ലോറൈഡാണ്.
- സമുദ്രത്തിന് 3.5 % ലവണത്വമുണ്ട്.
- സമുദ്രത്തിന്റെ ശരാശരി ഊഷ്മാവ് 2° C മുതൽ 33°C വരെയാണ്.
- കറിയുപ്പിന്റെ രാസനാമമാണ് സോഡിയം ക്ലോറൈഡ്
- എപ്സം സാൾട്ടിന്റെ രാസനാമമാണ് മഗ്നീഷ്യം ക്ലോറൈഡ്.

ആറ്റത്തിന്റെ കണങ്ങൾ കണ്ടെത്തിയതാരെല്ലാം?

PEN = RTC

ആറ്റത്തിലെ കണങ്ങളാണ് PEN – പ്രോട്ടോൺ, ഇലക്ട്രോൺ, ന്യൂട്രോൺ.

പ്രോട്ടോൺ	**(P)** കണ്ടെത്തിയത്	– റൂഥർ ഫോർഡ്	**(R)**
ഇലക്ട്രോൺ	**(E)** കണ്ടെത്തിയത്	– തോംസൺ	**(T)**
ന്യൂട്രോൺ	**(N)** കണ്ടെത്തിയത്	– ചാഡ്വിക്ക്	**(C)**

- ആറ്റത്തിന്റെ സൗരയൂഥ മാതൃക അവതരിപ്പിച്ചത് – റൂഥർ ഫോർഡ്
- പ്രോട്ടോണിന് പോസിറ്റീവ് ചാർജ്ജും ഇലക്ട്രോണിന് നെഗറ്റീവ് ചാർജ്ജുമാണ്. ന്യൂട്രോണിന് ചാർജ്ജില്ല.
- ആറ്റത്തിന്റെ കേന്ദ്രം ന്യൂക്ലിയസാണ്. ന്യൂക്ലിയസിലുള്ള മൗലിക കണങ്ങളാണ് പ്രോട്ടോണും ന്യൂട്രോണും.

മഴവില്ലിലെ നിറങ്ങൾ

VIBGYOR

V – വയലറ്റ്, തരംഗദൈർഘ്യം കുറഞ്ഞ വർണം.

I – ഇൻഡിഗോ

B – ബ്ലൂ

G – ഗ്രീൻ

Y – യെലോ

O – ഓറഞ്ച്

R – റെഡ്, തരംഗ ദൈർഘ്യം കൂടിയ വർണം.

- പ്രകാശത്തിന്റെ പ്രകീർണനം മൂലമാണ് മഴവില്ല് ഏഴു നിറങ്ങളിൽ കാണുന്നത്.
- സൂര്യപ്രകാശത്തിന് ഏഴ് ഘടകവർണങ്ങളുണ്ടെന്ന് കണ്ടെത്തിയത് ഐസക് ന്യൂട്ടനാണ്.
- രാവിലെ മഴവില്ല് പടിഞ്ഞാറ് ദിശയിലും വൈകുന്നേരം കിഴക്ക് ദിശയിലും കാണപ്പെടും.
- മഴവില്ലിന്റെ അകവശത്തെ നിറം (താഴെ കാണുന്ന നിറം) വയലറ്റായിരിക്കും.
- എല്ലാ നിറങ്ങളെയും പ്രതിഫലിപ്പിക്കുന്നത് വെള്ള നിറമാണ്.
- എല്ലാ നിറങ്ങളെയും ആഗിരണം ചെയ്യുന്നത് കറുപ്പ് നിറമാണ്.
- ഒരു ചുവന്ന വസ്തു നീല ഗ്ലാസിലൂടെ കറുപ്പ് നിറത്തിൽ കാണപ്പെടും.
- അന്തരീക്ഷമില്ലെങ്കിൽ ആകാശത്തിന്റെ നിറം കറുപ്പായിരിക്കും.
- മഴവില്ലിന്റെ ആകൃതി അർദ്ധ വൃത്തമാണ്.

നിറങ്ങൾ

a. പ്രാഥമിക നിറങ്ങൾ (ടെലിവിഷനിലെ നിറങ്ങൾ) ഏതെല്ലാം?

പനിച്ചു

പ	–	പച്ച
നി	–	നീല
ച്ചു	–	ചുവപ്പ്

b. പ്രാഥമിക ചായക്കൂട്ടുകൾ?

സീമജമ

സീ	–	സിയാൻ
മജ	–	മജന്ത
മ	–	മഞ്ഞ

c. പ്രാഥമിക വർണങ്ങളിൽ നിന്നും ദ്വിതീയ വർണം ഉണ്ടാകുന്ന വിധം?

പചുമ
നിചുമജ
പനിസ

പചുമ	–	പച്ചയും ചുവപ്പും ചേർന്നാൽ മഞ്ഞ ഉണ്ടാകും
നിചുമജ	–	നീലയും ചുവപ്പും ചേർന്നാൽ മജന്ത ഉണ്ടാകും
പനിസ	–	പച്ചയും നീലയും ചേർന്നാൽ സിയാൻ ഉണ്ടാകും

- പ്രാഥമിക വർണങ്ങൾ (പച്ച, നീല, ചുവപ്പ്) കൂടിച്ചേരുമ്പോൾ വെളുപ്പ് ഉണ്ടാകും.
- കണ്ണിന് ഏറ്റവും സുഖകരമായ നിറം മഞ്ഞയാണ്.
- ചുവപ്പ്, പച്ച എന്നീ നിറങ്ങളെ തിരിച്ചറിയാൻ പറ്റാത്ത അവസ്ഥയാണ് വർണാന്ധത.
- ചന്ദ്രനിൽ ആകാശത്തിന്റെ നിറം കറുപ്പാണ്.

P^H മൂല്യം

കടയിലെ സാധനങ്ങളുടെ വില വിവരം വായിക്കുക

നാരങ്ങാവെള്ളം	-	2 രൂപ
വിനാഗിരി	-	2.2 രൂപ
ഓറഞ്ച് ജ്യൂസ്	-	3.5 രൂപ
മോര്	-	4.6 രൂപ
കാപ്പി	-	5 രൂപ
ചായ	-	5.5 രൂപ
മൂത്രം	-	6 രൂപ
പാൽ	-	6.4 രൂപ
ശുദ്ധമായ ജലം	-	7 രൂപ
കണ്ണീർ	-	7 രൂപ
പഞ്ചസാര ലായനി	-	7 രൂപ
രക്തം	-	7.4രൂപ
കടൽജലം	-	8 രൂപ
സോപ്പ് ലായനി	-	12 രൂപ

- രൂപയിൽ കൊടുത്തിരിക്കുന്നതെല്ലാം പദാർഥങ്ങളുടെ P^H മൂല്യമാണ്.
- P^H മൂല്യം ഏഴിൽ കുറവുള്ളത് ആസിഡും ഏഴിൽ കൂടുതലുള്ളത് ആൽക്കലിയുമാണ്.
- P^H മൂല്യം സൊറെൻസൺ ആണ് വികസിപ്പിച്ചത്.
- കുമ്മായം, കാസ്റ്റിക് സോഡ എന്നിവ ആൽക്കലിക്ക് ഉദാഹരണമാണ്.
- നെല്ല്, തെങ്ങ് എന്നി വിളകൾക്ക് അനുയോജ്യം 5 മുതൽ 8 വരെ P^H മൂല്യമാണ്.

ഉത്തോലകങ്ങൾ

മനുഷ്യ പ്രയത്നം ലഘൂകരിക്കുന്നതാണ് ഉത്തോലകങ്ങൾ

(a) ഒന്നാം വർഗ ഉത്തോലകങ്ങൾക്ക് ഉദാഹരണം:

കത്രിക പ്ലാനെ

ക – കപ്പി, കത്രിക
ത്ര – ത്രാസ്
പ്ല – പ്ലയർ
നെ – നെയിൽ കട്ടർ

(b) രണ്ടാം വർഗ ഉത്തോലകങ്ങൾ

വീൽ ചെയറിലെത്തി നാരങ്ങയെ പാക്കു വെട്ടി

വീൽച്ചെയർ
നാരാങ്ങാ ഞെക്കി
പാക്കു വെട്ടി

(c) മൂന്നാം വർഗ ഉത്തോലകങ്ങൾ

ഐസ് ചവച്ചു

ഐസ് – ഐസ്ടോങ്
ചവ – ചവണ
ചു – ചൂണ്ട

- ഉത്തോലകങ്ങൾക്ക് മൂന്ന് ഭാഗങ്ങളുണ്ട്. ധാരം, രോധം, യത്നം.
- യഥേഷ്ടം തിരിയാനുള്ള സ്ഥിര ബിന്ദുവാണ് ധാരം.
- നാം പ്രയോഗിക്കുന്ന ബലമാണ് യത്നം.
- കീഴ്പ്പെടുത്തുന്ന ബലമാണ് രോധം.
- ധാരം മധ്യത്തിൽ വന്നാൽ ഒന്നാം വർഗ ഉത്തോലകം.
- രോധം മധ്യത്തിൽ വരുന്നതാണ് രണ്ടാംവർഗ ഉത്തോലകം.
- യത്നം മധ്യത്തിൽ വരുന്നതാണ് മൂന്നാംവർഗ ഉത്തോലകം.

ഐസോടോപ്പും ഐസോബാറും

A^+ നേടിയാൽ ടോപ്പാകാം
Mass ഉള്ളിടമാണ് Bar.

A^+ – അറ്റോമിക നമ്പർ ഒരേ പോലെയാണെങ്കിൽ (വ്യത്യസ്ത മാസ് നമ്പർ) അത്തരം മൂലകങ്ങളെ ഐസോടോപ്പെന്നു പറയും.

Mass – അറ്റോമിക മാസ് ഒരേ പോലെയാണെങ്കിൽ (വ്യത്യസ്ത അറ്റോമിക നമ്പർ) അത്തരം മൂലകങ്ങളെ ഐസോബാർ എന്നു പറയും.

- തുല്യ എണ്ണം ന്യൂട്രോണുകളുള്ള മൂലകങ്ങളെ ഐസോടോൺസ് എന്നു പറയും.
- മെൻഡലിയേഫിന്റെ ആവർത്തനപ്പട്ടികയിൽ മൂലകങ്ങളെ അറ്റോമികമാസിന്റെ അടിസ്ഥാനത്തിൽ ക്രമീകരിച്ചിരിക്കുന്നു.
- ആധുനിക ആവർത്തനപ്പട്ടികയുടെ പിതാവാണ് മോസ്ലി.
- അറ്റോമിക നമ്പറിനെ അടിസ്ഥാനമാക്കിയാണ് മോസ്‌ലി ആവർത്തനപ്പട്ടിക തയ്യാറാക്കിയത്.
- വസ്തുക്കളുടെ കാലപ്പഴക്കം നിർണയിക്കാൻ കാർബണിന്റെ ഐസോടോപ്പായ കാർബൺ – 14 ഉപയോഗിക്കുന്നു.
- ഹൈഡ്രജന്റെ ഐസോടോപ്പാണ് പ്രോട്ടീയവും ഡ്യൂട്ടിരിയവും ട്രിഷിയവും.
- ക്യാൻസർ ചികിത്സയ്ക്ക് ഉപയോഗിക്കുന്ന ഐസോടോപ്പാണ് കൊബാൾട്ട് –60

ചൊവ്വയിലിറങ്ങിയ പര്യവേക്ഷണ വാഹനങ്ങൾ

പാത്ത് ചെന്ന ഞാൻ ക്യൂരിയോസിറ്റിയോടെ സ്പിരിറ്റ് ഓപ്പൺ ചെയ്തു

പാത്ത് – പാത്ത് ഫൈൻഡർ
ക്യൂരിയോസിറ്റി
സ്പിരിറ്റ്
ഓപ്പൺ – ഓപ്പർച്യൂണിറ്റി

- ചൊവ്വയിൽ ജലമുണ്ടെന്ന് കണ്ടെത്തിയത് ഓപ്പർച്യൂണിറ്റിയാണ്.
- ഭൂമിയുടേതു പോലെ അച്ചുതണ്ടിന്റെ ചരിവുള്ളത് ചൊവ്വയ്ക്കാണ്.
- ഭൂമിയുടേതിന് തുല്യമായ ഋതുക്കൾ ചൊവ്വയ്ക്കുണ്ട്.
- കൊളംബിയ മെമ്മോറിയൽ സ്റ്റേഷനും കാൾ സാഗൻ സ്പേസ് സ്റ്റേഷനും ചൊവ്വ ഗ്രഹത്തിലാണ്.
- ബഹിരാകാശ ശാസ്ത്രത്തിന്റെ പിതാവാണ് സ്യോൾക്കോവിസ്ക്കി
- വോസ്റ്റോക്ക് – 1 ൽ സഞ്ചരിച്ചാണ് യൂറിഗഗാറിൻ ആദ്യത്തെ ബഹിരാകാശ സഞ്ചാരിയായത്
- ആദ്യത്തെ കൃത്രിമോപഗ്രഹം സ്പുട്നിക് – 1 ആണ്.
- ആദ്യത്തെ വനിതാ ബഹിരാകാശ സഞ്ചാരി വാലന്റീന തെരഷ്കോവയാണ്.
- ലോകത്തെ ഏറ്റവും വലിയ ബഹിരാകാശ പഠനകേന്ദ്രമാണ് നാസ (അമേരിക്ക)
- സൗരയൂഥ പഠനത്തിനുള്ള പര്യവേക്ഷണങ്ങളാണ് വോയേജർ.

പഞ്ച മഹാസമുദ്രങ്ങൾ

PAISA

P - പസഫിക് സമുദ്രം (ശാന്ത മഹാസമുദ്രം)

A - അറ്റ്ലാന്റിക് സമുദ്രം

I - ഇന്ത്യൻ സമുദ്രം

S - സതേൺ സമുദ്രം

A - ആർട്ടിക് സമുദ്രം

➢ പസഫിക്ക് - ഏറ്റവും വലിയ സമുദ്രം പസഫിക്കാണ്. ഏറ്റവും കൂടുതൽ ആഴമുള്ളതും പസഫിക്കിനാണ്, ത്രികോണാകൃതിയിലുള്ള സമുദ്രമാണിത്.

➢ അറ്റ്ലാന്റിക് – ഏറ്റവും കൂടുതൽ വാണിജ്യപ്രാധാന്യമുള്ള സമുദ്രം. ഇംഗ്ലീഷ് അക്ഷരം 'S' ന്റെ ആകൃതിയിലുള്ള സമുദ്രം. ചാളക്കടൽ എന്നും അറിയപ്പെടുന്നു.

➢ ഇന്ത്യൻ – ഇന്ത്യയിൽ തെക്കു പടിഞ്ഞാറൻ മൺസൂൺ ഉത്ഭവിക്കുന്നത് ഇന്ത്യൻ മഹാസമുദ്രത്തിൽ നിന്നാണ്. മൗറീഷ്യസിനെ ഇന്ത്യൻ മഹാസമുദ്രത്തിലെ മുത്തെന്ന് വിളിക്കുന്നു. ഒരു രാജ്യത്തിന്റെ പേരിലറിയപ്പെടുന്ന ഏക സമുദ്രമാണിത്.

➢ സതേൺ – ദക്ഷിണ സമുദ്രം അഥവാ അന്റാർട്ടിക് സമുദ്രം എന്നറിയപ്പെടുന്നു.

➢ ആർട്ടിക് – ഏറ്റവും ചെറിയ സമുദ്രം. ഇംഗ്ലീഷ് അക്ഷരം 'D' യുടെ ആകൃതിയിൽ കാണപ്പെടുന്നു.

സൂര്യഗ്രഹണവും ചന്ദ്രഗ്രഹണവും

സൂര്യഗ്രഹണം = E.M.S
ചന്ദ്രഗ്രഹണം = M.E.S

(EMS – നമ്മുടെ ആദ്യത്തെ മുഖ്യമന്ത്രിയും
MES – മുസ്ലീം എഡ്യൂക്കേഷൻ സൊസൈറ്റിയും)

സൂര്യഗ്രഹണം : Earth (ഭൂമി), Moon (ചന്ദ്രൻ), Sun (സൂര്യൻ) എന്ന ക്രമത്തിൽ ആയിരിക്കും, ചന്ദ്രൻ മധ്യത്തിൽ വരും.

ചന്ദ്രഗ്രഹണം : Moon (ചന്ദ്രൻ), Earth(ഭൂമി), Sun (സൂര്യൻ) എന്ന ക്രമത്തിൽ ആയിരിക്കും, ഭൂമി മധ്യത്തിൽ വരും.

- കറുത്തവാവ് ദിവസങ്ങളിൽ പൂർണ സൂര്യഗ്രഹണവും വെളുത്തവാവ് ദിവസങ്ങളിൽ ചന്ദ്രഗ്രഹണവും ഉണ്ടാകും.
- പൂർണ സൂര്യഗ്രഹണത്തിന് 7 മിനിട്ടും 40 സെക്കന്റും ദൈർഘ്യമാണുള്ളത്.
- പൂർണ സൂര്യഗ്രഹണ സമയത്ത് ചന്ദ്രൻ ഭൂമിയിൽ പതിപ്പിക്കുന്ന നിഴലിനെ പാത്ത് ഓഫ് ടോട്ടാലിറ്റി എന്നു പറയും.
- സൗരയൂഥത്തിലെ 99% പിണ്ഡവും സൂര്യന്റേതാണ്.
- ചന്ദ്രനിൽ നിന്നും പ്രകാശം ഭൂമിയിലെത്താൻ 1.3 സെക്കൻഡും സൂര്യനിൽ നിന്നുമെത്താൻ 500 സെക്കൻഡും വേണം.
- ഭൂമിയിൽ നിന്നും ചന്ദ്രനിലേക്കുള്ള ദൂരം 3,84,403 കി.മീ.

താമര ദേശീയ പുഷ്പമായ രാജ്യങ്ങൾ

I-VE

I	–	ഇന്ത്യ
V	–	വിയറ്റ്നാം
E	–	ഈജിപ്റ്റ്

- പാക്കിസ്ഥാന്റെ ദേശീയ പുഷ്പമാണ് മുല്ല.
- ദക്ഷിണ കൊറിയയുടെ ദേശീയ പുഷ്പം ചെമ്പരത്തിപ്പൂവാണ്.
- ബംഗ്ലാദേശിന്റെ ദേശീയ പുഷ്പം ആമ്പലാണ്.
- ഭൂട്ടാന്റെ ദേശീയ പക്ഷി കാക്കയാണ്.
- മലേഷ്യയുടെ ദേശീയ പക്ഷി വേഴാമ്പലാണ്.
- തായ്‌ലൻഡിന്റെ ദേശീയ പുഷ്പം കണിക്കൊന്നയാണ്.
- വിയറ്റ്നാമിന്റെ ദേശീയ വൃക്ഷം മുളയാണ്.

യൂറോയെ കറൻസിയായി തെരഞ്ഞെടുക്കാത്ത യൂറോപ്യൻ യൂണിയൻ രാജ്യങ്ങൾ

BDS

B	–	ബ്രിട്ടൻ
D	–	ഡെൻമാർക്ക്
S	–	സ്വീഡൻ

- ബ്രിട്ടന്റെ നാണയം പൗണ്ട് സ്റ്റെർലിങ് ആണ്.
- ഡെന്മാർക്കിന്റെ നാണയം ക്രോൺ ആണ്.
- സ്വീഡന്റെ നാണയം ക്രോണയാണ്.

- യൂറോ കറൻസിയായി നിലവിൽ വന്നത് 1999 ജനുവരി 1 നാണ്. യൂറോ വിനിമയം തുടങ്ങിയത് 2002 ജനുവരി 1 നാണ്.
- ഏറ്റവുമധികം മൂല്യമുള്ള കറൻസി കുവൈറ്റിന്റേതാണ്.
- സ്വതന്ത്ര ഇന്ത്യയിൽ ആദ്യം ഇറങ്ങിയ നോട്ടുകളിൽ മുദ്രണം ചെയ്യപ്പെട്ടത് അശോക സ്തംഭമായിരുന്നു.
- ഏറ്റവുമധികം വിനിമയം ചെയ്യപ്പെടുന്നത് അമേരിക്കൻ കറൻസിയാണ്. രണ്ടാം സ്ഥാനം യൂറോയ്ക്കാണ്.
- യൂറോപ്യൻ യൂണിയന്റെ ആസ്ഥാനം ബ്രസൽസാണ് (ബെൽജിയം).
- യൂറോപ്യൻ യൂണിയൻ എന്ന പേര് സ്വീകരിച്ചത് മാസ്ട്രിച്ച് ഉടമ്പടി (1991) പ്രകാരമാണ്.

യു.എൻ.ഒ.യുടെ ഔദ്യോഗിക ഭാഷകൾ

E - SCARF

E	–	ഇംഗ്ലീഷ്
S	–	സ്പാനിഷ്
C	–	ചൈനീസ്
A	–	അറബിക്
R	–	റഷ്യ
F	–	ഫ്രഞ്ച്

- ഐക്യരാഷ്ട്ര സംഘടനയുടെ വർക്കിംഗ് ഭാഷകൾ ഫ്രഞ്ചും ഇംഗ്ലീഷുമാണ്.
- ഇന്റർനാഷണൽ ഒളിമ്പിക് കമ്മിറ്റിയുടെ ഓദ്യോഗിക ഭാഷകൾ ഫ്രഞ്ചും ഇംഗ്ലീഷുമാണ്.
- യു.എൻ.ഒ. ഔദ്യോഗിക ഭാഷയായി ഏറ്റവും ഒടുവിൽ തിരഞ്ഞെടുത്തത് അറബിക്കാണ്.
- ലോകത്ത് ഏറ്റവും കൂടുതൽ ആളുകൾ സംസാരിക്കുന്ന ഭാഷ മൻഡാരിൻ (ചൈനീസ്) ആണ്.

- ഭാഷയെക്കുറിച്ചുള്ള പഠനമാണ് ഫിലോളജി.
- യൂറോപ്പിന്റെ സാംസ്കാരിക ഭാഷയാണ് ഫ്രഞ്ച്.
- ഇന്ത്യയിൽ ഫ്രഞ്ചുഭാഷ സംസാരിക്കുന്ന കേന്ദ്രഭരണ പ്രദേശം പുതുച്ചേരിയാണ്.
- ഏറ്റവും കൂടുതൽ പദ സമ്പത്തുള്ളത് ഇംഗ്ലീഷിനാണ്.
- ഏറ്റവും കൂടുതൽ ഔദ്യോഗിക ഭാഷകളുള്ളത് ദക്ഷിണാഫ്രിക്കയിലാണ്.

ഗ്രഹങ്ങൾ സൂര്യനിൽ നിന്നുള്ള അകലമനുസിച്ച്

My Very Educated Mother Just Serves Us Nothing

My - **Mercury** (ബുധൻ), ഏറ്റവും വേഗത്തിൽ പ്രദക്ഷിണം ചെയ്യുന്നു.

Very - **Venus** (ശുക്രൻ), ഭൂമിയോട് ഏറ്റവും അടുത്തുള്ള ഗ്രഹം.

Educated - **Earth** (ഭൂമി), ഏറ്റവും സാന്ദ്രത കൂടിയ ഗ്രഹം.

Mother - **Mars** (ചൊവ്വ), ഭൂമിക്ക് സമാനമായ ദിനരാത്രങ്ങൾ ഉള്ള ഗ്രഹം.

Just - **Jupiter** (വ്യാഴം) ബൃഹസ്പതി എന്നറിയപ്പെടുന്നു.

Serves - **Saturn** (ശനി), ഏറ്റവും സാന്ദ്രത കുറഞ്ഞ ഗ്രഹം.

Us - **Uranus** (യുറാനസ്), ഉരുളുന്ന ഗ്രഹം എന്നറിയപ്പെടുന്നു.

Nothing - **Neptune** (നെപ്റ്റ്യൂൺ) ഏറ്റവും വേഗത്തിൽ കാറ്റു വീശുന്ന ഗ്രഹം.

- 2006 ആഗസ്റ്റ് 24 ന് പുറത്തായ ഗ്രഹം പ്ലൂട്ടോയാണ്.
- ശുക്രനിൽ മാത്രം സൂര്യൻ പടിഞ്ഞാറ് ഉദിച്ച് കിഴക്ക് അസ്തമിക്കുന്നു.
- ആകാശത്തിലെ മറുത എന്നും കുജൻ എന്നും അറിയപ്പെടുന്നത് ബുധനാണ്.
- വലിയ ചുവന്ന പൊട്ട് വ്യാഴത്തിൽ കാണാം.
- വില്യം ഹെർഷൽ യുറാനസിനെ കണ്ടെത്തി.
- വലിയ കറുത്ത പൊട്ട് നെപ്റ്റ്യൂണിൽ കാണപ്പെടുന്നു.
- പച്ച ഗ്രഹം എന്നറിയപ്പെടുന്നത് യുറാനസാണ്.

വലിപ്പക്രമത്തിൽ ഗ്രഹങ്ങൾ (ഏറ്റവും വലുത് ആദ്യം)

JSUN (ജെസൺ) E.V മാമ

J - ജൂപ്പിറ്റർ (വ്യാഴം, ഏറ്റവും ഭാരം കൂടുതലുള്ള ഗ്രഹം.

S - സാറ്റേൺ (ശനി), സാന്ദ്രത ഏറ്റവും കുറഞ്ഞ ഗ്രഹം.

U - യുറാനസ്, ടെലസ്ക്കോപ്പിന്റെ സഹായത്തോടെ കണ്ടെത്തിയ ആദ്യത്തെ ഗ്രഹം

N - നെപ്റ്റ്യൂൺ, ഏറ്റവും നീണ്ട വർഷങ്ങളുള്ള ഗ്രഹം.

E - എർത്ത് (ഭൂമി), വലിപ്പത്തിൽ അഞ്ചാം സ്ഥാനം.

V - വീനസ് (ശുക്രൻ), ഏറ്റവും തിളക്കമുള്ള ഗ്രഹം.

മാ – മാർസ് (ചൊവ്വ) ഏറ്റവും ഉയരം കൂടിയ പർവ്വതമായ ഒളിമ്പസ് മാർസിലാണ്.

മ – മെർക്കുറി (ബുധൻ), ഏറ്റവും ചെറിയ ഗ്രഹം.

- ഏറ്റവും കൂടുതൽ ഉപഗ്രഹങ്ങളുള്ളത് വ്യാഴത്തിനാണ്.
- നീല ഗ്രഹം എന്നറിയപ്പെടുന്നത് ഭൂമിയാണ്.
- പ്രഭാത നക്ഷത്രം, സായാഹ്ന നക്ഷത്രം, ഭൂമിയുടെ ഇരട്ട എന്നെല്ലാം അറിയപ്പെടുന്നത് ശുക്രൻ.
- ചുവന്ന ഗ്രഹം, തുരുമ്പിച്ചഗ്രഹം എന്നീ പേരുകളുള്ളത് ചൊവ്വയ്ക്കാണ്.
- ഉപഗ്രഹങ്ങളില്ലാത്ത ഗ്രഹങ്ങൾ ശുക്രനും ബുധനുമാണ്.

ഗലീലിയോ കണ്ടുപിടിച്ച വ്യാഴത്തിലെ ഉപഗ്രഹങ്ങൾ

G -ICE

G	–	ഗാനിമീഡ്
I	–	ഇയോ
C	–	കാലിസ്റ്റോ
E	–	യൂറോപ്പ

- വ്യാഴത്തിന്റെ നാല് ഉപഗ്രഹങ്ങളെ ആദ്യമായി കണ്ടെത്തിയത് ഗലീലിയോ ആണ്.
- ഛിന്ന ഗ്രഹ ബെൽറ്റ് ചൊവ്വായ്ക്കും വ്യാഴത്തിനും ഇടയിലാണ്.
- വസ്തുക്കൾക്ക് ഏറ്റവും കൂടുതൽ ഭാരം അനുഭവപ്പെടുന്നത് വ്യാഴത്തിലാണ്.
- ശനിക്കു ചുറ്റും വലയമുണ്ടെന്ന് കണ്ടെത്തിയത് ഗലീലിയോ ആണ്.
- ഏറ്റവും ചെറിയ രാത്രിയും പകലും ഉള്ളത് വ്യാഴത്തിനാണ്.
- ഏറ്റവും ശക്തിയേറിയ കാന്തിക മണ്ഡലമുള്ളത് വ്യാഴത്തിനാണ്.

ഏഴ് ഭൂഖണ്ഡങ്ങൾ

Eat An Apple After A Nighttime Snack

Eat	–	Europe (യൂറോപ്പ്)
An	–	Antarctica (അന്റാർട്ടിക്ക)
Apple	–	Asia (ഏഷ്യ)
After	-	Africa (ആഫ്രിക്ക)
A	–	Australia (ഓസ്ട്രേലിയ)
Night time	–	North America (വടക്കേ അമേരിക്ക)
Snack	–	South America (തെക്കേ അമേരിക്ക)

- ഉപദ്വീപുകളുടെ ഉപദ്വീപ് എന്നറിയപ്പെടുന്ന വൻകരയാണ് യൂറോപ്പ്.
- ഏറ്റവും കൂടുതൽ വികസിത രാഷ്ട്രങ്ങളുള്ളത് യൂറോപ്പിലാണ്.
- ലോക മഹായുദ്ധങ്ങളുടെ പ്രധാന വേദിയായത് യൂറോപ്പാണ്.
- തേളും തേനീച്ചയും ചിലന്തിയും പാമ്പും ഉറുമ്പുമില്ലാത്ത വൻകര യാണ് ആന്റാർട്ടിക്ക.
- ദക്ഷിണ ധ്രുവം അന്റാർട്ടിക്കയിലാണ്.
- ഇന്ത്യയ്ക്കു പുറത്ത് ആദ്യമായി ഇന്ത്യൻ പോസ്റ്റാഫീസ് സ്ഥാപിച്ചത് അന്റാർട്ടിക്കയിലാണ്.
- ഒറാങ് ഊട്ടാനും യാക്ക് എന്ന മൃഗവും കാണപ്പെടുന്ന ഭൂഖണ്ഡമാണ് ഏഷ്യ.
- ഏഷ്യ വൈരുധ്യങ്ങളുടെ വൻകര എന്നറിയപ്പെടുന്നു.
- ഏറ്റവും കൂടുതൽ ജനസംഖ്യയും ജനസാന്ദ്രതയും ഉള്ളത് ഏഷ്യ യിലാണ്.
- ഏറ്റവും കൂടുതൽ രാജ്യങ്ങളുള്ള ഭൂഖണ്ഡമാണ് ആഫ്രിക്ക.
- മനുഷ്യൻ പിറവി കൊണ്ടത് ആഫ്രിക്കയിലാണ്.
- ഏറ്റവും കൂടുതൽ ചേരി നിവാസികളുള്ളത് ആഫ്രിക്കയിലാണ്.

ഭൂമധ്യരേഖ കടന്നു പോകുന്ന രാജ്യങ്ങൾ

**CIG റിപ്പോർട്ടനുസരിച്ച്
SKU കാരനെ CBI പിടിച്ചു**

C	–	കൊളംബിയ
I	–	ഇന്തോനേഷ്യ
G	–	ഗാബോൺ
S	–	സോമാലിയ
K	–	കെനിയ
U	–	ഉഗാണ്ട
C	–	കോംഗോറിപ്പബ്ലിക്, കോംഗോഡെമോക്രാറ്റിക്
B	–	ബ്രസീൽ
I	–	ഇക്വഡോർ

- പൂജ്യം ഡിഗ്രി അക്ഷാംശ രേഖയാണ് ഭൂമധ്യരേഖ.
- ഭൂമധ്യരേഖയ്ക്കു മുകളിൽ സൂര്യന്റെ ലംബ രശ്മികൾ പതിക്കുന്ന വർഷത്തിലെ രണ്ടു ദിവസങ്ങളെ വിഷുവങ്ങൾ എന്നു വിളിക്കും. മാർച്ച് 20/21, സെപ്തംബർ 22/23 എന്നിവയാണീ ദിവസങ്ങൾ.
- ഭൂമധ്യരേഖ കടന്നു പോകുന്ന ഏക ഏഷ്യൻ രാജ്യം ഇന്തോനേഷ്യയാണ്.
- ഭൂമധ്യരേഖ രണ്ടു പ്രാവശ്യം മുറിച്ച് കടക്കുന്ന നദിയാണ് കോംഗോ.
- 180° രേഖാംശത്തിലുള്ള രേഖയെ അന്താരാഷ്ട്ര ദിന രേഖ എന്നു പറയും.
- ഭൂമധ്യരേഖ എന്ന അർഥമുള്ള രാജ്യമാണ് ഇക്വഡോർ.
- രേഖാംശരേഖയിലെ 15 ഡിഗ്രി ഒരു മണിക്കൂറിനെ സൂചിപ്പിക്കും.
- ഡാർവിന്റെ പരിണാമ സിദ്ധാന്തത്തിന് തെളിവ് നല്കിയ ഗാലപ്പോഗസ് ദ്വീപുകൾ ഇക്വഡോറിന് സമീപമാണ്.

ലോക നദികൾ

NAY (നേയ്)

N – നൈൽ, ഏറ്റവും നീളം കൂടിയ നദിയാണ്.
A – ആമസോൺ , നീളത്തിൽ രണ്ടാം സ്ഥാനമുള്ള നദിയാണ്.
Y – യാങ്സി, നീളത്തിൽ മൂന്നാം സ്ഥാനമുള്ള യാങ്സി ചൈനയിലാണ്.

- നൈൽ നദി ആഫ്രിക്കയിലാണ്, നീളം 6670 കിലോമീറ്ററാണ്.
- ഈജിപ്ത് നൈലിന്റെ ദാനം എന്നറിയപ്പെടുന്നു.
- നൈൽ മെഡിറ്ററേനിയൻ സമുദ്രത്തിൽ പതിക്കുന്നു.
- ഏറ്റവും വലിയ നദിയും ഏറ്റവും കൂടുതൽ പോഷക നദികൾ ഉള്ള നദിയും ആമസോണാണ്.

- ആൻഡീസ് പർവത നിരയിൽ പെറുവിലാണ് ആമസോണിന്റെ ഉത്ഭവം.
- ആമസോൺ അറ്റ്ലാന്റിക് സമുദ്രത്തിൽ പതിക്കുന്നു.
- ലോകത്തെ ഏറ്റവും വലിയ ജല വൈദ്യുതി പദ്ധതിയായ ത്രിഗോർജസ്ഡാം യാങ്സി നദിയിലാണ്.
- ലോകത്തെ നാലാമത്തെ നീളമുള്ള നദി മിസ്സിസ്സിപ്പി അമേരിക്കയിലാണ്.
- യൂറോപ്പിലെ ഏറ്റവും വലിയ നദിയാണ് വോൾഗ.
- റഷ്യയുടെ ദേശീയ നദിയാണ് വോൾഗ.
- ലോകത്തിൽ ഏറ്റവുമധികം രാജ്യങ്ങളിലൂടെ ഒഴുകുന്ന നദിയാണ് ഡാന്യൂബ്.

ലോകത്തെ ഏറ്റവും ഉയരം കൂടിയ കൊടുമുടികൾ

എ. കെ. കാഞ്ചന

എ	–	എവറസ്റ്റ് (8,850 മീറ്റർ)
കെ	–	കെ – 2 (8,611 മീറ്റർ)
കാഞ്ചന	–	കാഞ്ചൻ ജംഗ (8,579 മീറ്റർ)

- എവറസ്റ്റ് സ്ഥിതിചെയ്യുന്നത് ചൈന – നേപ്പാൾ രാജ്യങ്ങളിലാണ്.
- കെ –2 ഇന്ത്യയിലാണ് സ്ഥിതി ചെയ്യുന്നത്.
- കാഞ്ചൻ ജംഗയെ ഹിമാലയത്തിന്റെ രാജ്ഞി എന്നറിയപ്പെടുന്നു.
- 1953 ൽ ടെൻസിംഗും ഹിലാരിയും എവറസ്റ്റ് കീഴടക്കി.
- എവറസ്റ്റ് കീഴടക്കിയ ആദ്യത്തെ വനിത ജാങ്കോ താബെയാണ്.
- എവറസ്റ്റ് കീഴടക്കിയ ആദ്യത്തെ ഇന്ത്യൻ വനിത ബച്ചേന്ദ്രി പാൽ ആണ്.
- ഹിമാലയവും ആൽപ്സും മടക്കു പർവതങ്ങളാണ്.
- ജപ്പാനിലെ ഫ്യൂജിയാമ അഗ്നിപർവതജന്യ പർവതങ്ങളാണ്.
- നീലഗിരി അവശിഷ്ട പർവതമാണ്.
- എവറസ്റ്റിലെത്തിയ ആദ്യത്തെ കേരളിയൻ സി. ബാലകൃഷ്ണനനാണ്.

അറ്റ്ലാന്റിക് സമുദ്രത്തിലെ പ്രധാന ദ്വീപുകൾ

BIG S

B – ബർമുഡ ട്രയാംഗിൾ
I – ഐസ്‌ലാന്റ്
G – ഗ്രീൻലാന്റ്
S – സാൻഡ് വിച്ച്

- ഏറ്റവും തിരക്കേറിയ സമുദ്രം അറ്റ്ലാന്റിക്കാണ്.
- ഏറ്റവും കൂടുതൽ രാജ്യങ്ങളുമായി അതിർത്തി പങ്കിടുന്നത് അറ്റ്ലാന്റിക് സമുദ്രമാണ്.
- ന്യൂയോർക്ക് അറ്റ്ലാന്റിക്കിന്റെ തീരത്താണ്.
- ടൈറ്റാനിക് കപ്പൽ മുങ്ങിയത് അറ്റ്ലാന്റിക് സമുദ്രത്തിലാണ്.
- ഗ്രീനിച്ച് രേഖയും ഭൂമധ്യരേഖയും സംഗമിക്കുന്നത് അറ്റ്ലാന്റിക് സമുദ്രത്തിലാണ്.
- ഗൾഫ് സ്ട്രീം അറ്റ്ലാന്റിക് സമുദ്രത്തിലാണ്.

പസഫിക് സമുദ്രത്തിലെ ദ്വീപുരാജ്യങ്ങൾ

JIN

J – ജപ്പാൻ
I – ഇന്തോനേഷ്യ
N – ന്യൂസിലാന്റ്

- കൊച്ചി കപ്പൽ നിർമ്മാണ ശാലയ്ക്കും കൊച്ചി മെട്രോയ്ക്കും സഹായം നല്കുന്ന രാജ്യം ജപ്പാനാണ്.

- രണ്ടാം ലോകമഹായുദ്ധത്തിന്റെ ഒടുവിൽ കീഴടങ്ങിയ അച്ചുതണ്ട് ശക്തിയാണ് ജപ്പാൻ.
- ലോകത്തെ ഏറ്റവും വലിയ ദ്വീപസമൂഹമാണ് ഇന്തോനേഷ്യ.
- ഡച്ച് ഈസ്റ്റ് ഇൻഡീസ് എന്ന് മുമ്പറിയപ്പെട്ടിരുന്ന രാജ്യമാണ് ഇന്തോനേഷ്യ.
- രണ്ട് ദേശീയ ഗാനങ്ങളുള്ള രാജ്യം ന്യൂസിലാന്റാണ്.
- കാർബൺ ടാക്സ് നടപ്പിലാക്കിയ ആദ്യത്തെ രാജ്യമാണ് ന്യൂസിലാന്റ്.
- ഈസ്റ്റർ ദ്വീപ് പസഫിക് സമുദ്രത്തിലാണ്.
- സിംഗപ്പൂരും ടോക്കിയോയും സാൻഫ്രാൻസിസ്കോയും പസഫിക്കിന്റെ തീരത്താണ്.

വെള്ളച്ചാട്ടങ്ങൾ

എയ്ഞ്ചലിന്റെയും ജോഗിന്റെയും മകളാണ് ആതിര

- ലോകത്തെ ഏറ്റവും വലിയ വെള്ളച്ചാട്ടമാണ് എയ്ഞ്ചൽ.
- ഇന്ത്യയിലെ ഏറ്റവും വലിയ വെള്ളച്ചാട്ടമാണ് ജോഗ്.
- കേരളത്തിലെ ഏറ്റവും വലിയ വെള്ളച്ചാട്ടമാണ് ആതിരപ്പിള്ളി.
- എയ്ഞ്ചൽ വെള്ളച്ചാട്ടം വെനസ്വേലയിലെ കരോണി നദിയിലാണ്.
- ജോഗ് വെള്ളച്ചാട്ടം കർണാടകത്തിലെ ശരാവതി നദിയിലാണ്.
- ആതിരപ്പിള്ളി വെള്ളച്ചാട്ടം തൃശൂർ ജില്ലയിലാണ്.
- വിക്ടോറിയ വെള്ളച്ചാട്ടം ആഫ്രിക്കയിലെ സാംബസി നദിയിലാണ്.
- രാജ, റാണി, റോറർ, റോക്കറ്റ് എന്നീ വെള്ളച്ചാട്ടങ്ങൾ ഒത്തു ചേർന്നതാണ് ജോഗ്.
- കൊല്ലം ജില്ലയിലെ വെള്ളച്ചാട്ടമാണ് പാലരുവി.
- കോഴിക്കോട് ജില്ലയിലെ വെള്ളച്ചാട്ടമാണ് തുഷാരഗിരി.
- ആതിരപ്പിള്ളി, വാഴച്ചാൽ വെള്ളച്ചാട്ടങ്ങൾ ചാലക്കുടിപ്പുഴയിലാണ്.

പഞ്ച മഹാ തടാകങ്ങൾ

HOMES

H	–	**ഹ്യൂറൺ**
O	–	**ഒണ്ടേറിയോ**
M	–	**മിച്ചിഗൺ**
E	–	**ഇറി**
S	–	**സുപ്പീരിയർ**

- പഞ്ച മഹാതടാകങ്ങൾ കാണപ്പെടുന്നത് വടക്കേ അമേരിക്കയിലാണ്.
- യു.എസ്.എ, കാനഡ, ക്യൂബ, മെക്സിക്കോ, ജമയ്ക്ക, പനാമ എന്നിവ വടക്കേ അമേരിക്കയിലെ പ്രധാന രാജ്യങ്ങളാണ്.
- 1492 ൽ ക്രിസ്റ്റഫർ കൊളംബസാണ് വടക്കേ അമേരിക്കയും തെക്കേ അമേരിക്കയും കണ്ടെത്തിയത്.
- ഏറ്റവും വലിയ ദ്വീപായ ഗ്രീൻലാന്റ് വടക്കേ അമേരിക്കയിലാണ്.
- ഭൂമിയുടെ കാന്തിക ധ്രുവം കാനഡയിലെ പ്രിൻസ് ഓഫ് വെയിൽസിലാണ്.
- നയാഗ്ര വെള്ളച്ചാട്ടവും ഗ്രാൻഡ് കാന്യനും വടക്കേ അമേരിക്കയിലാണ്.
- കരബദ്ധ രാജ്യങ്ങളില്ലാത്ത ഏക വൻകരയാണ് വടക്കേ അമേരിക്ക.

പുൽമേടുകൾ

വടക്കൻ പ്രയറുമായി ഓസ്ട്രേലിയൻ ഡൗണിലെത്തിയ ആഫ്രിക്കൻ സാവന്നകൾ തെക്കോട്ട് പമ്പ കടന്നു

വടക്കേ അമേരിക്ക	–	**പ്രയറീസ് പുൽമേടുകൾ**
ഓസ്ട്രേലിയ	–	**ഡൗൺസ്പുൽമേടുകൾ**
ആഫ്രിക്ക	–	**സാവന്നാ പുൽമേടുകൾ**
തെക്കേ അമേരിക്ക	–	**പാമ്പാസ് പുൽമേടുകൾ**

- ബ്രസീലിൽ കാംപോസ് പുൽമേടുകൾ കാണപ്പെടുന്നു.
- പാമ്പാസ്, കാംപോസ്, സെൽവാസ്, ലാനോസ് എന്നിവ തെക്കേ അമേരിക്കയിലെ പുൽമേടുകളാണ്.
- പുൽമേടുകൾ ഇല്ലാത്ത ഭൂഖണ്ഡമാണ് അന്റാർട്ടിക്ക.
- പ്രയറി പുൽമേടുകൾ ലോകത്തിന്റെ അപ്പത്തൊട്ടി എന്നറിയപ്പെടുന്നു.
- പ്രയറി പുൽമേടുകൾ വടക്കേ അമേരിക്കയിലെ യു.എസ്.എ, കാനഡ എന്നീ രാജ്യങ്ങളിലാണ്.
- ഇന്ത്യ, നേപ്പാൾ, ഭൂട്ടാൻ എന്നിവിടങ്ങളിൽ കാണപ്പെടുന്നത് ടെറായ് പുൽമേടുകളാണ്.

ഏഷ്യയിലെ മരുഭൂമികൾ ഏതെല്ലാം

അറേബ്യൻ കവി ഗോപി സിറിയയിൽ താരമാണ്

അറേബ്യൻ	–	**അറേബ്യൻ മരുഭൂമി**
കവി	–	**കബീർ മരുഭൂമി**
ഗോപി	–	**ഗോപി മരുഭൂമി**
സിറിയ	–	**സിറിയൻ മരുഭൂമി**
താര	–	**താർ മരുഭൂമി**

- 250 മില്ലി മീറ്ററിന് താഴെ മാത്രം മഴ പെയ്യുന്ന പ്രദേശമാണ് മരുഭൂമി.
- ഏറ്റവും വലിയ ഉപദ്വീപാണ് അറേബ്യ.
- ഏഷ്യയിലെ ശീത മരുഭൂമിയാണ് ഗോബി.
- മംഗോളിയയിലും ചൈനയിലുമായി ഗോബി മരുഭൂമി വ്യാപിച്ചു കിടക്കുന്നു.
- ഇന്ത്യയിലെ ഏറ്റവും വലിയ മരുഭൂമിയാണ് താർ.
- ദക്ഷിണായന രേഖയ്ക്ക് ഇരുവശങ്ങളിലുമായി വ്യാപിച്ചു കിടക്കുന്ന കാലഹാരി മരുഭൂമി ആഫ്രിക്കയിലാണ്.
- ഭൂമിയിലെ ഏറ്റവും കഠിനമായി വരണ്ട മരുഭൂമി അറ്റക്കാമയാണ്.
- അറ്റക്കാമ മരുഭൂമി ചിലിയിലാണ്.
- ലോകത്ത് ഏറ്റവും കുറച്ച് മരൂഭൂമിയുള്ള ഭൂഖണ്ഡമാണ് യൂറോപ്പ്.
- ഏറ്റവും വലിയ മരൂഭൂമിയായ സഹാറ, ഭൂമിയിലെ കരയുടെ 28% ഉൾക്കൊള്ളുന്നു.

പാകിസ്താനുമായി അതിർത്തി പങ്കിടുന്ന ഇന്ത്യൻ സംസ്ഥാനങ്ങൾ

PG രാജ

P	–	**പഞ്ചാബ്**
G	–	**ഗുജറാത്ത്**
രാ	–	**രാജസ്ഥാൻ**
ജ	–	**ജമ്മു – കാശ്മീർ**

- പാകിസ്താനും ഇന്ത്യയും റാഡ്ക്ലിഫ് രേഖയിലൂടെ വേർതിരിക്കപ്പെട്ടു.
- മുഹമ്മദലി ജിന്നയാണ് പാകിസ്താന്റെ രാഷ്ട്രപിതാവ്.
- സംജൗത എക്സ്പ്രസ് ട്രെയ്ൻ ഇന്ത്യയ്ക്കും പാകിസ്താനും ഇടയിൽ ഓടുന്നു.
- ആണവ ശക്തിയായ ആദ്യ മുസ്ലിം രാഷ്ട്രം പാകിസ്താനാണ്.
- മൊഹൻജൊദാരോ, ഹാരപ്പ, തക്ഷശില എന്നിവ പാകിസ്താനിലാണ്.
- പാകിസ്താനും ഇന്ത്യയുമായി 1966 ൽ താഷ്ക്കന്റ് കരാറിൽ ഒപ്പു വച്ചു.
- ആദ്യത്തെ ഹോക്കി ലോക കപ്പ് ജേതാക്കൾ പാകിസ്താനാണ്.

ജനസംഖ്യ കൂടുതലുള്ള രാജ്യങ്ങൾ

C.I, A+ നേടി I. B യിൽ ചേർന്നു

C	–	**ചൈന**
I	–	**ഇന്ത്യ**
A	–	**അമേരിക്ക**
I	–	**ഇന്തോനേഷ്യ**
B	–	**ബ്രസീൽ**

- ജൂലൈ 11 ലോക ജനസംഖ്യാ ദിനമാണ്.
- വടക്കേ അമേരിക്കയിൽ ഏറ്റവുമധികം ജനസംഖ്യയുള്ളത് യു.എസ്.എ.യിലാണ്.
- തെക്കേ അമേരിക്കയിൽ ജനസംഖ്യയിൽ ഒന്നാം സ്ഥാനമുള്ള രാജ്യം ബ്രസീലാണ്.
- ഏറ്റവും ജനസംഖ്യ കുറഞ്ഞ രാജ്യം വത്തിക്കാനാണ്.
- 10 വർഷത്തിലൊരിക്കലാണ് ഇന്ത്യയിൽ ജനസംഖ്യ കണക്കെടുപ്പ് നടക്കുന്നത്.
- അന്തർദേശീയ ജനസംഖ്യാ വർഷം 1974 ആണ്.

വലിപ്പം കൂടിയ രാഷ്ട്രങ്ങൾ ക്രമത്തിൽ

RuCAChi BAI [റുക്കാച്ചി ബായ്]

Ru	–	റഷ്യ
C	–	കാനഡ
A	–	അമേരിക്ക (യു.എസ്.എ)
Chi	–	ചൈന
B	–	ബ്രസീൽ
A	–	ആസ്ട്രേലിയ
I	–	ഇന്ത്യ

- ഏറ്റവും കൂടുതൽ വനവിസ്തൃതിയുള്ള രാജ്യം റഷ്യയാണ്.
- ഏറ്റവും കൂടുതൽ രേഖാംശരേഖകൾ കടന്നു പോകുന്ന രാജ്യം റഷ്യയാണ്.
- ഏറ്റവും വലിപ്പമുള്ള കോമൺവെൽത്ത് രാജ്യം കാനഡയാണ്.
- ഏറ്റവും കൂടുതൽ ജലം സ്വന്തമായുള്ള രാജ്യം കാനഡയാണ്.
- ഏറ്റവും കൂടുതൽ രാജ്യങ്ങളുമായി കര അതിർത്തി പങ്കിടുന്നത് ചൈനയാണ്.
- ഇപ്പോൾ നിലവിലുള്ള ഏറ്റവും പഴയ നാഗരികത ചൈനയുടേതാണ്.
- ഏറ്റവും കൂടുതൽ നാഷണൽ പാർക്കുകളുള്ളത് അമേരിക്കയിലാണ്.
- വിസ്തീർണ്ണത്തിലും ജനസംഖ്യയിലും അഞ്ചാം സ്ഥാനമുള്ള രാജ്യം ബ്രസീലാണ്.
- ഏറ്റവും പരന്ന രാജ്യം ആസ്ട്രേലിയ ആണ്.
- വിസ്തീർണ്ണത്തിൽ ഇന്ത്യയ്ക്ക് 7–ാം സ്ഥാനമാണ്.

U.N.O യിലെ (ഐക്യ രാഷ്ട്രസംഘടന) സ്ഥിര അംഗങ്ങൾ

*FR. A.B.C

F - ഫ്രാൻസ്, തലസ്ഥാനം പാരീസ്

R - റഷ്യ, തലസ്ഥാനം മോസ്കോ

A - അമേരിക്ക, തലസ്ഥാനം വാഷിംഗ്ടൺ – ഡി.സി

B - ബ്രിട്ടൺ, തലസ്ഥാനം ലണ്ടൻ

C - ചൈന, തലസ്ഥാനം ബെയ്ജിങ്

- 1945 ഒക്ടോബർ 24 –ന് ഐക്യരാഷ്ട്ര സംഘടന സാൻഫ്രാൻസിസ്കോയിൽ പിറന്നു.
- 1945 ഒക്ടോബർ 30–ന് യു.എൻ.ഒ.യിൽ ഇന്ത്യ അംഗമായി.
- യു.എൻ.ഒ.യ്ക്ക് പേര് നിർദ്ദേശിച്ചത് അമേരിക്കൻ പ്രസിഡന്റ് ഫ്രാങ്ക്ളിൻ ഡി. റൂസ് വെൽറ്റാണ്.
- 'ഇത് നിങ്ങളുടെ ലോകമാണ് എന്നതാണ് യു.എൻ.ഒ.യുടെ ആപ്ത വാക്യം.
- സ്ഥാപകാംഗങ്ങൾ 51, ഇപ്പോൾ 193 അംഗങ്ങളുണ്ട് (അവസാനത്തെ അംഗരാജ്യം ദക്ഷിണ സുഡാനാണ്).
- ആസ്ഥാനം ന്യൂയോർക്കിലെ മാൻഹാട്ടനിലാണ്.
- അറ്റ്ലാന്റിക് ചാർട്ടർ പ്രകാരമാണ് സംഘടന രൂപീകരിക്കപ്പെട്ടത്.
- ആദ്യത്തെ സെക്രട്ടറി ജനറൽ ട്രിഗ്വേലീയാണ് യു.എൻ.ഒ.യിലെ സ്ഥിരാംഗങ്ങളെ 'പി.–5' രാഷ്ട്രങ്ങൾ എന്ന് വിളിക്കാറുണ്ട്.

***FR** - ഫാദർ

ഐക്യരാഷ്ട്ര സംഘടനയിൽ അംഗമല്ലാത്ത രാജ്യങ്ങൾ

വത്തിക്കാനിലെ കൊതു പലതാണ്

വത്തി	–	വത്തിക്കാൻ
കൊ	–	കൊസോവ
തു	–	തുർക്കിഷ് സൈപ്രസ്
പല	–	പാലസ്തീൻ
താ	–	തായ്‌വാൻ

- യു.എൻ.ഒ.യിലെ നിരീക്ഷക രാജ്യങ്ങളാണ് വത്തിക്കാനും പാലസ്തീനും.
- ഇറ്റലിക്ക് ഉള്ളിൽ സ്ഥിതി ചെയ്യുന്ന സ്വതന്ത്രരാഷ്ട്രമാണ് വത്തിക്കാൻ.
- വത്തിക്കാന്റെ ഔദ്യോഗിക ഭാഷ ലത്തീനാണ്.
- പാലസ്തീന്റെ ഭരണ ആസ്ഥാനം റമല്ലയാണ്.
- കൊസോവയുടെ തലസ്ഥാനം പ്രസ്റ്റീനയാണ്.
- സൈപ്രസിന്റെ തലസ്ഥാനം നിക്കോഷ്യയാണ്.

സാർക്കിലെ [SAARC] അംഗരാജ്യങ്ങൾ

MBBS - PAIN

M - മാലദ്വീപ് (ഏറ്റവും ചെറിയ ഏഷ്യൻ രാജ്യം).
B - ഭൂട്ടാൻ (തലസ്ഥാനം തിംബു)
B - ബംഗ്ലാദേശ് (തലസ്ഥാനം ധാക്ക)
S - ശ്രീലങ്ക (തലസ്ഥാനം കൊളമ്പോ)
P - പാകിസ്താൻ (തലസ്ഥാനം ഇസ്ലാമാബാദ്)
A - അഫ്ഗാനിസ്ഥാൻ (തലസ്ഥാനം കാബൂൾ)
I - ഇന്ത്യ (1911 മുതൽ തലസ്ഥാനം ന്യൂ –ഡെൽഹിയാണ്)
N - നേപ്പാൾ (തലസ്ഥാനം കാഠ്മണ്ഡു)

- ജനസംഖ്യാടിസ്ഥാനത്തിൽ ലോകത്തെ ഏറ്റവും വലിയ പ്രാദേശിക കൂട്ടായ്മയാണ്.
- 1985 ഡിസംബർ 9 ന് കാഠ്മണ്ഡു ആസ്ഥാനമാക്കി സാർക്ക് സ്ഥാപിതമായി.
- ആദ്യ സമ്മേളനം നടന്നത് ധാക്കയിലാണ്.
- സാർക്ക് എന്ന ആശയം ആദ്യമായി മുന്നോട്ടു വച്ചത് സിയ-ഉർ-റഹ്മാനാണ് (ബംഗ്ലാദേശ് പ്രസിഡന്റ്).
- സാർക്കിലെ അംഗരാജ്യങ്ങൾ 8 ആണ്.
- അവസാനം അംഗമായി ചേർന്നത് അഫ്ഗാനിസ്ഥാനാണ്.

ആസിയാൻ (ASEAN) കൂട്ടായ്മയിലെ അംഗങ്ങൾ

സിംലാമാവി....... ഇതാ ബ്രൂ കാഫി

സിം	–	സിംഗപ്പൂർ
ലാ	–	ലാവോസ്
മാ	–	മലേഷ്യയും മ്യാൻമറും
വി	–	വിയറ്റ്നാം
ഇ	–	ഇന്തോനേഷ്യ
താ	–	തായ്‌ലാൻഡ്
ബ്രൂ	–	ബ്രൂണെയ്
കാ	–	കമ്പോഡിയ
ഫി	–	ഫിലിപ്പൈൻസ്

- ഇന്ത്യ, അംഗമല്ലാത്ത ഏഷ്യൻ രാജ്യങ്ങളുടെ കൂട്ടായ്മയാണ് ASEAN (Association of South East Asian Nations).
- 1967 ൽ ആസിയാൻ സ്ഥാപിതമായി.
- ജക്കാർത്തയാണ് ആസിയാന്റെ ആസ്ഥാനം.
- ആസിയാനിൽ 10 അംഗങ്ങളുണ്ട്.
- ഏറ്റവും നഗരവത്കൃതമായ ഏഷ്യൻ രാജ്യമാണ് സിംഗപ്പൂർ.
- ആദ്യത്തെ യൂത്ത് ഒളിമ്പിക്സിന് ആതിഥേയത്വം വഹിച്ചത് സിംഗപ്പൂരാണ്.

- ആയിരം ആനകളുടെ നാടെന്ന് ലാവോസ് അറിയപ്പെടുന്നു.
- വേഴാമ്പൽ മലേഷ്യയുടെ ദേശീയ പക്ഷിയാണ്.
- മലയാളത്തിലെ ഏറ്റവും വലിപ്പമുള്ള നോവലായ അവകാശികൾ മലേഷ്യയുടെ പശ്ചാത്തലത്തിലാണ് വിലാസിനി രചിച്ചത്.
- ലോകത്ത് ഏറ്റവുമധികം മുസ്ലീങ്ങൾ ഉള്ള രാജ്യം ഇന്തോനേഷ്യയാണ്.
- ഏറ്റവും കൂടുതൽ സമുദ്രാതിർത്തിയുള്ള ഏഷ്യൻ രാജ്യം ഇന്തോനേഷ്യയാണ്.
- ഏറ്റവുമധികം സ്വാഭാവിക റബർ ഉല്പാദിപ്പിക്കുന്നത് തായ്‌ലൻഡാണ്.
- ലോകത്തെ ഏറ്റവും വലിപ്പമുള്ള ക്ഷേത്രം അങ്കോർവാത്ത് സ്ഥിതി ചെയ്യുന്നത് കമ്പോഡിയായിലാണ്.
- ഫിലിപ്പൈൻസിനെ ഏഷ്യയുടെ കവാടം എന്നാണറിയപ്പെടുന്നത്.

G-7 രാജ്യങ്ങൾ അല്ലെങ്കിൽ ലോക സമ്പന്ന രാജ്യങ്ങൾ

F. AJI ക്ക് BCG എടുത്തു

F - ഫ്രാൻസ്, UNESCO യുടെ ആസ്ഥാനം പാരീസാണ്.
A - അമേരിക്ക, ലോക ബാങ്കിന്റെ ആസ്ഥാനം വാഷിംഗ്ടൺ ഡി.സി. യിലാണ്.
J - ജപ്പാൻ, G-8 ലെ ഏക ഏഷ്യൻ രാജ്യം.
I - ഇറ്റലി, തലസ്ഥാനം റോം.
B - ബ്രിട്ടൻ, വ്യവസായ വിപ്ലവം ആരംഭിച്ച നാട്.
C - കാനഡ, തലസ്ഥാനം ഒട്ടാവ.
G - ജർമനി, തലസ്ഥാനം ബർലിൻ.

- കാറൽ മാർക്സ്, ഐൻസ്റ്റീൻ എന്നിവർ ജനിച്ചത് ജർമ്മനിയിലാണ്.
- ബൂട്ടിന്റെ ആകൃതിയിലുള്ള രാജ്യമാണ് ഇറ്റലി.

- ഏറ്റവും കൂടുതൽ രാജ്യങ്ങളുമായി അതിർത്തി പങ്കിടുന്ന യൂറോപ്യൻ രാജ്യം റഷ്യയാണ് (ഏഷ്യൻ രാജ്യം – ചൈനയാണ്).
- ഏറ്റവും ചെറിയ ഫെഡറൽ ഭരണഘടനയുള്ള രാജ്യം അമേരിക്കയാണ്.
- നെപ്പോളിയൻ ഫ്രാൻസിലെ ഭരണാധികാരിയായിരുന്നു.
- ലോകത്തിലെ ഏറ്റവും നീളംകൂടിയ അതിര് കാനഡയും അമേരിക്കയും തമ്മിലാണ്.

സ്കാൻഡിനേവിയൻ രാജ്യങ്ങൾ

FINDS

F -	ഫിൻലൻഡ്, തലസ്ഥാനം	–	ഹെൽസിങ്കി
I -	ഐസ്‌ലൻഡ്, തലസ്ഥാനം	–	റെയ്ക്ജവിക്
N -	നോർവേ, തലസ്ഥാനം	–	ഓസ്ലോ
D -	ഡെൻമാർക്ക്, തലസ്ഥാനം	–	കോപ്പൻഹേഗൻ
S -	സ്വീഡൻ, തലസ്ഥാനം	–	സ്റ്റോക്ക് ഹോം

- ഏറ്റവും വലിപ്പം കൂടിയ സ്കാൻഡിനേവിയൻ രാജ്യം സ്വീഡൻ
- വലിപ്പം കുറഞ്ഞ സ്കാൻഡിനേവിയൻ രാജ്യം ഡെൻമാർക്ക്.
- 'നോക്കിയ' മൊബൈൽ കമ്പനി ആരംഭിച്ചത് ഫിൻലാൻഡിലാണ്.
- ലോകത്തെ ഏറ്റവും വലിയ അഗ്നിപർവത ജന്യദ്വീപ് ഐസ്‌ലൻഡിലാണ്.
- സമാധാനത്തിന്റെ നോബൽ സമ്മാനം നിർണയിക്കുന്ന രാജ്യം നോർവേയാണ്.
- ലോകത്തെ ഏറ്റവും വലിയ ദ്വീപായ ഗ്രീൻലാൻഡ് ഡെന്മാർക്കിന്റെ അധീനതയിലായിരുന്നു.
- ഓംബുഡ്സ്മാൻ സംവിധാനം ആദ്യമായി ഏർപ്പെടുത്തിയ രാജ്യം സ്വീഡനാണ്.

ബ്രിക്സ് രാജ്യങ്ങൾ

BRICS

B – ബ്രസീൽ
R – റഷ്യ
I – ഇന്ത്യ
C – ചൈന
S – സൗത്ത് ആഫ്രിക്ക

- സാമ്പത്തിക സഹകരണത്തിന്റെ സഖ്യമാണ് ബ്രിക്സ് കൂട്ടുകെട്ട്.
- പാശ്ചാത്യ ശക്തികളുടെ സൈനിക സഖ്യമാണ് നാറ്റോ, ആസ്ഥാനം ബ്രസൽസ്സാണ്.
- നാറ്റോയ്ക്കെതിരെയുള്ള കമ്മ്യൂണിസ്റ്റ് സഖ്യമാണ്, വാഴ്സാ പാക്ട് (1991 ൽ പിരിച്ചു വിട്ടു).
- ഇന്റർ പോളിന്റെ ആസ്ഥാനം ലിയോൺ (ഫ്രാൻസ്) ആണ്.
- ഒപെക് രൂപം കൊണ്ടത് 1960 ലാണ്.
- റെഡ്ക്രോസിന്റെ സ്ഥാപകൻ ഹെൻറി ഡ്യൂനന്റാണ്, ആസ്ഥാനം ജനീവയാണ്.
- അറബ് ലീഗിന്റെ ആസ്ഥാനം കെയ്റോ ആണ്.

പ്രധാനപ്പെട്ട കരീബിയൻ രാജ്യങ്ങൾ

ഗ്രനേഡ – JCB

ഗ്രനേഡ

J – ജമൈക്ക
C – ക്യൂബ
B – ബാർബഡോസ്

- കരീബിയൻ ദ്വീപുകളിൽ ഏറ്റവും വലുത് ക്യൂബയാണ്.
- ക്യൂബയുടെ തലസ്ഥാനം ഹവാനയാണ്.
- ഗ്വാണ്ടനാമോ ജയിൽ ക്യൂബയിലാണ്.
- ക്യൂബ ലോകത്തിന്റെ പഞ്ചസാരക്കിണ്ണം എന്നറിയപ്പെടുന്നു.
- കരീബിയൻ ദ്വീപുകളിൽ ഏറ്റവും കൂടുതൽ ജനസംഖ്യയുള്ളത് ക്യൂബയിലാണ്.
- ലോകത്തിലെ ഏറ്റവും വേഗതയേറിയ ഓട്ടക്കാരൻ ഉസൈൻ ബോൾട്ട് 'ജമൈക്ക' ക്കാരനാണ്.
- ജമൈക്കയുടെ തലസ്ഥാനം കിങ്സ്റ്റൺ ആണ്.
- ലിറ്റിൽ ഇംഗ്ലണ്ട് എന്നു വിശേഷിപ്പിക്കപ്പെടുന്ന രാജ്യമാണ് ബാർബഡോസ്.

കിഴക്കനേഷ്യൻ കടുവകൾ

THanKS (താങ്ക്സ്)

T	–	തായ്‌ലൻഡ്
H	–	ഹോങ്കോങ്
K	–	കൊറിയ – സൗത്ത്
S	–	സിംഗപ്പൂർ

- തെക്കു കിഴക്കനേഷ്യൻ രാജ്യങ്ങളിൽ ഒരു യൂറോപ്യൻ ശക്തിയുടെയും മേൽക്കോയ്മയ്ക്ക് വിധേയമാകാത്ത ഏക രാജ്യം തായ്‌ലൻഡാണ്.
- വെള്ളാനകളുടെ നാട് എന്നറിയപ്പെടുന്നത് തായ്‌ലൻഡാണ്.
- ഏറ്റവും കൂടുതൽ പ്രാവശ്യം ഏഷ്യൻ ഗെയിംസിന് വേദിയായ രാജ്യം തായ്‌ലൻഡാണ്.
- ഹോങ്കോങ് ചൈനയുടെ നിയന്ത്രണത്തിലുള്ള ദ്വീപാണ്.
- പ്രഭാത ശാന്തതയുടെ നാട് എന്നറിയപ്പെടുന്നത് കൊറിയ ആണ്.
- ദക്ഷിണ കൊറിയയുടെ തലസ്ഥാനമാണ് സോൾ.
- ഏറ്റവും കൂടുതൽ ആഗോളവത്ക്കരിക്കപ്പെട്ട രാജ്യം സിംഗപ്പൂരാണ്.
- മലയാളിയായ ദേവൻ നായർ സിംഗപ്പൂർ പ്രസിഡന്റായിട്ടുണ്ട്.
- ഏറ്റവും ജനസാന്ദ്രത കൂടിയ ഏഷ്യൻ രാജ്യം സിംഗപ്പൂരാണ്.

ഫ്രഞ്ചു വിപ്ലവത്തിന്റെ ആശയങ്ങൾ

മൂന്ന് "സ"കൾ

സ	–	സ്വാതന്ത്ര്യം
സ	–	സാഹോദര്യം
സ	–	സമത്വം

- ഫ്രഞ്ചു വിപ്ലവം 1789 ലാണ് നടന്നത്.
- ലൂയി പതിനാറാമനെതിരെയാണ് ഫ്രഞ്ചു വിപ്ലവം നടന്നത്.
- ഫ്രഞ്ചു വിപ്ലവത്തിന്റെ പ്രവാചകൻ റൂസോയാണ്
- 'മനുഷ്യൻ സ്വതന്ത്രനായാണ് പിറക്കുന്നത് എങ്കിലും എല്ലായിടത്തും അവൻ ചങ്ങലകളാൽ ബന്ധിതനാണ്' എന്നത് റൂസോയുടെ വാക്കുകളാണ്.
- വിപ്ലവങ്ങളുടെ മാതാവ് എന്നാണ് ഫ്രഞ്ചു വിപ്ലവം അറിയപ്പെടുന്നത്.
- 1789 ജൂൺ 20 ൽ ടെന്നീസ് കോർട്ട് പ്രതിജ്ഞ നടന്നു. 1789 ജൂലൈ 14 ന് ഫ്രാൻസിലെ ബാസ്റ്റിൽ കോട്ട തകർത്തു.
- ഫ്രഞ്ചു വിപ്ലവത്തിൽ വധശിക്ഷക്ക് ഉപയോഗിച്ചിരുന്ന യന്ത്രമാണ് ഗില്ലറ്റിൻ.
- വോൾട്ടയറും മൊണ്ടെസ്ക്യൂവും ഫ്രഞ്ച് വിപ്ലവത്തിലെ പ്രധാന ചിന്തകരാണ്.
- ഫ്രഞ്ചു വിപ്ലവത്തിന്റെ ശിശുവാണ് നെപ്പോളിയൻ ബോണപ്പാർട്ട്.

U.K (യുണൈറ്റഡ് കിങ്ഡം) പ്രദേശങ്ങൾ

WISE

W	–	വെയിൽസ്
I	–	ഐയർലെന്റ്
S	–	സ്കോട്ട്ലന്റ്
E	–	ഇംഗ്ലണ്ട്

- യു. കെ. യുടെ മറ്റൊരു പേരാണ് ഗ്രേറ്റ് ബ്രിട്ടൻ.
- ഇംഗ്ലണ്ടിലാണ് ലണ്ടൻ നഗരം.
- ആധുനിക ജനാധിപത്യം രൂപം കൊണ്ടത് ബ്രിട്ടനിലാണ്.
- ക്രിക്കറ്റ് ഉത്ഭവിച്ച രാജ്യമാണ് ബ്രിട്ടൻ.
- സ്റ്റാമ്പിൽ പേര് അച്ചടിക്കാത്ത രാജ്യമാണ് യുകെ
- ബ്രിട്ടന്റെ പതാക യൂണിയൻ ജാക്ക് ആണ്.
- തൊഴിലാളി സംഘടനകളെ ആദ്യമായി അംഗീകരിച്ചത് ബ്രിട്ടനാണ്.
- ഏറ്റവും കൂടുതൽ രാജ്യങ്ങൾക്ക് സ്വാതന്ത്ര്യം നല്കിയത് ബ്രിട്ടനാണ്.
- വിവേകാനന്ദന്റെ ശിഷ്യയായ സിസ്റ്റർ നിവേദിത ജനിച്ചത് അയർലന്റിലാണ്.

ABC രാജ്യങ്ങൾ

A - അർജന്റീന, തലസ്ഥാനം ബ്യൂനസ് ഐറിസ്
B - ബ്രസീൽ, തലസ്ഥാനം ബ്രസീലിയ
C - ചിലി, തലസ്ഥാനം സാന്റിയാഗോ

- തെക്കേ അമേരിക്കയിലെ മൂന്ന് രാജ്യങ്ങളാണിവ.
- വടക്കേ അമേരിക്കയേയും തെക്കേ അമേരിക്കയേയും വേർതിരിക്കുന്നത് പനാമ കനാലാണ്.
- ഏറ്റവും വലിയ നദിയായ ആമസോൺ തെക്കേ അമേരിക്കയിലാണ്.
- ഫ്രാൻസീസ് മാർപ്പാപ്പ (ബെർഗോളിയോ) ഡീഗോ മറഡോണ,മെസി എന്നിവർ ജനിച്ച നാടാണ് അർജന്റീന.
- തെക്കെ അമേരിക്കയിലെ ഏറ്റവും വലിയ രാജ്യമാണ് ബ്രസീൽ.
- ഷൂ സ്ട്രിംഗ് രാജ്യം എന്നറിയപ്പെടുന്ന ചിലി വീതിയുമായി താരതമ്യം ചെയ്താൽ ലോകത്തെ ഏറ്റവും നീളം കൂടിയ രാജ്യമാണ്.
- തെക്കേ അമേരിക്ക പക്ഷികളുടെ വൻകര എന്നാണറിയപ്പെടുന്നത്.

ഓസ്ട്രേലിയയിലെ പ്രധാന നഗരങ്ങൾ

BSC MA PHD

B	-	ബ്രിസ് ബെയ്ൻ
S	-	സിഡ്നി
C	–	കാൻബറ
M	–	മെൽബൺ
A	–	അഡലൈഡ്
P	–	പെർത്ത്
H	–	ഹൊബാർട്ട്
D	–	ഡാർവിൻ

- ഒരു രാജ്യം മാത്രമുള്ള ഭൂഖണ്ഡം.
- ഏറ്റവും ചെറിയ ഭൂഖണ്ഡം.
- ഓസ്ട്രേലിയയുടെ തലസ്ഥാനം കാൻബറ.
- ലോകത്ത് ആദ്യമായി ബാലറ്റ് പേപ്പർ ഉപയോഗിച്ച രാജ്യം.
- യൂക്കാലിപ്റ്റസിന്റെ ജന്മദേശം.
- ജനുവരി 26 ദേശീയ പ്രാധാന്യമുള്ള രാജ്യം.
- അഗ്നിപർവതങ്ങളും മഞ്ഞുമലകളും ഇല്ലാത്ത രാജ്യം.
- സുവർണ കമ്പിളിയുടെ നാട്.
- ഏറ്റവും ജനസാന്ദ്രത കുറഞ്ഞ വൻകര

SPAA ശിഷ്യർ

S	–	സോക്രട്ടീസ്
P	–	പ്ലേറ്റോ
A	–	അരിസ്റ്റോട്ടിൽ
A	–	അലക്സാണ്ടർ

- സോക്രട്ടീസിന്റെ ശിഷ്യനാണ് പ്ലേറ്റോ, പ്ലേറ്റോയുടെ ശിഷ്യനാണ് അരിസ്റ്റോട്ടിൽ, അരിസ്റ്റോട്ടിലിന്റെ ശിഷ്യനാണ് അലക്സാണ്ടർ.
- ഗ്രീസിലെ യുവാക്കളെ വഴിതെറ്റിക്കുവെന്ന് പറഞ്ഞുകൊണ്ട് സോക്രട്ടീസിനെ ഹെംലോക്ക് വിഷം നല്കി വധിച്ചു.
- 'അക്കാഡമി' എന്ന വിദ്യാലയം സ്ഥാപിച്ചത് പ്ലേറ്റോ ആണ്.
- പ്ലേറ്റോയുടെ കൃതിയാണ് റിപ്പബ്ലിക്ക്.
- രാഷ്ട്രതന്ത്രത്തിന്റെ പിതാവാണ് അരിസ്റ്റോട്ടിൽ.
- ഇന്ത്യയിലെത്തിയ ആദ്യത്തെ യൂറോപ്യൻ ആക്രമണകാരിയാണ് അലക്സാണ്ടർ.
- അലക്സാണ്ടർ മാസിഡോണിയയിലെ രാജാവായിരുന്നു.
- ഇന്ത്യയിലെ പോറസിനെ ആക്രമിച്ച അലക്സാണ്ടർ ബാബിലോണിൽ വച്ച് അന്തരിച്ചു.

ഒന്നാം ലോക മഹായുദ്ധത്തിലെ ശക്തികൾ

സഖ്യ ശക്തി – **FR.B** (ഫാദർ.ബി)
കേന്ദ്ര ശക്തി – **AGI** (ആഗി)

സഖ്യ ശക്തി			കേന്ദ്ര ശക്തി		
F	–	ഫ്രാൻസ്	**A**	–	ആസ്ട്രിയ
R	–	റഷ്യ	**G**	–	ജർമനി
B	–	ബ്രിട്ടൻ	**I**	–	ഇറ്റലി

- ഒന്നാം ലോക മഹായുദ്ധം ആരംഭിച്ചത് 1914 നാണ്.
- 1918 ൽ ഒന്നാം ലോക മഹായുദ്ധം അവസാനിച്ചു.
- ആസ്ട്രിയൻ കിരീടാവകാശി ഫെർഡിനാന്റിനെയും ഭാര്യ സോഫിയായേയും വെടിവച്ചു കൊന്നതിനാൽ ഒന്നാം ലോകയുദ്ധം പെട്ടെന്ന് പൊട്ടിപ്പുറപ്പെട്ടു.
- വേഴ്സായി ഉടമ്പടി പ്രകാരം പൂർണമായും നിരായുധീകരിക്കപ്പെട്ട രാജ്യം ജർമനിയാണ്.
- ഒന്നാം ലോകയുദ്ധത്തെത്തുടർന്ന് സർവ രാജ്യ സഖ്യം എന്ന സംഘടന ജനിച്ചു.
- അമേരിക്കൻ പ്രസിഡന്റായ വുഡ്റോ വിൽസൺ ആണ് സർവ രാജ്യ സഖ്യം രൂപീകരിക്കാൻ മുൻ കൈയെടുത്തത്.

രണ്ടാം ലോക മഹായുദ്ധം നയിച്ച ഭരണാധികാരികൾ

CiD Moosa HiTS Film

C	–	ചർച്ചിൽ (ബ്രിട്ടൻ)
D	–	ട്രൂമാൻ (അമേരിക്ക)
Moosa	–	മുസ്സോളിനി (ഇറ്റലി)
Hi	–	ഹിറ്റ്ലർ (ജർമനി)
T	–	ടോജോ (ജപ്പാൻ)
S	–	സ്റ്റാലിൻ (സോവിയറ്റ് യൂണിയൻ)
F	–	ഫ്രാങ്ക്ലിൻ ഡി. റൂസ്വെൽറ്റ് (അമേരിക്ക)

- രണ്ടാം ലോക മഹായുദ്ധത്തിൽ ബ്രിട്ടനെ വിജയത്തിലേക്ക് നയിച്ച പ്രധാനമന്ത്രിയാണ് വിൻസ്റ്റൺ ചർച്ചിൽ.
- ജപ്പാനിൽ ആറ്റംബോംബ് വർഷിക്കാൻ നിർദേശിച്ച അമേരിക്കൻ പ്രസിഡന്റാണ് ട്രൂമാൻ.
- ഇറ്റലിയിലെ ഫാസിസത്തിന്റെ ഉപജ്ഞാതാവ് മുസ്സോളിനി ആയിരുന്നു.
- രണ്ടാം ലോക മഹായുദ്ധത്തിന്റെ തുടക്കം ഹിറ്റ്ലറിന്റെ പോളണ്ട് ആക്രമണത്തോടെയാണ്.

- രണ്ടാം ലോക മഹായുദ്ധകാലത്തെ ജപ്പാൻ പ്രധാനമന്ത്രി ടോജോയാണ്.
- രണ്ടാം ലോക മഹായുദ്ധം 1939 സെപ്റ്റംബർ 1 ന് ആരംഭിച്ചു.
- രണ്ടാം ലോക മഹായുദ്ധം 1945 സെപ്റ്റംബർ 2 ന് അവസാനിച്ചു.
- 1945 ആഗസ്റ്റ് 6 ന് ജപ്പാനിലെ ഹിരോഷിമയിലും ആഗസ്റ്റ് 9 ന് നാഗസാക്കിയിലും ആറ്റംബോംബ് വർഷിച്ചു.
- രണ്ടാം ലോക മഹായുദ്ധത്തിൽ ആദ്യം കീഴടങ്ങിയത് ഇറ്റലിയും അവസാനം കീഴടങ്ങിയത് ജപ്പാനുമാണ്.
- ജർമനി, ഇറ്റലി, ജപ്പാൻ എന്നീ രാജ്യങ്ങളെ അച്ചുതണ്ട് ശക്തികൾ എന്നറിയപ്പെട്ടിരുന്നു.

ചേരിചേരാ പ്രസ്ഥാനത്തിന്റെ ശില്പികൾ

നസീറിന്റെ കാർ നെഹ്റുമാഷിന് കൊടുത്തു

നസീർ	–	നാസർ (ഈജിപ്ത്)
കാർ	–	സുക്കാർണോ (ഇന്തോനേഷ്യ)
നെഹ്റു	–	ജവഹർലാൽ നെഹ്റു (ഇന്ത്യ)
മാഷ്	–	മാർഷൽ ടിറ്റോ (യുഗോസ്ലാവിയ)

- NAM (ചേരി ചേരാ പ്രസ്ഥാനം) രൂപം കൊണ്ടത് ഇന്തോനേഷ്യയിലെ ബാന്ദൂങ്ങിലാണ്.
- NAM ന്റെ ആദ്യ യോഗം 1961 യുഗോസ്ലാവിയയിലെ ബെൽഗ്രേഡിൽ നടന്നു.
- ചേരി ചേരാ പ്രസ്ഥാനത്തിന്റ ആശയം വി. കെ കൃഷ്ണമേനോന്റെതായിരുന്നു. നെഹ്റു ഈ ആശയം ലോക രാജ്യങ്ങളുടെ മുന്നിൽ അവതരിപ്പിച്ചു.
- ബ്രിട്ടന്റെ ഭരണത്തിലിരുന്ന രാജ്യങ്ങളുടെ കൂട്ടായ്മയാണ് കോമൺ വെൽത്ത്.
- കോമൺ വെൽത്തിന്റെ ആസ്ഥാനം ലണ്ടനിലെ മൾബറോ ഹൗസാണ്.
- സൂയസ് കനാൽ ദേശസാൽക്കരിച്ചത് നാസർ ആണ്.

റഷ്മോർ പർവതത്തിലുള്ള അമേരിക്കൻ പ്രസിഡന്റുമാരുടെ മുഖശില്പങ്ങൾ

We Just Like Rushmor

We	-	Washigton (ജോർജ് വാഷിങ്ടൺ)
Just	-	Jefferson (ജെഫേഴ്സൺ)
Like	-	Lincoln (എബ്രഹാം ലിങ്കൺ)
Rushmor	-	Roose welt (റൂസ് വെൽറ്റ്)

- അമേരിക്കയുടെ പ്രഥമ പ്രസിഡന്റാണ് ജോർജ് വാഷിങ്ടൺ.
- ചരിത്രം സൃഷ്ടിച്ച അമേരിക്കൻ സ്വാതന്ത്ര്യ പ്രഖ്യാപനം എഴുതിയുണ്ടാക്കിയത് തോമസ് ജെഫേഴ്സൺ ആണ്.
- ഔവർ അമേരിക്കൻ കസിൻ എന്ന നാടകം കണ്ടുകൊണ്ടിരിക്കുമ്പോൾ എബ്രഹാം ലിങ്കനെ വിൽക്ക്സ് ബൂത്ത് വെടിവച്ചുകൊന്നു (1865).
- രണ്ടു പ്രാവശ്യത്തിൽ കൂടുതൽ അമേരിക്കൻ പ്രസിഡന്റായ ഏക വ്യക്തിയാണ് (നാലുപ്രാവശ്യം) ഫ്രാങ്ക്ളിൻ ഡി. റൂസ് വെൽറ്റ്.
- ഇന്ത്യൻ തപാൽ സ്റ്റാമ്പിൽ പ്രത്യക്ഷപ്പെട്ട ആദ്യത്തെ അമേരിക്കൻ പ്രസിഡന്റ് എബ്രഹാം ലിങ്കൺ ആണ്.
- ക്വിറ്റിന്ത്യാ സമരകാലത്ത് ഇന്ത്യക്കാരുടെ ആവശ്യങ്ങൾ അംഗീകരിക്കാൻ ബ്രിട്ടീഷ് പ്രധാനമന്ത്രി വിൻസ്റ്റൺ ചർച്ചിലിനോട് ആവശ്യപ്പെട്ടത് റൂസ്വെൽറ്റ് ആയിരുന്നു.

രൂപ നാണയമാക്കിയ രാജ്യങ്ങൾ

Mauritus ൽ INdian PaiSa

M	–	മൗറിഷ്യസ്
I	–	ഇന്ത്യ
N	–	നേപ്പാൾ
P	–	പാകിസ്താൻ
S	–	ശ്രീലങ്ക

- റുപിയ എന്ന പേരിൽ ഇന്ത്യയിലാദ്യമായി നാണയം ഇറക്കിയത് ഷേർഷാ സൂരിയാണ്.
- 1950 ആഗസ്റ്റ് 15 നാണ് ഇന്ത്യയിൽ നാണയ സമ്പ്രദായം നിലവിൽ വന്നത്.
- ഇന്ത്യയിൽ നാണയങ്ങൾ പുറത്തിറക്കാനുള്ള അധികാരം കേന്ദ്ര സർക്കാറിനാണ്.
- ഇന്ത്യയിലെ ഏറ്റവും ചെറിയ നാണയം 50 പൈസയും ഏറ്റവും വലിയ നാണയം 1000 രൂപയുമാണ്.
- നാണയത്തിൽ മുദ്രണം ചെയ്യപ്പെട്ട ആദ്യത്തെ കേരളീയൻ ശ്രീനാരായണ ഗുരുവാണ്.
- ഇന്ത്യയിൽ നോട്ടുകൾ പുറത്തിറക്കാനുള്ള അധികാരം റിസർവ് ബാങ്കിനാണ്.
- ബാങ്ക് നോട്ട് പ്രസ് സ്ഥിതിചെയ്യുന്നത് ദിവാസിലാണ് (മധ്യപ്രദേശ്).
- വിസ, പാസ്പോർട്ട്, ഇന്ദിരാ വികാസ് പത്രം, കിസാൻ വികാസ് പത്രം, സ്റ്റാമ്പ് പേപ്പറുകൾ എന്നിവ നാസിക്കിലെ ഇന്ത്യ സെക്യൂരിറ്റി പ്രസിൽ അച്ചടിക്കുന്നു.
- പോസ്റ്റൽ സ്റ്റാമ്പ് ഹൈദരാബാദിലെ സെക്യൂരിറ്റി പ്രിന്റിങ് പ്രസിൽ അച്ചടിക്കുന്നു.
- മാല ദ്വീപിൽ റുഫിയായും ഭൂട്ടാനിൽ ഗുൽട്രവും ചൈനയിൽ യുവാനും മ്യാൻമാറിൽ ക്യാതും കറൻസികളാണ്.

പെസോ നാണയമാക്കിയിട്ടുള്ള രാജ്യങ്ങൾ

ACC CUP

A	–	അർജന്റീന
C	–	ചിലി
C	–	ക്യൂബ
C	–	കൊളംബിയ
U	–	ഉറുഗ്വേ
P	–	ഫിലിപ്പൈൻസ്

വെള്ളി (അർജന്റം) എന്ന ലോഹത്തിൽ നിന്ന് പേര് സ്വീകരിച്ച രാജ്യമാണ് അർജന്റീന.

- ചെഗുവേര എന്ന വിപ്ലവകാരി അർജന്റീനയിലാണ് ജനിച്ചത്.
- ഈസ്റ്റർ ദ്വീപ് ചിലിയുടെ നിയന്ത്രണത്തിലാണ്.
- അന്റാർട്ടിക്കയോട് ഏറ്റവും അടുത്തു സ്ഥിതി ചെയ്യുന്ന രാജ്യം ചിലിയാണ്.
- 1492 ൽ കൊളംബസ് ക്യൂബ കണ്ടെത്തി.
- ഫിഡൽ കാസ്ട്രോ തുടർച്ചയായി കമ്യൂണിസ്റ്റ് ഭരണം നടത്തിയത് ക്യൂബയിലാണ്.
- ക്രിസ്റ്റഫർ കൊളംബസിന്റെ പേരിലറിയപ്പെടുന്ന രാജ്യമാണ് കൊളംബിയ.
- ആദ്യത്തെ ലോക കപ്പ് ഫുട്ബോൾ ജേതാക്കൾ ഉറുഗ്വേയാണ്.
- ഏഷ്യൻ ഡെവലപ്മെന്റ് ബാങ്കിന്റെ ആസ്ഥാനം ഫിലിപ്പൈൻസിലെ മനിലയാണ്.
- ഏഷ്യയിൽ ഹരിത വിപ്ലവം ആരംഭിച്ചത് ഫിലിപ്പൈൻസിലാണ്.

റിയാൽ നാണയമുള്ള രാജ്യങ്ങൾ

IO QSY = (ഐ. ഓ ക്യൂസി)

I	–	ഇറാൻ
O	–	ഒമാൻ
Q	–	ഖത്തർ
S	–	സൗദി അറേബ്യ
Y	–	യെമൻ

- ഇറാന്റെ തലസ്ഥാനം – ടെഹ്റാൻ
- ഒമാന്റെ തലസ്ഥാനം – മസ്ക്കറ്റ്
- ഖത്തറിന്റെ തലസ്ഥാനം – ദോഹ
- സൗദി അറേബ്യയുടെ തലസ്ഥാനം – റിയാദ്
- യെമന്റെ തലസ്ഥാനം – സനാ

- മുസ്ലീങ്ങളുടെ ഏറ്റവും പാവന സ്ഥലമായ ക അബ, സൗദി അറേബ്യയിലാണ്.
- ഏഴു കടലുകളാൽ ചുറ്റപ്പെട്ട രാജ്യം –സൗദി അറേബ്യ
- ക്ലോണിങ് നടത്തിയ ആദ്യത്തെ ഇസ്ലാമിക രാജ്യം – ഇറാൻ
- ഹോർമുസ് കടലിടുക്ക് ഖത്തറിനെയും ബഹറിനെയും വേർതിരിക്കുന്നു.
- ദക്ഷിണ കൊറിയയുടെയും ഉത്തരകൊറിയയുടെയും നാണയം 'വോൺ' ആണ്.
- ഏഷ്യൻ ഗയിംസിൽ ആതിഥേയത്വം വഹിച്ച ആദ്യത്തെ ഗൾഫ് രാജ്യം – ഖത്തർ

നാഷണൽ കോൺഗ്രസ് പാർലമെന്റായിട്ടുള്ള രാജ്യങ്ങൾ

V. BABA

V	-	വെനസ്വേല
B	-	ബ്രസീൽ
A	–	അർജന്റീന
B	–	ബൊളിവിയ
A	–	അൽജീരിയ

- പാർലമെന്റുകളുടെ മാതാവ് എന്നറിയപ്പെടുന്നത് – ബ്രിട്ടൻ
- ജപ്പാന്റെ പാർലമെന്റ് –ഡയറ്റ്
- ഇസ്രയേൽ പാർലമെന്റ് –നെസറ്റ്
- അഫ്ഗാനിസ്ഥാന്റെ ഭരണകേന്ദ്രം –ഷോറ
- നേപ്പാളിന്റെ ഭരണകേന്ദ്രം – നാഷണൽ പഞ്ചായത്ത്
- അമേരിക്കയുടെ പാർലമെന്റ് – കോൺഗ്രസ്
- ബ്രിട്ടന്റെ പാർലമെന്റ്– ഹൗസ് ഓഫ് കോമൺസ് & ലോഡ്സ്

“വൈറ്റ് ബുക്ക്” ഔദ്യോഗിക പ്രസിദ്ധീകരണമാക്കിയ രാജ്യങ്ങൾ

പോർജെർച്ചി

പോർ	–	**പോർട്ടുഗീസ്**
ജെർ	–	**ജർമനി**
ച്ചി	–	**ചൈന**

- ബ്രിട്ടീഷ് സർക്കാറിന്റെ ഔദ്യോഗിക റിപ്പോർട്ടിനെ ബ്ലൂ ബുക്കെന്ന റിയപ്പെടുന്നു.
- ഫ്രാൻസിന്റെ ഔദ്യോഗിക പ്രസിദ്ധീകരണമാണ് യെല്ലോ ബുക്ക്.
- ഗ്രേ ബുക്ക്, ജപ്പാന്റെയും ബെൽജിയത്തിന്റെയും ഔദ്യോഗിക പ്രസിദ്ധീകരണമാണ്.
- കേരള ചരിത്രത്തിൽ പോർട്ടുഗീസുകാർ പറങ്കികൾ എന്നാണറിയ പ്പെട്ടിരുന്നത്.
- ഇന്ത്യയിൽ ഏറ്റവും കൂടുതൽ കാലം കോളനി ഭരണം നടത്തിയത് പോർട്ടുഗീസുകാരാണ്.
- കാറൽ മാർക്സ്, ഐൻസ്റ്റീൻ, ബീഥോവൻ എന്നിവർ ജനിച്ചത് ജർമനിയിലാണ്.
- പ്രഷ്യ എന്ന് വിളിക്കപ്പെട്ടിരുന്ന രാജ്യമാണ് ജർമനി.
- സ്പേസ് ഷട്ടിൽ വിക്ഷേപിച്ച ആദ്യത്തെ ഏഷ്യൻ രാജ്യം ചൈനയാണ്.
- ലോകത്ത് ഏറ്റവും കൂടുതൽ ജനങ്ങൾ വധശിക്ഷയ്ക്ക് വിധേയ മാക്കപ്പെടുന്നത് ചൈനയിലാണ്.

റോസ് ദേശീയ പുഷ്പമായ രാജ്യങ്ങൾ

AMIR.B.B

A	–	അമേരിക്ക
M	–	മാലദ്വീപ്
I	–	ഇറാഖ്
R	–	റൊമാനിയ
B	–	ബ്രിട്ടൻ
B	–	ബൾഗേറിയ

- 'The Star Spangled Banner' എന്നാരംഭിക്കുന്ന ദേശീയ ഗാനം അമേരിക്കയുടേതാണ്.

- ഏറ്റവും കൂടുതൽ നോബേൽ സമ്മാനം ലഭിച്ചിട്ടുള്ള രാജ്യം അമേരിക്കയാണ്.
- ലോകത്തെ ഏറ്റവും ചെറിയ മുസ്ലീം രാഷ്ട്രം മാല ദ്വീപാണ്.
- ഏഷ്യയിലെ ഏറ്റവും ജനസംഖ്യ കുറഞ്ഞ രാജ്യം മാലദ്വീപാണ്.
- ഇറാഖിലെ പ്രധാന നദികളാണ് യൂഫ്രട്ടീസും ടൈഗ്രിസും.
- എഴുത്തു വിദ്യ ആദ്യമായി ആവിഷ്ക്കരിച്ചത് ഇറാഖുകാരാണ്.
- റൊമാനിയായുടെ തലസ്ഥാനം ബുക്കാറസ്റ്റാണ്.
- ബൾഗേറിയയുടെ തലസ്ഥാനമാണ് സോഫിയ.

സിംഹത്തെ ദേശീയ മൃഗമായി തെരഞ്ഞെടുത്ത രാജ്യങ്ങൾ

Ms. LENA (മിസ് ലെന)

M	–	മൊറോക്കോ
S	–	ശ്രീലങ്ക
L	–	ലൈബീരിയ
E	–	ഇംഗ്ലണ്ട് (ബ്രിട്ടൻ)
N	–	നെതർലൻഡ്
A	–	അൽബേനിയ

- മാർജാര കുടുംബത്തിൽ സമൂഹ ജീവിതം നയിക്കുന്ന എക മൃഗം സിംഹമാണ്.
- ഇന്ത്യയിലും ആഫ്രിക്കയിലും മാത്രമാണ് ഇപ്പോൾ സിംഹങ്ങളുള്ളത്.
- സിംഹങ്ങൾക്ക് പ്രസിദ്ധമായ ഗീർവനം ഗുജറാത്തിലാണ്.
- എത്യോപ്യ, ബെൽജിയം എന്നീ രാജ്യങ്ങളിലും സിംഹം ദേശീയ മൃഗമാണ്.

- തിരുവനന്തപുരം നെയ്യാർ ഡാമിൽ സിംഹങ്ങളെ സംരക്ഷിക്കുന്നു.
- ബംഗ്ലാദേശിലും മ്യാൻമറിലും ദേശീയ മൃഗം കടുവയാണ്.
- നേപ്പാളിലെ ദേശീയ മൃഗം പശുവാണ്.
- ഭീമൻ പാണ്ഡയാണ് ചൈനയുടെ ദേശീയ മൃഗം.

നോബൽ സമ്മാനം നല്കുന്ന വിഭാഗങ്ങൾ?

P -CaMPLE

P	-	Physics,	ഊർജതന്ത്രം
C	-	Chemistry,	രസതന്ത്രം
M	-	Medicine,	വൈദ്യശാസ്ത്രം
P	-	Peace,	സമാധാനം
L	-	Literature,	സാഹിത്യം
E	-	Economics,	സാമ്പത്തികം

- ലോകത്തിലെ ഏറ്റവും വലിയ പുരസ്കാരം.
- ആറ് വിഷയങ്ങളിലാണ് നോബേൽ സമ്മാനം നല്കുന്നത്.
- ആൽഫ്രഡ് നോബലിന്റെ പേരിൽ 1901 മുതൽ സമ്മാനം നല്കിത്തുടങ്ങി. 1969 മുതൽ സാമ്പത്തിക ശാസ്ത്രസമ്മാനം നല്കുന്നു.
- ഡിസംബർ 10 നാണ് നോബൽ സമ്മാനം നല്കുന്നത്.
- നോബൽ സമ്മാന ജേതാക്കളെ ഒക്ടോബറിലാണ് പ്രഖ്യാപിക്കുന്നത്.

ഇംഗ്ലീഷ് ഔദ്യോഗിക ഭാഷയായി തെരഞ്ഞെടുത്തിരിക്കുന്ന പ്രധാന രാജ്യങ്ങൾ

ABC ANI (ആനി)

A	–	അമേരിക്ക (യു.എസ്.എ)
B	–	ബ്രിട്ടൻ (യു. കെ)
C	–	കാനഡ
A	–	ആസ്ട്രേലിയ
N	–	ന്യൂസിലാൻസ്
I	–	അയർലൻഡ്

- ഏറ്റവും കൂടുതൽ വാക്കുകളുള്ള ഭാഷ ഇംഗ്ലീഷാണ്.
- ഇന്ത്യയിൽ വ്യാപകമായി ഉപയോഗിക്കപ്പെടുന്നുണ്ടെങ്കിലും 8-ാം ഷെഡ്യൂളിൽ ഇംഗ്ലീഷിനെ ഉൾപ്പെടുത്തിയിട്ടില്ല.
- ചൈനീസും സ്പാനിഷും കഴിഞ്ഞാൽ ലോകത്ത് ഏറ്റവുമധികം ഉപയോഗിക്കുന്ന ഭാഷ ഇംഗ്ലീഷാണ്.
- ഇന്ത്യയിലെ ആദ്യത്തെ പത്രമായ ബംഗാൾ ഗസറ്റ് ഇംഗ്ലീഷിലാണ് പ്രസിദ്ധീകരിച്ചിരുന്നത്.
- ആഗ്ലോ – സാക്സൺ ഭാഷാ ഗോത്രത്തിലെ അംഗമാണ് ഇംഗ്ലീഷ്.
- കരീബിയൻ ദ്വീപുകളിലെ വ്യാപകമായ സംസാരഭാഷ ഇംഗ്ലീഷും സ്പാനിഷുമാണ്.
- ഇസ്രായേലിലെ ഔദ്യോഗിക ഭാഷ ഹീബ്രുവാണ്.

ലിയനാർഡോ ഡാവിഞ്ചിയുടെ ചിത്രങ്ങൾ

ഡാവിഞ്ചി അത്താഴം കഴിക്കാൻ
ലിസയുടെ വീട്ടിലെത്തി

അന്ത്യ അത്താഴം (ലാസ്റ്റ് സപ്പർ),

മോണോലിസ എന്നിവയാണ് പ്രസിദ്ധമായ ചിത്രങ്ങൾ.

മോണോലിസ എന്ന ചിത്രം പാരീസിലെ ലൂവ് മ്യൂസിയത്തിൽ സൂക്ഷി ച്ചിരിക്കുന്നു.

മൈക്കലാഞ്ചലോയുടെ കലാ സൃഷ്ടികൾ

പിയാത്ത ഡേവിഡ് ഫാമിലിയുടെ വിധി
മൈക്കലിന്റെ കൈയിലാണ്

ദി പിയാത്ത

ഡേവിഡ്

ഹോളി ഫാമിലി

അന്ത്യവിധി (ലാസ്റ്റ് ജഡ്ജ്മെന്റ്)

- **ഗൂർണിക്ക എന്നത് പാബ്ലോ പിക്കാസോയുടെ സൃഷ്ടിയാണ്.**
- **ഇന്ത്യയിലെ ആധുനിക ചിത്രകലയുടെ പിതാവ് – നന്ദലാൽ ബോസ്**

ദസ്തയോവ്സ്കിയുടെ കൃതികൾ

നിന്ദിതർക്കും പീഡിതർക്കുമായി കുറ്റവും ശിക്ഷയുമേറ്റ ഇഡിയറ്റ് കരഞ്ഞു

നിന്ദിതരും പീഡിതരും

കുറ്റവും ശിക്ഷയും

ഇഡിയറ്റ്

കാരമോവ് സഹോദരന്മാർ

- ദസ്തയോവ്സ്കി റഷ്യൻ സാഹിത്യകാരനാണ്.
- പെരുമ്പടവം ശ്രീധരന്റെ ഒരു സങ്കീർത്തനം പോലെ എന്ന നോവലിലെ കേന്ദ്ര കഥാപാത്രം ദസ്തയോവ്സ്കിയാണ്.
- ഈഡിപ്പസ് രാജാവ് എന്ന നാടകം രചിച്ചത് സോഫോക്ലീസാണ്.
- മാക്സിം ഗോർക്കിയുടെ കൃതിയാണ് അമ്മ (മദർ).
- യുദ്ധവും സമാധാനവും രചിച്ചത് ടോൾസ്റ്റോയി ആണ്.
- ജോൺ മിൽട്ടന്റെ പ്രസിദ്ധ കൃതിയാണ് പറുദീസാ നഷ്ടം.
- ഏണസ്റ്റ് ഹെമിങ്‌വേയുടെ കൃതിയാണ് കിഴവനും കടലും.
- ഷെർലക്ഹോംസ് എന്ന കഥാപാത്രത്തെ സൃഷ്ടിച്ചത് ആർതർ കോനൻഡോയലാണ്.
- ജീൻവാൽജീൻ എന്ന കഥാപാത്രത്തെ സൃഷ്ടിച്ചത് വിക്ടർ ഹ്യൂഗോയാണ്.
- ഷേക്സ്പിയറുടെ അവസാനത്തെ നാടകമാണ് ദി ടെംപസ്റ്റ്.

മാർച്ച് മാസത്തെ പ്രധാന ദിനങ്ങൾ

വനജയുടെ കാലിൽ റ്റി.ബി പിടിച്ചു

വന	– മാർച്ച് 21 -	ലോക വനദിനം
ജ	– മാർച്ച് 22 -	ലോക ജലദിനം
കാല	– മാർച്ച് 23 -	ലോക കാലാവസ്ഥദിനം
റ്റി.ബി	– മാർച്ച് 24 -	ലോക ക്ഷയരോഗദിനം

ഒക്ടോബർ 1 ന്റെ സവിശേഷതകൾ

ഒക്ടോബർ 1 ന് രക്തം കിട്ടിയതിനാൽ വെജ് ആയ വൃദ്ധൻ പുഞ്ചിരിച്ചു

ഒക്ടോബർ 1	-	ദേശീയ രക്ത ദാന ദിനം
ഒക്ടോബർ 1	-	ലോക വെജിറ്റേറിയൻ ദിനം
ഒക്ടോബർ 1	-	ലോക വൃദ്ധദിനം
ഒക്ടോബർ 1	-	ലോക പുഞ്ചിരിദിനം

ഡിസംബർ 1 മുതൽ 5 വരെ

ഡിസംബർ 1-5 വരെ എയ്ഡ്സിന്റെ അടിമത്തത്തിൽ നിന്നും വികലാംഗരെ രക്ഷിക്കാൻ ഇന്ത്യൻ നാവികസേന മണ്ണിലിറങ്ങി

ഡിസംബർ 1	–	ലോക AIDS ദിനം
ഡിസംബർ 2	–	ലോക അടിമത്വ നിർമാർജനദിനം (കംപ്യൂട്ടർ ദിനം)
ഡിസംബർ 3	–	ലോക വികലാംഗദിനം
ഡിസംബർ 4	–	ഇന്ത്യൻ നാവിക സേനാദിനം
ഡിസംബർ 5	–	ലോക മണ്ണ് ദിനം

- ഫെബ്രുവരി 4 – ലോക അർബുദ ബോധവൽക്കരണ ദിനം.
- ഫെബ്രുവരി 20 – ലോക സാമൂഹ്യ നീതി ദിനം.
- മാർച്ച് 8 – ലോക വനിതാ ദിനം.
- ഏപ്രിൽ 7 – ലോകാരോഗ്യദിനം.
- ഏപ്രിൽ 22 – ഭൗമദിനം
- മെയ് 31 – ലോക പുകയില വിരുദ്ധ ദിനം
- ജൂൺ 5 – ലോക പരിസ്ഥിതി ദിനം.
- ജൂലൈ 11 – ലോക ജനസംഖ്യ ദിനം.
- സെപ്തംബർ 8 – ലോക സാക്ഷരതാ ദിനം.
- സെപ്തംബർ 21 – ലോക സമാധാന ദിനം.
- ഒക്ടോബർ 16 – ലോക ഭക്ഷ്യ ദിനം.
- ഡിസംബർ 10 – ലോക മനുഷ്യാവകാശ ദിനം.

നൂറു വർഷം വ്യത്യാസമുള്ള പ്രധാന സംഭവങ്ങൾ

1.
   - 1721 – ബ്രിട്ടീഷുകാർക്കെതിരെ കേരളത്തിൽ നടന്ന ആദ്യത്തെ സംഘടിത സമരമാണ് ആറ്റിങ്ങൽ ലഹള.
   - 1821 – നെപ്പോളിയൻ മരണമടഞ്ഞു.
   - 1921 – മലബാർ ലഹള.
2.
   - 1757 – പ്ലാസി യുദ്ധം.
   - 1857 – ഇന്ത്യയുടെ ഒന്നാം സ്വാതന്ത്ര്യ സമരം.
   - 1957 – ഇന്ത്യയിൽ ദശാംശ സമ്പ്രദായം ആരംഭിച്ചു.
3.
   - 1829 – സതിയും ശൈശവ വിവാഹവും നിയമത്തിലൂടെ നിരോധിച്ചു.
   - 1929 – ഇന്ത്യൻ നാഷണൽ കോൺഗ്രസ് ലാഹോർ സമ്മേളനത്തിൽ പൂർണ സ്വരാജ് പ്രഖ്യാപിച്ചു.
4.
   - 1805 – പഴശ്ശി രാജാ കൊല്ലപ്പെട്ടു.
   - 1905 – ബംഗാൾ വിഭജനം.
   - 2005 – ദേശീയ വിവരാവകാശ കമ്മീഷൻ നിലവിൽ വന്നു.
5.
   - 1848 – കമ്മ്യൂണിസ്റ്റ് മാനിഫെസ്റ്റോ രചിക്കപ്പെട്ടു.
   - 1948 – ഗാന്ധിജി കൊല്ലപ്പെട്ടു.
6.
   - 1888 – മലയാള മനോരമ ആരംഭിച്ചു.
   - 1988 – പെരുമൺ ദുരന്തം

7. ➢ 1853 – ഇന്ത്യയിൽ ആദ്യത്തെ തീവണ്ടി ഓടിത്തുടങ്ങി.
   ➢ 1953 – എവറസ്റ്റ് കീഴടക്കി.
8. ➢ 1869 – ഗാന്ധിജി ജനിച്ചു.
   ➢ 1969 – മനുഷ്യൻ ചന്ദ്രനിലിറങ്ങി.
9. ➢ 1864– ഒന്നാം ഇന്റർ നാഷണലിന് കാൾമാർക്സ് നേതൃത്വം നൽകി.
   ➢ 1964– നെഹ്റു മരിച്ചു.
10. ➢ 1865 – എബ്രഹാം ലിങ്കൺ കൊല്ലപ്പെട്ടു.
   ➢ 1965 – ഹിന്ദി, ഇന്ത്യയുടെ ഔദ്യോഗിക ഭാഷയാക്കി.
11. ➢ 1893 – വിവേകാനന്ദൻ ചിക്കാഗോയിലെ ലോക മത സമ്മേളനത്തിൽ പങ്കെടുത്തു.
   ➢ 1993 – മനുഷ്യാവകാശ സംരക്ഷണ നിയമം ഇന്ത്യയിൽ നിലവിൽ വന്നു.

സിനിമ

വിഗ് ബാലനും പാണ്ടി ആലിയും കണ്ടംബെച്ച കോട്ടിട്ട കിസാനും ട്രെയ്ൻ റോബറി നടത്തി

വിഗ്	– ആദ്യത്തെ മലയാള സിനിമയാണ് വിഗതകുമാരൻ.
ബാലൻ	– മലയാളത്തിലെ ആദ്യത്തെ ശബ്ദചിത്രമാണ് ബാലൻ.
പാണ്ടി	– ഇന്ത്യയിലെ ആദ്യത്തെ സിനിമയാണ് പുണ്ഡാലിക്.
ആലി	– ഇന്ത്യയിലെ ആദ്യത്തെ ശബ്ദചിത്രമാണ് ആലം ആര.
കണ്ടംബെച്ച കോട്ടിട്ട	– മലയാളത്തിലെ ആദ്യത്തെ കളർ ചിത്രമാണ് കണ്ടംബെച്ച കോട്ട്.
കിസാൻ	– ഇന്ത്യയിലെ ആദ്യത്തെ കളർ ചിത്രമാണ് കിസാൻ കന്യ.
ട്രെയ്ൻ റോബറി	– ലോകത്തിലെ ആദ്യത്തെ ഫീച്ചർ ഫിലിമാണ് ദി ഗ്രേറ്റ് ട്രെയ്ൻ റോബറി.

- ലോകത്തിലെ ആദ്യത്തെ കളർ ചിത്രമാണ് ബെക്കി ഷാർപ്പ്.
- കാർട്ടൂൺ സിനിമയുടെ പിതാവ് വാൾട്ട് ഡിസ്നിയാണ്.
- ചലച്ചിത്രത്തിന്റെ ഉപജ്ഞാതാക്കളാണ് ലൂമിയർ സഹോദരന്മാർ.
- ഏറ്റവുമധികം തീയറ്ററുകൾ ഉള്ളത് അമേരിക്കയിലാണ്, ഏറ്റവുമധികം ഫീച്ചർ ഫിലിം നിർമ്മിക്കുന്നത് ഇന്ത്യയിലാണ്.
- ലോകത്തെ ആദ്യത്തെ ത്രീഡി ചിത്രം ബാനാ ഡെവിളാണ്.
- ഇന്ത്യയിലെ ആദ്യത്തെ ത്രീഡി ചിത്രം മൈ ഡിയർ കുട്ടിച്ചാത്തനാണ്.

ദേശീയ പുരസ്കാരം നേടിയ മലയാള നടിമാർ

ശാമോ............. ശോമിസ്

ശാ	–	ശാരദ
മോ	–	മോനിഷ
ശോ	–	ശോഭന
മീ	–	മീരാജാസ്മിൻ
സ്	–	സുരഭി

- മലയാളത്തിന് ആദ്യമായി മികച്ച നടിക്കുള്ള പുരസ്കാരം നേടിത്തന്നത് ? **ശാരദ**
- മൂന്നു തവണ മികച്ച നടിക്കുള്ള ദേശീയ പുരസ്കാരം നേടിയ നടി? **ശാരദ**
- ശോഭനയ്ക്ക് രണ്ടു തവണ ദേശീയ പുരസ്കാരം ലഭിച്ചു.
- ശാരദയ്ക്ക് 1968 ൽ ആദ്യമായി പുരസ്കാരം നേടിക്കൊടുത്ത ചലച്ചിത്രം? **തുലാഭാരം**
- മോനിഷയെ ദേശീയ പുരസ്കാര ജേതാവാക്കിയ സിനിമ ? **നഖക്ഷതങ്ങൾ**
- ശോഭനയ്ക്ക് ദേശീയ പുരസ്കാരം നേടിക്കൊടുത്ത ചലച്ചിത്രം? **മണിച്ചിത്രത്താഴ്**
- മീരാജാസ്മിന് ദേശീയ പുരസ്കാരം നേടിക്കൊടുത്ത സിനിമ? **പാഠം ഒന്ന് ഒരു വിലാപം**
- സുരഭിക്ക് ദേശീയ അവാർഡ് നേടിക്കൊടുത്ത ചിത്രമാണ് – **മിന്നാമിനുങ്ങ്**

ഇന്ത്യയുടെ ഓസ്ക്കാർ അവാർഡ് ജേതാക്കൾ

ഭാനു സത്യൻ, രസ ഗുള റഹ്മാന് കൊടുത്തു

ഭാനു – ഭാനു അത്തയ്യ –ഇന്ത്യയിൽ ആദ്യമായി ഓസ്ക്കാർ അവാർഡ് നേടി.

സത്യൻ – സത്യജിത് റായ് – സമഗ്ര സംഭാവനയ്ക്ക് ഓസ്ക്കാർ നേടി.

രസ – റസൂൽ പൂക്കുട്ടി – ഓസ്ക്കാർ പുരസ്ക്കാരം നേടിയ ആദ്യത്തെ മലയാളിയാണ്.

ഗുള – ഗുൽസാർ – മികച്ച ഗാനത്തിനുള്ള ഓസ്ക്കാർ നേടി.

റഹ്മാൻ – എ.ആർ. റഹ്മാൻ –രണ്ട് ഓസ്ക്കാറുകൾ നേടുന്ന ആദ്യത്തെ ഇന്ത്യനാണ്.

- 2009 ൽ ഇറങ്ങിയ ഡാനി ബോയിൽ സംവിധാനം ചെയ്ത സ്ലംഡോഗ് മില്യനയർ എന്ന ചിത്രത്തിലൂടെയാണ് റഹ്മാനും റസൂൽ പൂക്കുട്ടിക്കും ഗുൽസാറിനും ഓസ്ക്കാർ ലഭിച്ചത്.
- വികാസ് സ്വരൂപിന്റെ Q & A എന്ന നോവലാണ് സ്ലംഡോഗ് മില്യനെയർ കഥയ്ക്കടിസ്ഥാനം.
- ഗാന്ധി സിനിമ സംവിധാനം ചെയ്തത് റിച്ചാർഡ് ആറ്റൻബറോ ആണ്.
- 11 ഓസ്ക്കാർ അവാർഡുകൾ നേടിയ ചിത്രങ്ങളാണ് ബെൻഹർ, ടൈറ്റാനിക്, ലോർഡ് ഓഫ് ദി റിങ്സ്, ദി റിട്ടേൺ ഓഫ് ദി കിങ് എന്നിവ.
- ഏറ്റവുമധികം തവണ ഓസ്ക്കാർ അവാർഡ് നേടിയത് വാൾട്ട് ഡിസ്നിയാണ്.

അടൂർ ഗോപാലകൃഷ്ണന്റെ പ്രധാന സിനിമകൾ

കൊടിയേറ്റ ദിവസം വിധേയൻ നാലു പെണ്ണുങ്ങളെ മുഖാമുഖം കണ്ടു, അനന്തരം സ്വയംവരം നടന്നു. കഥാപുരുഷൻ മതിലുകളിൽ എലിപ്പത്തായം വച്ചു

കൊടിയേറ്റം	– ഭരത് ഗോപിക്ക് മികച്ച നടനുള്ള പുരസ്കാരം ലഭിച്ചു.
വിധേയൻ	– സക്കറിയായുടെ 'ഭാസ്കര പട്ടേലരും എന്റെ ജിവിതവും'. എന്ന കഥയുടെ ചലച്ചിത്രമാണ് വിധേയൻ.
നാലു പെണ്ണുങ്ങൾ	– സംവിധാനത്തിനുള്ള ദേശീയ പുരസ്കാരം.
മുഖാമുഖം	– സംവിധാനത്തിന് ദേശീയ പുരസ്കാരം.
അനന്തരം	– സംവിധാനത്തിന് ദേശീയ പുരസ്കാരം.
സ്വയംവരം	– അടൂരിന്റെ ആദ്യത്തെ സിനിമ.
കഥാപുരുഷൻ	
മതിലുകൾ	– ബഷീറിന്റെ കഥയുടെ ചലച്ചിത്രാവിഷ്ക്കാരം.
എലിപ്പത്തായം	– ബ്രിട്ടീഷ് ഫിലിം ഇൻസ്റ്റിറ്റ്യൂട്ടിന്റെ പുരസ്കാരം നേടിയ ചിത്രം

- **ദാദാ സാഹെബ് ഫാൽക്കെ പുരസ്കാരം നേടിയ ആദ്യത്തെ മലയാളി (2004)**
- **മികച്ച സംവിധായകനുള്ള ദേശീയ പുരസ്കാരം ഏറ്റവും കൂടുതൽ തവണ കരസ്ഥമാക്കി.**

അരവിന്ദന്റെ പ്രധാനപ്പെട്ട സിനിമകൾ

ചിദംബരത്തെ ഒരിടത്ത്, കാഞ്ചന സീതയുടെ കുമ്മാട്ടിയെ എസ്തപ്പാൻ തമ്പി കണ്ടു

ചിദംബരം
ഒരിടത്ത്
കാഞ്ചനസീത
കുമ്മാട്ടി
എസ്തപ്പാൻ
തമ്പ്

- അരവിന്ദൻ അവസാനമായി സംവിധാനം ചെയ്ത ചിത്രം വാസ്തുഹാരയാണ്.
- ഷാജി.എൻ. കരുണിന്റെ പിറവി എന്ന ചിത്രത്തിന്റെ സംഗീത സംവിധാനം നിർവഹിച്ചത് അരവിന്ദനാണ്.
- സിനിമ സംവിധാനത്തിന് തുടർച്ചയായി രണ്ട് തവണ ദേശീയ പുരസ്കാരം നേടിയത് അരവിന്ദനാണ്.

ഒളിമ്പിക്സ് മെഡൽ ജേതാക്കളായ ഇന്ത്യൻ വനിതകൾ

മല്ലന്റെ സൈന്യത്തിൽ മേരി ചേർന്നതിന് സിന്ധു സാക്ഷി

മല്ലൻ	–	**കർണം മല്ലേശ്വരി (ഭാരദ്വോഹനം)**
സൈന്യം	–	**സൈന നെഹ്‌വാൾ (ബാഡ്മിന്റൺ)**
മേരി	–	**മേരി കോം (ബോക്സിങ്)**
സിന്ധു	–	**പി.വി. സിന്ധു (ബാഡ്മിന്റൺ)**
സാക്ഷി	–	**സാക്ഷി മാലിക് (ഗുസ്തി)**

- രാജീവ് ഗാന്ധി ഖേൽ രത്ന അവാർഡ് നേടിയ ആദ്യത്തെ വനിത യാണ് കർണം മല്ലേശ്വരി.
- ഇന്ത്യൻ ഒളിമ്പിക്സ് ചരിത്രത്തിൽ ആദ്യമായി ബാഡ്മിന്റണിൽ മെഡൽ നേടുന്ന താരമാണ് സൈന നെഹ്‌വാൾ.
- 2012 ലെ ലണ്ടൻ ഒളിമ്പിക്സിൽ 51 കി. ഗ്രാം വനിതാ ബോക്സിംഗിൽ മേരി കോമിന് വെങ്കലം ലഭിച്ചു.
- ആദ്യമായി ഒളിമ്പിക്സ് ഫൈനലിലെത്തിയ ഇന്ത്യൻ വനിത അത്‌ലറ്റ് പി. ടി. ഉഷയാണ്.
- 1984 ലെ ലോസ് എഞ്ചൽസ് ഒളിമ്പിക്സിൽ 400 മീറ്റർ ഓട്ടത്തിൽ ഉഷ 4-ാം സ്ഥാനത്തെത്തി.
- ഇന്ത്യൻ ഒളിമ്പിക്സ് ടീമിനെ നയിച്ച ആദ്യത്തെ വനിത? ഷൈനി വിൽസൻ
- ലോക അത്‌ലറ്റിക് മീറ്റിൽ സ്വർണ മെഡൽ നേടിയ ആദ്യത്തെ ഇന്ത്യൻ വനിത- അഞ്ജു ബോബി ജോർജ്.

ടെന്നീസിൽ ഗ്രാന്റ് സ്ലാം നേടിയ ഇന്ത്യൻ താരങ്ങൾ

സാനിയയുടെ പൈസ ഭൂപതിയെടുത്തു

സാനിയ	-	സാനിയ മിർസ
പൈസ	-	ലിയാൻഡർ പെയ്സ്
ഭൂപതി	-	മഹേഷ് ഭൂപതി

- ലോക റാങ്കിൽ അമ്പതിനുള്ളിൽ എത്തിയ ആദ്യത്തെ ഇന്ത്യക്കാരിയാണ് സാനിയ മിർസ.
- ടൈം വാരികയുടെ മുഖചിത്രത്തിൽ ഇടം നേടിയ ആദ്യ ഇന്ത്യൻ കായിക താരം സാനിയ മിർസയാണ്.
- ജൂനിയർ യു.എസ്. ഓപ്പൺ കിരീടം നേടിയ ആദ്യത്തെ ഇന്ത്യക്കാരൻ ലിയാൻഡർ പെയ്സാണ്.
- നാല് ഗ്രാന്റ്സ്ലാം ടൂർണമെന്റുകളിലും വിജയിച്ച ആദ്യത്തെ ഇന്ത്യൻ

താരം പെയ്സാണ് (ഡബിൾസ്).

- ഫ്രഞ്ച് ഓപ്പൺ ഡബിൾസ് നേടിയ ആദ്യത്തെ ഇന്ത്യൻ ജോഡികളാണ് മഹേഷ് ഭൂപതിയും ലിയാൻഡർ പെയ്സും.
- ജൂനിയർ ഫ്രഞ്ച് ഓപ്പൺ കിരീടം നേടിയ ആദ്യ താരം
  – രമേശ് രാമകൃഷ്ണൻ

എല്ലാ ഒളിമ്പിക്സുകളിലും പങ്കെടുത്ത രാജ്യങ്ങൾ

BeeF GAS

B	–	ബ്രിട്ടൻ
F	–	ഫ്രാൻസ്
G	–	ഗ്രീസ്
A	–	ആസ്ട്രേലിയ
S	–	സ്വിറ്റ്സർലൻഡ്

- എല്ലാ ഒളിമ്പിക്സുകളിലും സ്വർണം നേടിയ ഏക രാജ്യം ബ്രിട്ടനാണ്.
- ശൈത്യകാല ഒളിമ്പിക്സിന്റെ ആദ്യത്തെ വേദി ഫ്രാൻസിലെ ചമോണിക്സ് നഗരമാണ്.
- ആധുനിക ഒളിമ്പിക്സ് 1896 ൽ ഗ്രീസിലെ എതൻസിൽ ആരംഭിച്ചു.
- ആധുനിക ഒളിമ്പിക്സിന്റ പിതാവ് ബാരൻ പിയറി ഡി ക്യൂബർട്ടിൻ.
- കൂടുതൽ വേഗത്തിൽ, കൂടുതൽ ഉയരത്തിൽ, കൂടുതൽ ശക്തിയോടെ എന്നതാണ് ഒളിമ്പിക്സ് മുദ്രാവാക്യം.
- ഒളിമ്പിക്സ് മുദ്രാവാക്യം രൂപപ്പെടുത്തിയത് ഫാദർ ഡിയോൺ ആണ്.
- ഒളിമ്പിക്സ് മെഡലിന്റെ ഭാരം 150ഗ്രാം ആണ്.
- 1916, 1940,1944 വർഷങ്ങളിൽ ഒളിമ്പിക്സ് നടന്നില്ല.
- ഒളിമ്പിക്സിന് വേദിയായ ആദ്യത്തെ ഏഷ്യൻ നഗരം ടോക്കിയോ (1964) ആണ്.
- ഒളിമ്പിക്സിൽ ഏറ്റവും കൂടുതൽ മെഡലുകൾ നേടിയത് അമേരിക്കയാണ്.
- വികലാംഗർക്കായി സംഘടിപ്പിക്കുന്നത് പാരാലിംപ്ക്സ് ആണ്.

ഒളിമ്പിക്സ് വളയങ്ങൾ

YA BA BLUE Green Aus - RAM
(യാ ബാ ബ്ല്യൂ ഗ്രീൻ ആസ് -റാം)

YA	Yellow	Asia
BA	Black	Africa
BLUE	Blue	Europe
Green Aus	Green	Australia
RAM	Red	America North & South

- ഒളിമ്പിക്സ് പതാകയുടെ വെള്ള പ്രതലത്തിൽ 5 വളയങ്ങളുണ്ട്. അവയുടെ നിറം യഥാക്രമം മഞ്ഞ, കറുപ്പ്, നീല, പച്ച, ചെമപ്പ് എന്നിങ്ങനെയാണ്.
- മഞ്ഞ ഏഷ്യയെയും കറുപ്പ് ആഫ്രിക്കയെയും നീല യൂറോപ്പിനെയും പച്ച ആസ്ട്രേലിയയെയും ചെമപ്പ് അമേരിക്കൻ ഭൂഖണ്ഡങ്ങളെയും സൂചിപ്പിക്കുന്നു.
- 1920 ലെ ആന്റ്‌വെർപ്പി (ബൽജിയം) ലെ ഒളിമ്പിക്സിലാണ് പതാക ആദ്യമായി അവതരിപ്പിച്ചത്.
- പിയറി ഡി. കുബർട്ടിനാണ് ഒളിമ്പിക് ചിഹ്നവും പതാകയും രൂപകല്പന ചെയ്തത്.
- 1900 ലെ പാരീസ് ഒളിമ്പിക്സിലാണ് സ്ത്രീകൾ ആദ്യമായി പങ്കെടുത്തത്.

ഒളിമ്പിക്സ് മെഡൽ നേടിയ ഇന്ത്യക്കാർ (1952-2012)

ജോലി മാറാത്ത അഭിനവും സുശീലനായ വിജയന്റെയും യോഗിയായ ഗഗന്റെയും സഹോദരി മേരി സൈനയെ സാക്ഷിയാക്കി സിന്ധുവിനെ സ്വന്തമാക്കി

ജാ :- കെ.ഡി. ജാദവ്, 1952 ഹെൽസിങ്കി ഒളിമ്പിക്സിൽ ഗുസ്തിയിൽ വെങ്കലം. സ്വതന്ത്ര ഇന്ത്യയിലെ ആദ്യത്തെ വ്യക്തിഗത മെഡൽ നേടി.

ലി :- ലിയാണ്ടർ പെയിസ്, 1996 ലെ അറ്റ്ലാന്റാ ഒളിമ്പിക്സിൽ ടെന്നീസിൽ വെങ്കലം നേടി. തുടർച്ചയായി '7' ഒളിമ്പിക്സുകളിൽ പങ്കെടുക്കുന്ന ഏക ഇന്ത്യാക്കാരൻ

മാ :- കർണം മല്ലേശ്വരി, ഒളിമ്പിക്സ് മെഡൽ നേടിയ ആദ്യത്തെ വനിത. 2000 ലെ സിഡ്നി ഒളിമ്പിക്സിൽ ഭാരോദ്വഹനത്തിൽ വെങ്കലം നേടി.

റാത്തഃ – രാജ്യ വർദ്ധൻ റാത്തോഡ് – ഒളിമ്പിക്സിൽ വെള്ളി മെഡൽ നേടിയ ആദ്യത്തെ ഇന്ത്യാക്കാരൻ. 2004 ലെ ഏഥൻസ് ഒളിമ്പിക്സിൽ ഷൂട്ടിങ്ങിൽ മെഡൽ നേടി.

അഭിനവ് :- അഭിനവ് ബിന്ദ്ര – ഒളിമ്പിക്സിൽ സ്വർണ്ണ മെഡൽ നേടിയ ആദ്യത്തെ ഇന്ത്യക്കാരൻ. 2008 ലെ ബെയ്ജിങ് ഒളിമ്പിക്സിൽ ഷൂട്ടിങ്ങിൽ മെഡൽ നേടി.

സുശീലനും വിജയനും :- 2012 ലെ ലണ്ടൻ ഒളിമ്പിക്സിൽ സുശീൽ കുമാറിന് ഗുസ്തിയിലും വിജയകുമാറിന് ഷൂട്ടിംഗിലും വെള്ളി മെഡൽ ലഭിച്ചു.

യോഗിയും ഗഗനും :- 2012 ലെ ലണ്ടൻ ഒളിമ്പിക്സിൽ യോഗേശ്വർ ദത്തിനും (ഗുസ്തി) ഗഗൻ നരംഗിനും (ഷൂട്ടിംഗ്) വെങ്കല മെഡൽ ലഭിച്ചു.

മേരി സൈന :- 2012 ലെ ലണ്ടൻ ഒളിമ്പിക്സിൽ വെങ്കല മെഡൽ നേടിയ വനിതകളാണ് മേരി കോമും (ബോക്സിങ്) സൈന നെഹ്‌വാളും (ബാഡ്മിന്റൺ).

സാക്ഷി :- സാക്ഷി മാലിക് 2016-ലെ റിയോ ഒളിമ്പിക്സിൽ വെങ്കല മെഡൽ നേടി.

സിന്ധു :- പി.വി. സിന്ധു 2016-ലെ റിയോ ഒളിമ്പിക്സിൽ വെള്ളി മെഡൽ നേടി.

ഫുട്ബോൾ മത്സരങ്ങൾ

JaCo SaDu SuNaMe
ജക്കോ സാധു സുനാമി

Ja	–	ജവഹർലാൽ നെഹ്റു ഗോൾഡ് കപ്പ്
Co	–	കോപാ അമേരിക്ക കപ്പ്
Sa	–	സന്തോഷ് ട്രോഫി
Du	–	ഡ്യൂറന്റ് കപ്പ്
Su	–	സുബ്രതോ കപ്പ്
Na	–	നഗാജി ട്രോഫി
Me	–	മർഡോക്ക കപ്പ്

- ഫിഫ(FIFA) യുടെ ആസ്ഥാനം സ്വിറ്റ്സർലൻഡിലെ സൂറിച്ചാണ്. ലോക കപ്പ് ഫുട്ബോൾ നടത്തുന്നത് ഫിഫയാണ്.
- ഏറ്റവും കൂടുതൽ തവണ ലോക കപ്പ് നേടിയത് ബ്രസീലാണ്.
- ഇംഗ്ലീഷ് എഫ്.എ. കപ്പാണ് ഫുട്ബോളിലെ ഏറ്റവും പഴക്കം ചെന്ന ടൂർണമെന്റ്.
- ഇന്ത്യയിലെ ഏറ്റവും പഴക്കം ചെന്ന ടൂർണമെന്റ് ഡ്യൂറന്റ് കപ്പ് ആണ്.

- ഏറ്റവും കൂടുതൽ തവണ സന്തോഷ് ട്രോഫി ലഭിച്ചത് പശ്ചിമ ബംഗാളിനാണ്.
- 1941 ൽ കൊൽക്കത്തയിലാണ് ആദ്യമായി സന്തോഷ് ട്രോഫി മത്സരം നടന്നത്.
- ലോകത്തിൽ ഏറ്റവുമധികം രാജ്യങ്ങളുടെ കായിക വിനോദം ഫുട്ബോളാണ്.
- ബ്രസീലിന്റെ ദേശീയ പതാകയിൽ ഫുട്ബോളിന്റെ ചിത്രമാണുള്ളത്.

രാജീവ് ഗാന്ധി ഖേൽ രത്ന പുരസ്കാരം

ആനന്ദിനും മല്ലേശ്വരിക്കും ഖേൽ രത്നയിലൂടെ കിട്ടിയ ഏഴര ലക്ഷം രൂപ ബീനയും അഞ്ജുവും തട്ടിയെടുത്ത് സച്ചിന് കൊടുത്തു.

ആനന്ദ് – വിശ്വനാഥൻ ആനന്ദ് –ഖേൽ രത്ന പുരസ്കാരം നേടിയ ആദ്യത്തെ വ്യക്തി (1991)

മല്ലേശ്വരി – കർണം മല്ലേശ്വരി – ഖേൽ രത്ന പുരസ്കാരം നേടിയ ആദ്യത്തെ വനിത

ബീന – ബീനാമോൾ–ഖേൽ രത്ന നേടിയ ആദ്യത്തെ മലയാളി.

അഞ്ജു – അഞ്ജുബോബി ജോർജ് – ഖേൽ രത്ന നേടിയ രണ്ടാമത്തെ മലയാളി.

സച്ചിൻ – സച്ചിൻ തെൻഡുൽക്കർ –ഖേൽ രത്ന പുരസ്കാരം നേടിയ ആദ്യത്തെ ക്രിക്കറ്റ് താരം.

- ഇന്ത്യയിലെ പരമോന്നത കായിക ബഹുമതിയാണ് രാജീവ് ഗാന്ധി ഖേൽ രത്ന പുരസ്കാരം.
- ഏഴര ലക്ഷം രൂപയാണ് സമ്മാനത്തുക.
- കേരളത്തിലെ ഏറ്റവും ഉയർന്ന കായിക പുരസ്കാരം ജി. വി.രാജ അവാർഡാണ്.

ഹോക്കിയുമായി ബന്ധപ്പെട്ട പദങ്ങൾ

പുള്ളിക്കാരി റോൾ സ്റ്റിക്കു കൊണ്ട് ത്രിബിൾ പ്രാവശ്യം സൂപ്പിളക്കി

ബുള്ളി

റോൾ- ഇൻ

സ്റ്റിക്ക്

ഡ്രിബിൾ

സ്കൂപ്പ്

- ഇന്ത്യയുടെയും പാകിസ്ഥാന്റെയും ദേശീയ വിനോദമാണ് ഹോക്കി.
- ഹോക്കി മാന്ത്രികനെന്നാണ് ധ്യാൻചന്ദ് അറിയപ്പെടുന്നത്.
- ധ്യാൻചന്ദിന്റെ ജന്മദിനമായ ഓഗസ്റ്റ് 29, ഇന്ത്യൻ കായിക ദിനമാണ്.
- ധ്യാൻചന്ദിന്റെ ആത്മ കഥയാണ് ദി ഗോൾ.
- രംഗസ്വാമികപ്പ് ഹോക്കിയുമായി ബന്ധപ്പെട്ട മത്സരമാണ്.
- ഹോക്കി മത്സരം നടക്കുന്നത് 70 മിനിട്ടാണ്.
- ലോകകപ്പ് ഹോക്കി മൽസരത്തിൽ ഏറ്റവും കൂടുതൽ തവണ വിജയിച്ചത് പാകിസ്ഥാനാണ്.
- ഏറ്റവും കൂടുതൽ തവണ ഒളിമ്പിക്സ് ഹോക്കിയിൽ സ്വർണ മെഡൽ നേടിയത് ഇന്ത്യ.
- ആദ്യമായി ഒളിമ്പിക്സ് ഹോക്കിയിൽ സ്വർണമെഡൽ നേടിയത് ബ്രിട്ടനാണ്.

ഗ്രാന്റ് സ്ലാം ടൂർണമെന്റുകൾ നടത്തപ്പെടുന്ന ക്രമങ്ങൾ

AuFre WiU ആഫ്രേവിയു

Au - ആസ്ട്രേലിയൻ ഓപ്പൺ ടെന്നീസ്

Fre - ഫ്രഞ്ച് ഓപ്പൺ ടെന്നീസ്

Wi - വിംബിൾ ടൺ

U - യു.എസ്. ഓപ്പൺ ടെന്നീസ്

- വർഷത്തിൽ ആദ്യം നടത്തുന്ന ഗ്രാന്റ് സ്ലാം ആസ്ട്രേലിയൻ ഓപ്പൺ ടെന്നീസാണ്.
- ഏറ്റവും കൂടുതൽ സമ്മാനത്തുകയുള്ളത് യു.എസ്. ഓപ്പൺ ടെന്നീസാണ്.
- സ്മാഷ്, ഡ്യൂസ് എന്നീ പദങ്ങൾ ടെന്നീസുമായി ബന്ധപ്പെടുന്നു.
- ടെന്നീസ് ഉടലെടുത്തത് ഫ്രാൻസിലാണ്.
- വിംബിൾഡൺ ചാമ്പ്യൻഷിപ്പ് ഇംഗ്ലണ്ടിലാണ് നടക്കുന്നത്.
- ഫ്രഞ്ച് ഓപ്പൺ ടെന്നീസ് ക്ലേ കോർട്ടിലും വിംബിൾഡൺ ഗ്രാസ് കോർട്ടിലുമാണ് നടക്കുന്നത്.
- ടെന്നീസ് ബോളിന്റെ ഭാരം 57 ഗ്രാം (രണ്ട് ഔൺസ്) ആണ്.
- ഡേവിസ്കപ്പ് ടെന്നീസ് ടൂർണമെന്റ് ആരംഭിച്ചത് അമേരിക്കയിലാണ്.
- കളിമൺ കോർട്ടിലെ രാജാവ് എന്നറിയപ്പെടുന്നത്?
  റാഫേൽ നദാൽ
- റോജർ ഫെഡറൽ സ്വിറ്റ്സർലൻഡുകാരനാണ്.
- ടെന്നീസ് ആസ്ട്രേലിയയുടെ ദേശീയ വിനോദമാണ്.

ക്രിക്കറ്റുമായി ബന്ധപ്പെട്ട പ്രധാനപ്പെട്ട ട്രോഫികൾ

ABCD SIR

A – ഏഷ്യാകപ്പ്

B – ബെൻസൺ ആന്റ് ഹെഡ്ജ്സ് ട്രോഫി

C – ചാമ്പ്യൻസ് ട്രോഫി

D – ദുലീപ് ട്രോഫി

S – സഹാറാ കപ്പ്

I – ഇറാനി ട്രോഫി

R – രഞ്ജി ട്രോഫി

- ഇന്ത്യ ആദ്യമായി ലോക കപ്പ് ക്രിക്കറ്റ് നേടിയത് 1983 ലാണ്, കപിൽ ദേവായിരുന്നു ക്യാപ്റ്റൻ.
- അന്താരാഷ്ട്ര ക്രിക്കറ്റിൽ 30,000 റൺസ് നേടിയ ഏക ബാറ്റ്സ്മാനാണ് സച്ചിൻ തെണ്ടുൽക്കർ.
- ഏറ്റവുമധികം ലോകകപ്പ് മത്സരങ്ങൾ നടന്നത് ഇംഗ്ലണ്ടിലെ ലോഡ്സ് സ്റ്റേഡിയത്തിലാണ്.
- ഏകദിന ക്രിക്കറ്റിൽ ഏറ്റവും കൂടുതൽ വിക്കറ്റ് നേടിയത് മുത്തയ്യ മുരളീധരനാണ്.
- ഏക ദിന ക്രിക്കറ്റിൽ ആദ്യമായി ഇരട്ട സെഞ്ച്വറി നേടിയത് സച്ചിനാണ്.
- ടെസ്റ്റ് ക്രിക്കറ്റ് കളിച്ച ആദ്യത്തെ കേരളീയനാണ് ടിനു യോഹന്നാൻ.
- അന്താരാഷ്ട്ര ടെസ്റ്റ് മത്സരത്തിൽ മാൻ ഓഫ് ദി മാച്ചായ ആദ്യത്തെ മലയാളി ശ്രീശാന്താണ്.

ലോകകപ്പ് ക്രിക്കറ്റ് കിരീടം നേടിയ രാജ്യങ്ങൾ

WISAP (വിശപ്പ്)

W – **വെസ്റ്റ് ഇൻഡീസ്**

I – **ഇന്ത്യ**

S – **ശ്രീലങ്ക**

A – **ഓസ്ട്രേലിയ**

P – **പാകിസ്താൻ**

- പ്രഥമ ലോക കപ്പ് ക്രിക്കറ്റ് മത്സരത്തിൽ വിജയിച്ചത് വെസ്റ്റ് ഇൻഡീസാണ്.
- ക്രിക്കറ്റിന്റെ ഉത്ഭവം ഇംഗ്ലണ്ടിലാണ്.
- ആദ്യത്തെ ലോക കപ്പ് ക്രിക്കറ്റ് നടന്നത് ഇംഗ്ലണ്ടിലാണ്.
- ക്രിക്കറ്റിന്റെ ബൈബിൾ എന്നറിയപ്പെടുന്ന മാസികയാണ് വിസ്ഡൻ .
- ടെസ്റ്റ് ക്രിക്കറ്റിൽ ആദ്യമായി സെഞ്ച്വറി നേടിയ ഇന്ത്യക്കാരൻ ലാലാ അമർനാഥാണ്.
- ടെസ്റ്റ് ക്രിക്കറ്റിൽ ആദ്യമായി 10000 റൺസ് തികച്ചത് സുനിൽ ഗവാസ്ക്കറാണ്.
- ഏക ദിന ക്രിക്കറ്റിൽ ആദ്യമായി 10000 റൺസ് തികച്ചത് സച്ചിനാണ്.
- ടെസ്റ്റ് ക്രിക്കറ്റിലെ ഏറ്റവും ഉയർന്ന ബാറ്റിങ് ശരാശരിക്ക് ഉടമയായ ബ്രാഡ്മാൻ ഓസ്ട്രേലിയക്കാരനാണ്.
- ഇന്ത്യൻ പ്രീമിയർ ലീഗിന്റെ ആസ്ഥാനം മുംബൈയാണ്.

അളവുകൾ

മില്ലിസെന്റിഡെസി മീറ്റർ ഡെക്കാ ഹെക്ടോ കിലോമീറ്റർ

10 മില്ലിമീറ്റർ	=	1 സെന്റി മീറ്റർ
10 സെന്റി മീറ്റർ	=	1 ഡെസി മീറ്റർ
10 ഡെസി മീറ്റർ	=	1 മീറ്റർ
10 മീറ്റർ	=	1 ഡെക്കാമീറ്റിർ
10 ഡെക്കാ മീറ്റർ	=	1 ഹെക്ടോ മീറ്റർ
10 ഹെക്ടോ മീറ്റർ	=	1 കിലോ മീറ്റർ

- 1 കിലോ മീറ്റർ = 1000 മീറ്റർ
- 12 ഇഞ്ച് = 1 അടി
- 1 ഇഞ്ച് = 2.54 സെന്റിമീറ്റർ
- 1 അടി = 30.48 സെന്റി മീറ്റർ
- 1 മൈൽ = 1.609 കിലോ മീറ്റർ
- 24 ഔൺസ് = 1 കുപ്പി
- 5 കുപ്പി = 1 ഗാലൻ
- 1 ഡസൻ = 12 എണ്ണം
- 1 ക്വയർ = 24 ഷീറ്റ്

അടിസ്ഥാന ക്രിയ ചെയ്യുന്ന നിയമം

BODMAS

B – ബ്രാക്കറ്റ്
O – ഓഫ് **(of)**
D – ഡിവിഷൻ (ഹരണം)
M – മൾട്ടിപ്ലിക്കേഷൻ (ഗുണനം)
A – അഡിഷൻ (സങ്കലനം)
S – സബ്സ്ട്രാക്ഷൻ (വ്യവകലനം)

➢ ആദ്യം ബ്രാക്കറ്റ് മാറ്റി ക്രിയ ചെയ്യണം, പിന്നീട് ഓഫ്, ഹരണം, ഗുണനം, സങ്കലനം, വ്യവകലനം എന്നിവ ക്രമത്തിൽ ചെയ്യുക

ഉദാ: a. $8-3(4-2)+12\div 6$?
$8-3(2)+12\div 6$
$= 8-3\times 2+2$
$= 8+2-6$
$= 10-6$
$= 4$

ഉദാ: b. $10\div 5\times 2+3-1$?
$= 2\times 2+3-1$
$= 4+3-1$
$= 7-1$
$= 6$

റോമൻ സംഖ്യാക്രമം

LCD Monitor

L	-	50
C	-	100
D	-	500
M	-	1000

➢ റോമൻ അക്കങ്ങൾ എഴുതാൻ ഏഴ് പ്രതീകങ്ങൾ ഉപയോഗിക്കുന്നു.

ഉദാഹരണങ്ങൾ

CL	-	150
DC	-	600
MC	-	1100
MMM	-	3000
LV	-	55
CX	-	110
XC	-	90
CD	-	400
LX	-	60
LD	-	450
CM	-	900

ക്ലോക്കിലെ 'സമയം', പ്രതിബിംബത്തിലെത്ര?

11.60 ൽ നിന്ന് ക്ലോക്കിലെ സമയം കുറയ്ക്കുക

ക്ലോക്കിലെ സമയം 9.45 ആണെങ്കിൽ പിന്നിലുള്ള കണ്ണാടിയിൽ ആ സമയം എത്രയായിരിക്കും ?

11.60 -9.45 = 2.15മണി

ക്ലോക്കിലെ സമയം 8 മണിയെങ്കിൽ പ്രതിബിംബത്തിലെ സമയമെത്ര ?

11.60 -8.00 = 3.60 = 4 മണി

ക്ലോക്കിലെ സമയം 11 നും 1 നും ഇടയിലാണെങ്കിൽ 23.60 ൽ ക്ലോക്കിലെ സമയം കുറയ്ക്കുക

ക്ലോക്കിലെ സമയം 12.05 ആണെങ്കിൽ പ്രതിബിംബത്തിലെ സമയമെത്ര?

23.60 -12.05 = 11.55മണി

ക്ലോക്കിലെ സമയം 12.40 മണിയെങ്കിൽ പ്രതിബിംബത്തിലെ സമയമെത്ര ?

23.60 -12.40 = 11.20

വരിയിൽ നിൽക്കുന്നവരുടെ എണ്ണം

മുന്നിൽ നിന്നും പിന്നിൽ നിന്നുമുള്ള എണ്ണം കൂട്ടിയ ശേഷം ഒന്ന് കുറയ്ക്കുക.

1. ഒരാൾ മുന്നിൽ നിന്ന് പത്താമതും പിന്നിൽ നിന്ന് ഇരുപതാമതുമാണ്. എങ്കിൽ ആ വരിയിൽ എത്ര ആളുകളുണ്ട്?

   10+ 20 - 1

   = 30-1

   = 29

2. നാല്പത് പേരുള്ള ഒരു വരിയിൽ ഞാൻ മുന്നിൽ നിന്ന് ഇരുപത്തിയൊന്നാമതാണ്, എങ്കിൽ ആ വരിയിൽ പിന്നിൽ നിന്ന് ഞാനെത്രാമതാണ്?

   40 - 21 + 1

   = 19 + 1

   = 20

കലണ്ടർ

മുപ്പതുദിവസം സെപ്തംബറിനുണ്ടേപ്രിൽ ജൂണ് നവംബറിനും ഫെബ്രുവരിക്ക് ഇരുപത്തെട്ടും മറ്റൊക്കെയ്ക്കും നാൾ മുപ്പത്തൊന്നും

- മുപ്പതു ദിവസമുള്ള 4 മാസവും മുപ്പത്തൊന്ന് ദിവസമുള്ള 7 മാസവുമുണ്ട്.
- ഇന്ന് പ്രചാരത്തിലിരിക്കുന്നത് ഗ്രിഗോറിയൻ കലണ്ടറാണ്.

- 1582 ൽ ക്ലാവിയസ് രൂപപ്പെടുത്തിയ ഗ്രിഗോറിയൻ കലണ്ടറിന് ഗ്രിഗറി പതിമൂന്നാമൻ മാർപ്പാപ്പ അംഗീകാരം നല്കി.
- ശക കലണ്ടറാണ് ഇന്ത്യയുടെ ഔദ്യോഗിക കലണ്ടർ.
- കൊല്ലവർഷമാണ് കേരളത്തിലെ ഔദ്യോഗിക കലണ്ടർ, എ.ഡി 825 ൽ ആരംഭിച്ചു.
- ഗ്രിഗോറിയൻ കലണ്ടർ ഔദ്യോഗിക കാര്യങ്ങൾക്ക് നിരോധിച്ചത് സൗദി അറേബ്യയാണ്.
- 4 കൊണ്ട് പൂർണമായി ഹരിക്കാൻ കഴിയുന്ന വർഷങ്ങളെല്ലാം അധിവർഷമാണ്.
- അധിവർഷത്തിൽ ജനുവരി 1 തിങ്കളാഴ്ചയാണെങ്കിൽ ഡിസംബർ 31 ചൊവ്വാഴ്ചയായിരിക്കും.
- 2012, 2016, 2020, 2024 എന്നിവ അധിവർഷങ്ങളാണ്.

കേരളത്തിന്റെ ഔദ്യോഗിക പ്രതീകങ്ങൾ

കൊല്ലത്തെ തെങ്ങിലെ കരിക്കിലിരിക്കുന്ന ബുദ്ധിയുള്ള വേഴാമ്പൽ കൊത്തിപ്പിടിച്ചിരിക്കുന്ന കൊന്നച്ചക്ക കരി ആനയുടെ ദേഹത്തു വീഴ്ത്തുമോ?

കൊല്ലം	–	കൊല്ലവർഷം
	–	കേരളത്തിന്റെ ഔദ്യോഗിക കലണ്ടർ
തെങ്ങ്	–	കേരളത്തിന്റെ ഔദ്യോഗിക വൃക്ഷം
കരിക്ക്	–	കേരളത്തിന്റെ ഔദ്യോഗിക പാനീയം

ബുദ്ധമയൂരി – കേരളത്തിന്റെ ഔദ്യോഗിക ചിത്രശലഭം

മലമുഴക്കി വേഴാമ്പൽ – കേരളത്തിന്റെ ഔദ്യോഗിക പക്ഷി

കണിക്കൊന്ന – കേരളത്തിന്റെ ഔദ്യോഗിക പുഷ്പം

ചക്ക – കേരളത്തിന്റെ ഔദ്യോഗിക ഫലം

കരിമീൻ – കേരളത്തിന്റെ ഔദ്യോഗിക മത്സ്യം

ആന – കേരളത്തിന്റെ ഔദ്യോഗിക മൃഗം

- കൊല്ലവർഷം എ.ഡി. 825–ൽ രാജശേഖര വർമന്റെ കാലത്താരംഭിച്ചു
- ആയിരം ആവശ്യങ്ങൾക്കുള്ള മരമെന്ന് തെങ്ങിനെ അറിയപ്പെടുന്നു.
- നാലുകാലുകൾ ഒരേ ദിശയിൽ മടക്കാൻ കഴിയുന്ന ഏക മൃഗമാണ് ആന.
- കണിക്കൊന്നയുടെ പൂക്കൾ വിഷുക്കണിയായി ഉപയോഗിക്കും.
- മിസ് കേരള എന്നറിയപ്പെടുന്നത് ഡെനിസൺ ബാർബ് മത്സ്യമാണ്.
- കേരളത്തിന്റെ സാംസ്കാരിക ഗാനം

  — ജയ ജയ കോമള കേരള ധരണി...

  (ബോധേശ്വരൻ)
- കേരളത്തിന്റെ ഔദോഗികഭാഷാ പ്രതിജ്ഞ

  — എന്റെ ഭാഷ എന്റെ വീടാണ്

  (എം.ടി. വാസുദേവൻ നായർ)

കരി = കറുത്ത നിറം

കോവിലന്റെ കൃതികൾ

തോറ്റംപാട്ടിന്റെ തട്ടകമായ താഴ്വരയിലെ
കോവിലിലെത്തിയ പ്രവാസി പറഞ്ഞു A-B

തോറ്റങ്ങൾ

തട്ടകം

താഴ്വാരങ്ങൾ

പ്രവാസി

എ–ബി

- വി.വി. അയ്യപ്പന്റെ തൂലികാനാമമാണ് കോവിലൻ.
- ജോർജ് വർഗീസിന്റെ തൂലികാനാമം കാക്കനാടൻ എന്നാണ്.
- കെ.ഇ. മത്തായിയുടെ തൂലികാനാമമാണ് പാറപ്പുറം
- ഉറൂബിന്റെ ശരിയായ പേര് പി.സി. കുട്ടികൃഷ്ണൻ എന്നാണ്.
- ആടു ജീവിതം ബെന്യാമിന്റെ നോവലാണ്.
- മയ്യഴിപ്പുഴയുടെ തീരങ്ങളിൽ എം. മുകുന്ദന്റെ നോവലാണ്.
- വൈക്കം മുഹമ്മദ് ബഷീറിന്റെ ആദ്യത്തെ നോവലാണ് പ്രേമലേഖനം.

ശ്രേഷ്ഠ ഭാഷ പദവിയിലെത്തിയ ഇന്ത്യൻ ഭാഷകൾ

ഒഡിയൻ താമസം തെക്കതിലാണ്

ഒഡിയൻ	–	ഒഡിയ
താ	–	തമിഴ്
മ	–	മലയാളം
സം	–	സംസ്കൃതം
തെ	–	തെലുങ്ക്
ക്ക	–	കന്നട

- മലയാളത്തിന് ക്ലാസിക്കൽ പദവി ലഭിച്ചത് 2013 മെയ് 23-നാണ്.
- ക്ലാസിക്കൽ പദവി ലഭിച്ച ആദ്യത്തെ ഭാഷ തമിഴാണ്.
- സംസ്കൃതം, ക്ലാസിക്കൽ പദവി ലഭിച്ച രണ്ടാമത്തെ ഭാഷയാണ്.
- അഞ്ചാമതായാണ് മലയാളം ശ്രേഷ്ഠഭാഷയായത്.
- മലയാള ഭാഷ ആദ്യമായി അച്ചടിക്കപ്പെട്ടത് ഹോർത്തൂസ് മലബാറിക്കസിലാണ്.
- കർണാടകത്തിലെ സംസ്കൃത ഗ്രാമമാണ് മാട്ടൂർ.
- ലിപി ഇല്ലാത്ത ഒരു ഭാഷയാണ് തുളു.
- ഭാരതത്തിന്റെ പ്രാചീന ലിപിയാണ് ബ്രഹ്മി.
- ഏറ്റവും പ്രാചീനമായ മലയാള ലിപിയാണ് വട്ടെഴുത്ത്.
- ഗദ്യവും പദ്യവും കലരുന്ന ഭാഷയാണ് ചമ്പു.
- സംസ്കൃതവും മലയാളവും ചേർന്നാൽ മണിപ്രവാളമാകും.
- തമിഴും മലയാളവും ചേർന്നാൽ പാട്ടു ഭാഷയാകും.
- ക്ലാസിക്കൽ പദവി ലഭിച്ച ആറാമത്തെ ഭാഷയാണ് ഒഡിയ.

മലയാള ഭാഷാ വൃത്തങ്ങൾ

അന്ന് മഞ്ജുവിന്റെ കേക്കിനതാ
തരംനോക്കി കാകനെത്തി

അന്ന്	–	**അന്നനട**
മഞ്ജു	–	**മഞ്ജരി**
കേക്ക്	–	**കേക**
നത	–	**നതോന്നത**
തരം	–	**തരംഗിണി**
കാക	–	**കാകളി**

- പദ്യം രചിക്കുന്ന തോതിനെ വൃത്തം എന്ന് പറയും.
- മാത്രാ നിയമമാണ് ഭാഷാ വൃത്ത പരിഗണനയിൽ പ്രധാനം.
- മലയാളത്തിലെ ആധികാരിക വൃത്ത ശാസ്ത്ര ഗ്രന്ഥം എ.ആർ. രാജരാജവർമയുടെ വൃത്തമഞ്ജരിയാണ്.
- മഞ്ജരി, ഗാഥാ വൃത്തം എന്നറിയപ്പെടുന്നു.
- നതോന്നത വഞ്ചിപ്പാട്ട് വൃത്തമാണ്.
- കാകളിയാണ് കിളിപ്പാട്ട് വൃത്തം.
- തരംഗിണിയാണ് തുള്ളൽപ്പാട്ട് വൃത്തം.
- വസന്തതിലകം, ഇന്ദ്രവജ്ര, രഥോദ്ധത, മന്ദാക്രാന്ത, പുഷ്പിതാഗ്ര എന്നിവയാണ് സംസ്കൃത വൃത്തങ്ങൾ.
- മന്ദാക്രാന്ത സന്ദേശ വൃത്തമാണ്.

സമാസം

സംഖ്യയിൽ തുടങ്ങിയാൽ ദ്വിഗു
വാക്കിന് തുല്യ പ്രാധാന്യമെങ്കിൽ ദ്വന്ദ്വം
'ആയ' കൊണ്ട് ബന്ധിച്ചാൽ കർമധാരയ
'ആകുന്ന' കൊണ്ട് ബന്ധിച്ചാൽ രൂപകം
രണ്ടാം വാക്കിൽ വിഗ്രഹിച്ചു തുടങ്ങി - ആദ്യ
വാക്കിനർത്ഥം പറയുന്നത് അവ്യയീ ഭാവം.

പഞ്ചപാണ്ഡവർ	–	5 പാണ്ഡവർ (ദ്വിഗുസമാസം)
കരചരണം	–	കരവും ചരണവും (ദ്വന്ദ്വ സമാസം)
ലളിത ഗാനം	–	ലളിതമായ ഗാനം (കർമ ധാരയ സമാസം)
അടിമലർ	–	അടിയാകുന്ന മലർ (രൂപക തൽപ്പുരുഷ സമാസം)
പ്രതിമാസം	–	മാസം തോറും (അവ്യയീ ഭാവ സമാസം)
നവരാത്രി	–	9 രാത്രി (ദ്വിഗുസമാസം)
ത്രിമൂർത്തികൾ	–	3 മൂർത്തികൾ (ദ്വിഗു സമാസം)
നാലഞ്ച്	–	നാലോ അഞ്ചോ (ദ്വന്ദ്വ സമാസം)
ഗുരുശിഷ്യർ	–	ഗുരുവും ശിഷ്യനും (ദ്വന്ദ്വ സമാസം)
കോമള രൂപം	–	കോമളമായ രൂപം (കർമ ധാരയ സമാസം)
മഹോത്സവം	–	മഹത്തായ ഉത്സവം (കർമ ധാരയ സമാസം)
മുഖചന്ദ്രൻ	–	മുഖമാകുന്ന ചന്ദ്രൻ (രൂപക തൽപുരുഷ സമാസം)
മനോമുകുരം	–	മനസ്സാകുന്ന മുകുരം (രൂപക തൽപുരുഷ സമാസം)
അഭിമുഖം	–	മുഖത്തിനു നേരെ (അവ്യയീ ഭാവ സമാസം)
യഥേഷ്ടം	–	ഇഷ്ടം പോലെ (അവ്യയീ ഭാവ സമാസം)

- പൂർവ പദത്തിന് പ്രാധാന്യമുള്ളത് അവ്യയീഭാവ സമാസം
- ഉത്തര പദത്തിന് പ്രാധാന്യമുള്ളത് തൽപ്പുരുഷ സമാസം
- നെടുങ്കണ്ണി വിഗ്രഹിച്ചാൽ നെടിയ കണ്ണുള്ളവൾ (സുന്ദരി) എന്ന് കിട്ടും. ഇങ്ങനെ വിഗ്രഹത്തിലൂടെ മറ്റൊരു പദത്തിന് പ്രാധാന്യം വന്നാൽ ബഹുവ്രീഹി സമാസം.

  മുക്കണ്ണൻ – മൂന്ന് കണ്ണുള്ളവൻ (ശിവൻ), ബഹുവ്രീഹി സമാസം.

  നാന്മുഖൻ – നാല് മുഖമുള്ളവൻ (ബ്രഹ്മാവ്), ബഹുവ്രീഹി സമാസം.

പേർഷ്യൻ ഭാഷയിൽ നിന്ന് മലയാളത്തിലെത്തിയ പദങ്ങൾ

സർക്കാർ ഗുമസ്തനും ശിപായിയും ശിപാർശയ്ക്ക് ബിരിയാണിയും അച്ചാറും വാങ്ങിയെന്ന് ദിവാന് പരാതി ലഭിച്ചു

- സർക്കാർ, ഗുമസ്തൻ, ശിപായി, ശിപാർശ, ബിരിയാണി, അച്ചാർ, ദിവാൻ, പരാതി എന്നീ പേർഷ്യൻ പദങ്ങൾ മലയാളം സ്വന്തമാക്കി.

പോർച്ചുഗീസിൽ നിന്നും മലയാളത്തിലെത്തിയ പദങ്ങൾ

കുരിശുള്ള കൊന്തയിട്ട കപ്പിത്താൻ കോപ്പ നിറയെ വീഞ്ഞും കുടിച്ച് കസേരയിലിരുന്ന് പാതിരിയോട് കുമ്പസാരിച്ചു

- കുരിശ്, കൊന്ത, കപ്പിത്താൻ, കോപ്പ, വീഞ്ഞ്, കസേര, പാതിരി, കുമ്പസാരം എന്നീ പോർച്ചുഗീസ് പദങ്ങൾ മലയാളം സ്വന്തമാക്കി.

അറബിക് ഭാഷയിൽ നിന്നും മലയാളത്തിലെത്തിയ പദങ്ങൾ

ജില്ലാ തഹസീൽദാരിന് മാപ്പിനുള്ള ഹർജിയായി നൽകിയത് ജാമ്യത്തിനായി വക്കീൽ കടലാസിലെഴുതിയ കത്താണ്

- ജില്ല, തഹസീൽദാർ, മാപ്പ്, ഹർജി, ജാമ്യം, വക്കീൽ, കടലാസ്, കത്ത്, എന്നീ പദങ്ങൾ അറബിക് ഭാഷയിൽ നിന്നും മലയാളത്തിന് സ്വന്തമായി.

ഹിന്ദിയിൽ നിന്നും മലയാളത്തിലെത്തിയ പദങ്ങൾ

പഞ്ചായത്തിൽ ബന്ദ് നടത്തുന്നവർക്ക് ലാത്തിയടിയും, കീശ നിറയെ പൈസ ഉള്ളവർക്ക് മിഠായിയും ലഡുവും, ഖദറിട്ടവർക്ക് ചപ്പാത്തിയും ചായയും നൽകുന്നതായിരിക്കും.

പഞ്ചായത്ത്, ബന്ദ്, ലാത്തി, കീശ, പൈസ, മിഠായി, ലഡു, ഖദർ, ചപ്പാത്തി, ചായ എന്നീ പദങ്ങൾ ഹിന്ദിയിൽ നിന്നും മലയാളത്തിന് സ്വന്തമായി.

- യഹോവ എന്ന പദം ഹീബ്രുവിൽ നിന്നും മലയാളത്തിലെത്തി
- ഓശാന എന്ന പദം സുറിയാനിയിൽ നിന്നും മലയാളത്തിലെത്തി.
- ബൂർഷ്വാ എന്ന പദം ഫ്രഞ്ചിൽ നിന്നും മലയാളത്തിലെത്തി.
- സാമ്പാർ എന്ന പദം മറാത്തിയിൽ നിന്നും മലയാളത്തിലെത്തി.
- കാനേഷുമാരി എന്ന പദം പേർഷ്യനിൽ നിന്നും മലയാളത്തിലെത്തി.

ബഷീറിന്റെ കൃതികൾ

വിശ്വവിഖ്യാതമായ മൂക്കുള്ള സ്ഥലത്തെ പ്രധാന ദിവ്യന് ബാല്യകാല സഖി പ്രേമലേഖനം കൊടുത്തു. ഭൂമിയുടെ അവകാശിയായ പാത്തുമ്മയുടെ ആട് വിശന്നപ്പോൾ ശബ്ദമുണ്ടാക്കി

വിശ്വവിഖ്യാതമായ മൂക്ക്, സ്ഥലത്തെ പ്രധാന ദിവ്യൻ, ബാല്യകാല സഖി, പ്രേമലേഖനം, ഭൂമിയുടെ അവകാശികൾ, പാത്തുമ്മയുടെ ആട്, വിശപ്പ്, ശബ്ദങ്ങൾ

- **ബേപ്പൂർ സുൽത്താനെന്ന് ബഷീർ അറിയപ്പെടുന്നു.**
- **ബഷീറിന്റെ ആദ്യത്തെ കഥയാണ് എന്റെ തങ്കം.**
- **ബഷീറിന്റെ ബാലസാഹിത്യ കൃതിയാണ് സർപ്പയജ്ഞം.**
- **'എട്ടുകാലി മമ്മൂഞ്ഞ്' എന്ന കഥാപാത്രം ആനവാരിയും പൊൻകുരിശും എന്ന നോവലിലേതാണ്.**
- **ബാല്യകാല സഖിയിലെ നായിക നായകന്മാരാണ് സുഹ്‌റയും മജീദും.**
- **ബഷീറിന്റെ നാടകമാണ് കഥാബീജം.**
- **ബഷീറിന്റെ ജന്മഗ്രാമം തലയോലപ്പറമ്പാണ്.**
- **ഉപ്പു സത്യഗ്രഹത്തിൽ പങ്കെടുത്തതിനാൽ ബഷീർ ജയിൽവാസം അനുഭവിച്ചു.**

തിരുവനന്തപുരത്തെ ഐശ്വര്യങ്ങൾ

ചട്ടമ്പിയും അഭിമാനിയുമായ കാളിക്കുമാരന് ഗുരു മരമൂരി സമ്മാനിച്ചു

ചട്ടമ്പി	–	**ചട്ടമ്പിസ്വാമികൾ, ജന്മസ്ഥലം – കണ്ണമ്മൂല**
അഭിമാനി	–	**സ്വദേശാഭിമാനി രാമകൃഷ്ണപിള്ള, ജന്മസ്ഥലം – നെയ്യാറ്റിൻകര**
കാളി	–	**അയ്യങ്കാളി, ജന്മസ്ഥലം – വെങ്ങാനൂർ**
കുമാരൻ	–	**കുമാരനാശാൻ, ജന്മസ്ഥലം– കായിക്കര**
ഗുരു	–	**ശ്രീനാരായണ ഗുരു, ജന്മസ്ഥലം – ചെമ്പഴന്തി**
മര	–	**മരച്ചീനി**
മുരി	–	**മുരിങ്ങക്കായ്**

- **'പ്രാചീന മലയാളം', വേദാധികാര നിരൂപണം എന്നിവ ചട്ടമ്പി സ്വാമികളുടെ കൃതികളാണ്.**
- **തിരുവിതാംകൂറിലെ ആദ്യത്തെ സംഘടിത കർഷക സമരം നയിച്ചത് അയ്യങ്കാളിയാണ്.**
- **ഇന്ത്യൻ തപാൽ സ്റ്റാമ്പിലെത്തിയ ആദ്യ മലയാള കവി കുമാരനാശാനാണ്.**
- **ഇന്ത്യയിലാദ്യമായി കാറൽ മാക്സിന്റെ ജീവചരിത്രം എഴുതിയത് സ്വദേശാഭിമാനിയാണ്.**
- **ദൈവദശകം, ശ്രീനാരായണ ഗുരുവിന്റെ കൃതിയാണ്.**
- **1888–ൽ അരുവിപ്പുറത്ത് ശ്രീനാരായണ ഗുരു ശിവപ്രതിഷ്ഠ നടത്തി.**
- **പുലയ രാജാവെന്നറിയപ്പെടുന്നത് അയ്യങ്കാളിയാണ്.**
- **സംഘടന കൊണ്ട് ശക്തരാകാനും, വിദ്യകൊണ്ട് അഭിവൃദ്ധിപ്പെടാനും ശ്രീനാരായണ ഗുരു ഉപദേശിച്ചു.**
- **മരച്ചീനിയും മുരിങ്ങക്കായും ഏറ്റവുമധികം ഉല്പാദിപ്പിക്കുന്നത് തിരുവനന്തപുരത്താണ്.**

കേരളത്തിലെ ജില്ലകൾ

MP ATE 5Kg WhITe Powder
(എം.പി. ഏറ്റ് 5 കിലോ വൈറ്റ് പൗഡർ)

M - മലപ്പുറം, ഏക തുറമുഖം പൊന്നാനിയാണ്.

P - പാലക്കാട്, കേരളത്തിന്റെ നെല്ലറ എന്നറിയപ്പെടുന്നു.

A - ആലപ്പുഴ, കേരളത്തിലെ ആദ്യത്തെ പോസ്റ്റോഫീസ് ഇവിടെയാണ്.

T - തൃശൂർ, ഇന്ത്യയിലെ ഏറ്റവും പഴക്കമുള്ള മുസ്ലീം പള്ളി കൊടുങ്ങല്ലൂരാണ്.

E - എറണാകുളം, ഏറ്റവും വലിയ വ്യാവസായിക ജില്ല.

K - കാസർകോട്, ഏറ്റവും ഒടുവിൽ രൂപീകൃതമായ ജില്ല.

K - കണ്ണൂർ, കേരളാ ഫോക്ക്ലോർ അക്കാദമിയുടെ ആസ്ഥാനം.

K - കോഴിക്കോട്, കേരളത്തിലാദ്യമായി 3 ജി സംവിധാനം നിലവിൽ വന്ന ജില്ല.

K - കോട്ടയം, സാഹിത്യപ്രവർത്തക സഹകരണ സംഘത്തിന്റെ ആസ്ഥാനം.

K - കൊല്ലം, ഏറ്റവും കൂടുതൽ കളിമൺ നിക്ഷേപമുള്ള കുണ്ടറ ഈ ജില്ലയിലാണ്.

W - വയനാട്, ആസ്ഥാനം കൽപ്പറ്റയാണ്.

I - ഇടുക്കി, കുരുമുളക് ഉല്പാദനത്തിൽ ഒന്നാം സ്ഥാനം.

T - തിരുവനന്തപുരം, ഇന്ത്യയിലെ നിത്യഹരിത നഗരമെന്ന് ഗാന്ധിജി വിശേഷിപ്പിച്ചു.

P - പത്തനംതിട്ട, ആരാധനാലയങ്ങളുടെ ജില്ല എന്നറിയപ്പെടുന്നു.

കാളിദാസ കൃതികൾ

വിക്രമനായ രഘുകുമാരൻ ഋതുസംഹാരത്തിന് മുമ്പ് ശകുന്തളയ്ക്കുള്ള ദൂതുമായി മാളവികയെ അയച്ചു.

വിക്രമ	–	വിക്രമോർവശീയം
രഘു	–	രഘുവംശം
കുമാര	–	കുമാരസംഭവം
		ഋതുസംഹാരം
ശകുന്തള	–	അഭിജ്ഞാന ശാകുന്തളം
ദൂത്	–	മേഘദൂതം
മാളവിക	–	മാളവികാഗ്നി മിത്രം

- ചന്ദ്രഗുപ്തൻ രണ്ടാമന്റെ (വിക്രമാദിത്യൻ) സദസ്സിലെ നവരത്നങ്ങളിൽ പ്രമുഖനായിരുന്നു കാളിദാസൻ (4-ാം നൂറ്റാണ്ട്).
- ധന്വന്തരിയും വരാഹമിഹിരനും നവരത്നങ്ങളിൽ ഉൾപ്പെടുന്നു.
- കാളിദാസന്റെ ഖണ്ഡകാവ്യമാണ് ഋതുസംഹാരം.
- കുമാരസംഭവം, രഘുവംശം എന്നിവ കാളിദാസന്റെ മഹാകാവ്യങ്ങളാണ്.
- ദുഷ്യന്തൻ, അഭിജ്ഞാന ശാകുന്തളത്തിലെ നായകനാണ്.
- സംസ്കൃത ഭാഷയുടെ സുവർണ കാലമായിരുന്നു ചന്ദ്രഗുപ്തൻ രണ്ടാമന്റെ ഭരണകാലം.
- കേരളകാളിദാസൻ – കേരളവർമ വലിയകോയിത്തമ്പുരാൻ.
- കാളിദാസനെ ഇന്ത്യൻ ഷേക്സ്പിയർ എന്ന് വിളിക്കുന്നു.

14-ാം ഗ്രൂപ്പ് മൂലകങ്ങൾ

14 ലേഡി കാറുകൾ ജസി വാങ്ങി

ലേ - ലെഡ്, ഗലീനയാണ് അയിര്.

ഡി - ടിൻ, വെളുത്തീയം എന്നറിയപ്പെടുന്നു.

കാറ് - കാർബൺ, ഭൂമിയിലെ ജീവനടിസ്ഥാനം.

ജ - ജർമേനിയം

സി - സിലിക്കൺ

- ആവർത്തനപ്പട്ടികയിലെ കുത്തനെയുള്ള കോളങ്ങളെ (ലംബ കളങ്ങൾ) ഗ്രൂപ്പ് എന്നു വിളിക്കും.
- 14-ാം ഗ്രൂപ്പിൽ ഫ്ളേറോവിയം എന്ന മൂലകവുമുണ്ട്.
- പ്രകൃതിദത്ത മൂലകങ്ങൾ 92 എണ്ണമുണ്ട്.
- 37 റേഡിയോ ആക്ടീവ് മൂലകങ്ങൾ കണ്ടുപിടിച്ചിട്ടുണ്ട്.
- മൂലകങ്ങളെ ലോഹ-അലോഹ-ഉപലോഹങ്ങളെന്ന് തരം തിരിച്ചത് ലാവോസിയ ആണ്.
- മറ്റു മൂലകങ്ങളുമായി ചേർന്ന് ഏറ്റവുമധികം സംയുക്തങ്ങൾ നിർമിക്കുന്ന മൂലകമാണ് കാർബൺ.
- പ്രകൃതിയിൽ ഏറ്റവും സ്ഥിരതയുള്ളത് ലെഡിനാണ്.
- ആധുനിക പീരിയോഡിക് ടേബിളിൽ വലത്തേ അറ്റത്താണ് അലോഹങ്ങൾ കാണപ്പെടുന്നത്.

കേരളത്തിലെ വലുതും ചെറുതുമായ ജില്ലകൾ

PaId AlaKa
(പെയ്ഡ് അളക)

Pa - പാലക്കാട്, പട്ടികജാതിക്കാർ കൂടുതലുള്ള ജില്ല.

Id - ഇടുക്കി, വലിപ്പത്തിൽ രണ്ടാം സ്ഥാനമുള്ള ജില്ല.

Ala - ആലപ്പുഴ, ഏറ്റവും ചെറിയ ജില്ല.

Ka - കാസർകോട്, ഏറ്റവും ചെറുതിൽ രണ്ടാം സ്ഥാനമുള്ള ജില്ല.

- ആദ്യത്തെ അഖില കേരള കോൺഗ്രസ് സമ്മേളനം നടന്നത് പാലക്കാടിലെ ഒറ്റപ്പാലത്താണ്.
- ഇടുക്കിയുടെ ആസ്ഥാനം പൈനാവാണ്.
- വെളുത്തുള്ളി ഉല്പാദിപ്പിക്കുന്ന ഏക ജില്ലയാണ് ഇടുക്കി.
- കേരളത്തിലെ ഏറ്റവും വലിയ ഭൂഗർഭ ജലവൈദ്യുത നിലയമായ മൂലമറ്റം ഇടുക്കിയിലാണ്.
- കേരളത്തിലെ ആദ്യത്തെ കയർ ഗ്രാമം വയലാർ, ആലപ്പുഴയിലാണ്.
- കിഴക്കിന്റെ വെനീസെന്ന് ആലപ്പുഴയെ വിളിച്ചത് കഴ്സൺ പ്രഭുവാണ്.
- പാതിരാമണൽ ദ്വീപ് ആലപ്പുഴയിലെ വിനോദ സഞ്ചാര കേന്ദ്രമാണ്.
- കയ്യൂർ സമരം (1941) നടന്നത് കാസർകോടാണ്.
- യക്ഷഗാനം പ്രചാരത്തിലുള്ള ഏക ജില്ലയാണ് കാസർകോട്.
- കേരളത്തിന്റെ വടക്കേയറ്റത്തെ പാർലമെന്റ് മണ്ഡലം കാസർകോടാണ്.
- ഏറ്റവും വലിയ കോട്ടയായ ബേക്കൽകോട്ട കാസർകോടാണ്.

ഏറ്റവുമധികം ജനങ്ങൾ സംസാരിക്കുന്ന ഭാഷകൾ ക്രമത്തിൽ

MS. English (മിസ് ഇംഗ്ലീഷ്)

M - മൻഡാരിൻ, ചൈനയിലെ പ്രധാന ഭാഷ

S - സ്പാനിഷ്, ചോദ്യ ചിഹ്നം ഇട്ട ശേഷം ചോദ്യമെഴുതുന്ന ഏക ഭാഷ.

English - ഇംഗ്ലീഷ്, ഇന്ത്യയിൽ ഏറ്റവും കൂടുതൽ ഉപയോഗിക്കുന്ന വിദേശ ഭാഷ.

- 4-ാം സ്ഥാനം ഹിന്ദിയും ഉറുദും ചേർന്ന ഹിന്ദുസ്ഥാനിയും 5-ാം സ്ഥാനം അറബിക് ഭാഷയുമാണ്.
- സ്പാനിഷ് ഭാഷ സംസാരിക്കുന്ന ഏക ഏഷ്യൻ രാജ്യം, ഫിലിപ്പൈൻസ്.
- സ്പാനിഷ് ഔദ്യോഗിക ഭാഷയായ ഏക ആഫ്രിക്കൻ രാജ്യം, ഇക്വിറ്റോറിയൽ ഗിനിയ.
- ഇംഗ്ലീഷ് ഔദ്യോഗിക ഭാഷയായ ഏക തെക്കേ അമേരിക്കൻ രാജ്യം, ഗയാന.
- ഇന്തോ-യൂറോപ്യനാണ് ഏറ്റവും വലിയ ഭാഷാ ഗോത്രം.
- എസ്പെരന്റോ എന്നത് ഒരു കൃത്രിമ ഭാഷയാണ്.
- വലത്തു നിന്ന് ഇടത്തേക്ക് എഴുതിയിരുന്ന പ്രാചീന ലിപിയാണ് ഖരോഷ്ടി.
- ഏറ്റവും കൂടുതൽ ഭാഷകൾ സംസാരിക്കപ്പെടുന്ന രാജ്യം പപ്പുവ ന്യൂഗിനി ആണ്.
- ഏറ്റവും കൂടുതൽ അക്ഷരങ്ങളുള്ളത് കംബോഡിയൻ ഭാഷയിലാണ്.
- കാഴ്ചയില്ലാത്തവർക്ക് ലിപി കണ്ടെത്തിയത് ലൂയി ബ്രെയ്ലാണ്.

ഇന്റർപോളിലെ ഭാഷകൾ

SAFE

S - സ്പാനിഷ്

A - അറബിക്

F - ഫ്രഞ്ച്

E - ഇംഗ്ലീഷ്

- ഇന്റർ നാഷണൽ ക്രിമിനൽ പോലീസ് അസോസിയേഷൻ (ഇന്റർപോൾ) -1923-ൽ സ്ഥാപിതമായി.
- അന്താരാഷ്ട്ര തലത്തിൽ കുറ്റകൃത്യങ്ങൾ കൈകാര്യം ചെയ്യുന്ന ഏജൻസിയാണ് ഇന്റർപോൾ.
- ഫ്രാൻസിലെ ലിയോൺസ് ആണ് ഇന്റർപോളിന്റെ ആസ്ഥാനം.
- ഇന്റർപോളിനെ ഇന്ത്യയിൽ നിന്നും പ്രതിനിധീകരിക്കുന്നത് സി.ബി.ഐ ആണ്.

ആറ് മൗലികാവകാശങ്ങൾ

മത സ്വാതന്ത്ര്യം ചൂഷണം ചെയ്യപ്പെട്ടാൽ സാംസ്കാരിക സമത്വത്തിനായി കോടതിയിലെത്താം

മത	–	മതസ്വാതന്ത്ര്യത്തിനുള്ള അവകാശം.
സ്വാതന്ത്ര്യം	–	സ്വാതന്ത്ര്യത്തിനുള്ള അവകാശം.
ചൂഷണം	–	ചൂഷണത്തിനെതിരെയുള്ള അവകാശം.
സാംസ്കാരിക	–	സാംസ്കാരികവും വിദ്യാഭ്യാസപരവുമായ അവകാശം.
സമത്വം	–	സമത്വത്തിനുള്ള അവകാശം.
കോടതി	–	കോടതിയിലൂടെ മൗലികാവകാശങ്ങൾ സ്ഥാപിച്ചു കിട്ടാനുള്ള അവകാശം.

- മൗലിക അവകാശങ്ങൾ ഭരണഘടനയുടെ മൂന്നാം പാർട്ടിലാണുള്ളത്.
- മൗലിക അവകാശങ്ങൾ ഇന്ത്യയുടെ മാഗ്നകാർട്ട എന്നറിയപ്പെടുന്നു.
- ആർട്ടിക്കിൾ 14–18 സമത്വാവകാശത്തെക്കുറിച്ച് പ്രതിപാദിക്കുന്നു.
- ആർട്ടിക്കിൾ 19 – 22 സ്വാതന്ത്ര്യത്തിനുള്ള അവകാശം.
- ആർട്ടിക്കിൾ 23 – 24 ചൂഷണത്തിനെതിരെയുള്ള അവകാശം.
- മൗലികാവകാശങ്ങളുടെ ശില്പി സർദാർ വല്ലഭായി പട്ടേലാണ്.
- സ്വത്തവകാശം മൗലികാവകാശമല്ല.
- ഗാന്ധിയുടെ ക്ഷേമ രാഷ്ട്ര സങ്കല്പം നിർദ്ദേശക തത്വങ്ങളിലാണ് ഉൾപ്പെടുത്തിയിരിക്കുന്നത്.
- ഇന്ത്യൻ ഭരണഘടന ഏക പൗരത്വമാണ് വിഭാവന ചെയ്യുന്നത്.
- ഇന്ത്യൻ ഭരണ ഘടന നിലവിൽ വന്നപ്പോൾ 22 ഭാഗങ്ങളുണ്ടായിരുന്നു, ഇപ്പോൾ 25.
- ഇന്ത്യൻ പൗരത്വം അഞ്ച് രീതിയിൽ കരസ്ഥമാക്കാം.

ഇന്ത്യയിലെ പുതിയ സംസ്ഥാനങ്ങൾ

ഉത്തരാജാതി

ഉത്തര	–	ഉത്തരാഖണ്ഡ്, 27–ാം സംസ്ഥാനം
ജാ	–	ജാർഖണ്ഡ്, 28–ാം സംസ്ഥാനം
തി	–	തെലുങ്കാന, 29–ാം സംസ്ഥാനം

- ഇന്ത്യയിലെ ആദ്യത്തെ ദേശീയോദ്യാനം ജിം കോർബെറ്റ് ഉത്തരാഖണ്ഡിലാണ്.
- ബദരീനാഥ്, ഹരിദ്വാർ, ഋഷികേശ്, എന്നിവ ഉത്തരാഖണ്ഡിലാണ്.
- ദേവ ഭൂമിയെന്ന് ഉത്തരാഖണ്ഡ് അറിയപ്പെടുന്നു.
- ഇന്ത്യയുടെ ധാതുസംസ്ഥാനമാണ് ജാർഖണ്ഡ്.
- ബൊക്കാറോ ഉരുക്ക് നിർമ്മാണശാല ജാർഖണ്ഡിലാണ്.
- ഇന്ത്യയിലെ ആദ്യത്തെ വ്യാവസായിക നഗരം ജാർഖണ്ഡിലെ ജാംഷഡ്പൂരാണ്.
- 2014 ജൂൺ 2–ന് തെലുങ്കാന സംസ്ഥാനം രൂപീകൃതമായി.
- ആന്ധ്രാപ്രദേശി(സീമാന്ധ്ര)ന്റെയും തെലുങ്കാനയുടെയും സംയുക്ത തലസ്ഥാനമാണ് ഹൈദരാബാദ്.
- തെലുങ്കാനയുടെ ആദ്യത്തെ മുഖ്യമന്ത്രി കെ. ചന്ദ്രശേഖര റാവു ആണ്.
- തെലുങ്കാനയിൽ ഉൾപ്പെടുന്ന യുനെസ്കോയുടെ ലോക പൈതൃക നഗരമാണ് വാറങ്കൽ.
- ഉത്തർ പ്രദേശിനെ വിഭജിച്ച് ഉത്തരാഖണ്ഡും, ബീഹാറിനെ വിഭജിച്ച് ജാർഖണ്ഡും, ആന്ധ്രാപ്രദേശിനെ വിഭജിച്ച് തെലുങ്കാനയും രൂപീകരിച്ചു.

ഇന്ത്യയുടെ ആക്ടിങ് പ്രസിഡന്റുമാർ ക്രമമനുസരിച്ച്

ഗിരിയുടെ ഹൃദയം തകർത്തത് ബീഡി വലിയാണ്

ഗിരി	–	**വി.വി. ഗിരി**
ഹൃദയം	–	**എം. ഹിദായത്തുള്ള**
ബീഡി	–	**ബി.ഡി. ജെട്ടി**

- **ആദ്യത്തെ ആക്ടിങ് പ്രസിഡന്റ് വി.വി. ഗിരിയാണ്.**
- **ആക്ടിങ് പ്രസിഡന്റായി സ്ഥാനം വഹിച്ച ചീഫ് ജസ്റ്റിസാണ് എം.ഹിദായത്തുള്ള.**
- **ഏറ്റവും കുറച്ചുകാലം ഉപരാഷ്ട്രപതിയായിരുന്നത് വി.വി. ഗിരിയാണ്.**

രാജ്യസഭ - ലോക്സഭ അംഗങ്ങൾ

9, 20, 250, 545, 552

9 – കേരളത്തിൽ നിന്നുള്ള രാജ്യസഭ അംഗങ്ങൾ

20 – കേരളത്തിൽ നിന്നുള്ള ലോക്സഭ അംഗങ്ങൾ

250 – രാജ്യസഭയിലെ അംഗങ്ങളുടെ എണ്ണം

545 – ലോക്സഭയിലെ അംഗങ്ങളുടെ എണ്ണം

552 – ലോക്സഭയിൽ പരമാവധി ആകാവുന്ന അംഗങ്ങളുടെ എണ്ണം

- ലോക്സഭാ അംഗങ്ങൾ, രാജ്യസഭാ അംഗങ്ങൾ, പ്രസിഡന്റ് എന്നിവ ഉൾക്കൊള്ളുന്നതാണ് ഇന്ത്യൻ പാർലമെന്റ്.
- പാർലമെന്റ് മന്ദിരം രൂപകൽപ്പന ചെയ്തത് എഡ്വിൻ ലുട്യെൻസും ബേക്കറുമാണ്.
- പാർലമെന്റ് മന്ദിരം ഉദ്ഘാടനം ചെയ്തത് ഇർവിൻ ആണ്.
- രാജ്യസഭ സ്ഥിരം സഭയാണ്, രാജ്യസഭ അംഗങ്ങളുടെ കാലാവധി 6 വർഷമാണ്.
- രാജ്യസഭയിലേക്ക് പ്രസിഡന്റിന് 12 പേരെ നാമനിർദ്ദേശം ചെയ്യാം.
- ലോക്സഭയിലേക്ക് നാമ നിർദ്ദേശം ചെയ്യപ്പെട്ട ആദ്യത്തെ ആംഗ്ലോ ഇന്ത്യൻ മലയാളി ചാൾസ് ഡയസാണ്.
- രാഷ്ട്രപതിയെ തെരഞ്ഞെടുക്കുന്നത് ലോക്സഭ, രാജ്യസഭ, നിയമസഭ അംഗങ്ങൾ ചേർന്നാണ്.
- ധനകാര്യബില്ല് ആദ്യം അവതരിപ്പിക്കുന്നത് ലോക്സഭയിലാണ്.

ഉത്തർപ്രദേശിന്റെ വ്യത്യസ്തതകൾ

അയ്യോ, അലി സാറേ വരണേ പഞ്ചസാരക്കിണ്ണം പോലുള്ള താജ് കാണണേ !

അയ്യോ	–	അയോധ്യ
അലി	–	അലിഗഢ് സർവകലാശാല
സാറേ	–	സാരനാഥ്
വരണേ	–	വാരണാസി
പഞ്ചാരക്കിണ്ണം	–	ഉത്തർപ്രദേശിനെ ഈ പേരിലറിയപ്പെടുന്നു.
താജ്	–	താജ്മഹൽ

- അയോധ്യ, സാരനാഥ്, വാരണാസി (കാശി) താജ്മഹൽ എന്നിവ ഉത്തർപ്രദേശിലാണ്.
- 1857–ലെ ഒന്നാം സ്വാതന്ത്ര്യ സമരം നടന്ന മീററ്റ് ഉത്തർപ്രദേശിലാണ്.
- ഉത്തർ പ്രദേശ് 8 സംസ്ഥാനങ്ങളുമായി അതിർത്തി പങ്കിടുന്നു.
- ബനാറസ് ഹിന്ദു സർവകലാശാല ഉത്തർപ്രദേശിലാണ്.
- അയോധ്യ സരയൂ നദിയുടെ തീരത്താണ്.
- ഉത്തർപ്രദേശിലെ മായാവതിയാണ് ആദ്യത്തെ ദളിത് വനിതാ മുഖ്യമന്ത്രി
- ദേശീയ സ്മാരകങ്ങൾ കൂടുതലുള്ളത് ഉത്തർപ്രദേശിലാണ്.
- ബുദ്ധൻ ആദ്യ പ്രഭാഷണം നടത്തിയത് സാരനാഥിലാണ്.
- സാരനാഥ് സ്തംഭം സ്ഥാപിച്ചത് അശോകനാണ്.

താർ മരുഭൂമി കടന്നു പോകുന്ന സംസ്ഥാനങ്ങൾ

രഗു PHd

ര – രാജസ്ഥാൻ, ആദ്യമായി പഞ്ചായത്തീരാജ് നടപ്പിലാക്കി.

ഗു – ഗുജറാത്ത്, വദ നഗറിലാണ് നരേന്ദ്രമോദി ജനിച്ചത്.

P – പഞ്ചാബ്, അഞ്ച് നദികളുടെ നാട്.

H – ഹരിയാന, ഇന്ത്യയുടെ പാൽതൊട്ടി.

- നാല് സംസ്ഥാനങ്ങളിലായി താർ മരുഭൂമി വ്യാപിച്ചു കിടക്കുന്നു.
- താർ മരുഭൂമിയുടെ ഭൂരിഭാഗവും രാജസ്ഥാനിലാണ്.
- താർ മരുഭൂമിയിലെ മരുപ്പച്ച എന്നറിയപ്പെടുന്നത് ജയ്സാൽമിറാണ്.
- സിന്ധു നദീതട സംസ്കാരമായ കാലിബംഗൻ രാജസ്ഥാനിലാണ്.
- പരുത്തിയും നിലക്കടലയും ഏറ്റവുമധികം ഉല്പാദിപ്പിക്കുന്നത് ഗുജറാത്തിലാണ്.
- ധവള വിപ്ലവത്തിന് ആരംഭം കുറിച്ച 'ആനന്ദ്' ഗുജറാത്തിലാണ്.
- ജാലിയൻ വാലാബാഗ് പഞ്ചാബിലാണ്.
- വാഗ അതിർത്തി പഞ്ചാബിലാണ്.
- ഇന്ത്യയിൽ സ്ത്രീ പുരുഷ അനുപാതം ഏറ്റവും കുറഞ്ഞ സംസ്ഥാനം ഹരിയാനയാണ്.

പരസ്പരം രാജിനൽകുന്നവർ

പ്രസിഡന്റ് × വൈസ്പ്രസിഡന്റ്
സ്പീക്കർ × ഡപ്യൂട്ടി സ്പീക്കർ

- ഇന്ത്യൻ പ്രസിഡന്റ് വൈസ് പ്രസിഡന്റിന് രാജിനൽകും, വൈസ് പ്രസിഡന്റ് ഇന്ത്യൻ പ്രസിഡന്റിന് രാജി നൽകും.
- ലോക്സഭാ സ്പീക്കർ ഡപ്യൂട്ടി സ്പീക്കറിന് രാജി നൽകും, ഡപ്യൂട്ടി സ്പീക്കർ ലോക്സഭാ സ്പീക്കറിന് രാജി നൽകും.

➢ പാർലമെന്റിലെ ഇരുസഭകളുടെയും സംയുക്ത സമ്മേളനം വിളിച്ചു ചേർക്കുന്നത് പ്രസിഡന്റാണ്.

➢ രാഷ്ട്രപതിയുടെയും ഉപരാഷ്ട്രപതിയുടെയും അഭാവത്തിൽ രാഷ്ട്രപതിയുടെ ചുമതല വഹിക്കേണ്ടത് സുപ്രീംകോടതി ചീഫ് ജസ്റ്റിസാണ്.

➢ രാജ്യസഭയുടെ അധ്യക്ഷൻ ഉപരാഷ്ട്രപതിയാണ്.

➢ ഉപരാഷ്ട്രപതിയായിരിക്കുമ്പോൾ അന്തരിച്ചത് കിഷൻ കാന്താണ്.

➢ ആദ്യത്തെ ലോക്സഭാ സ്പീക്കറാണ് ജി.വി. മാവ്ലങ്കർ

➢ ലോക്സഭാ സ്പീക്കറായ ആദ്യത്തെ വനിതയാണ് മീരാകുമാർ.

➢ ലോക്സഭാ സ്പീക്കറായ രണ്ടാമത്തെ വനിതയാണ് സുമിത്ര മഹാജൻ.

➢ ഹെലികോപ്റ്റർ അപകടത്തിൽ കൊല്ലപ്പെട്ട ലോക്സഭാ സ്പീക്കറാണ് ജി.എം.സി. ബാലയോഗി.

➢ ലോക്സഭയുടെ അധ്യക്ഷനാണ് സ്പീക്കർ.

➢ ഏറ്റവും കൂടുതൽ കാലം സ്പീക്കറായിരുന്നത് ബൽറാം ജാക്കറാണ്.

ഇന്ത്യ സ്വാതന്ത്ര്യം നേടിയപ്പോഴുള്ള നായകർ

ജോർജിന്റെ കൃപയാൽ മൗണ്ടിന്റെ അറ്റത്ത് ചിത്തിരയെത്തി

ജോർജ് – ജോർജ് ആറാമൻ, ഇന്ത്യക്ക് സ്വാതന്ത്ര്യം ലഭിച്ചപ്പോഴുള്ള ബ്രിട്ടീഷ് രാജാവ്.

കൃപ – ജെ.ബി. കൃപലാനി, ഇന്ത്യക്ക് സ്വാതന്ത്ര്യം ലഭിച്ചപ്പോഴുള്ള ഇന്ത്യൻ നാഷണൽ കോൺഗ്രസ് പ്രസിഡന്റ്.

മൗണ്ട് – മൗണ്ട് ബാറ്റൻ, സ്വാതന്ത്ര്യം ലഭിച്ചപ്പോഴുള്ള ഇന്ത്യയുടെ വൈസ്രോയി.

അറ്റത്ത് – ക്ലമന്റ് അറ്റ്ലി, ഇന്ത്യക്ക് സ്വാതന്ത്ര്യം ലഭിച്ചപ്പോഴുള്ള ബ്രിട്ടീഷ് പ്രധാനമന്ത്രി.

ചിത്തിര – ശ്രീചിത്തിരതിരുനാൾ, ഇന്ത്യക്ക് സ്വാതന്ത്ര്യം ലഭിച്ചപ്പോഴുള്ള തിരുവിതാംകൂർ രാജാവ്.

- സ്വാതന്ത്ര്യാനന്തര ഭാരതത്തിലെ ആദ്യത്തെ കോൺഗ്രസ് പ്രസിഡന്റ് പട്ടാഭി സീതാരാമയ്യാ ആണ്.
- ഇന്ത്യ സന്ദർശിച്ച ആദ്യത്തെ ബ്രിട്ടീഷ് രാജാവ് ജോർജ് അഞ്ചാമനാണ്.
- ജോർജ് അഞ്ചാമന്റെ സന്ദർശനത്തിന്റെ ഓർമയ്ക്കായി ഇന്ത്യയിൽ നിർമിക്കപ്പെട്ടത് ഗേറ്റ്‌വേ ഓഫ് ഇന്ത്യ.
- ഇന്ത്യ സന്ദർശിച്ച ആദ്യത്തെ ബ്രിട്ടീഷ് പ്രധാനമന്ത്രി ഹാരോൾഡ് മാക്മില്ലനാണ്.
- സ്വാതന്ത്ര്യം ബ്രിട്ടന്റെ ഔദാര്യമല്ല, ഇന്ത്യയുടെ അവകാശമാണെന്ന് പ്രഖ്യാപിച്ചത് ആനിബസന്റാണ്.
- റേഡിയോയിലൂടെ ഇന്ത്യയെ അഭിസംബോധന ചെയ്ത ആദ്യത്തെ കോൺഗ്രസ് നേതാവ് സുഭാഷ്ചന്ദ്രബോസാണ്.

ഇന്ത്യയിലെ ദിക്കുകൾ

പടിഞ്ഞാറൻ ഗുജറാത്തിലെത്താൻ
E.Arun, * ST. NoKash നോട് പ്രാർത്ഥിച്ചു

പടിഞ്ഞാറൻ ഗുജറാത്ത്	- ഇന്ത്യയുടെ പടിഞ്ഞാറേ അറ്റത്തുള്ള സംസ്ഥാനം ഗുജറാത്താണ്.
E. Arun	- East ൽ Arunachalpradesh, ഇന്ത്യയുടെ കിഴക്കേ അറ്റത്തുള്ള സംസ്ഥാനമാണ് അരുണാചൽ പ്രദേശ്.
S-T	- South- ൽ Tamilnadu, തെക്കേ അറ്റത്തുള്ള സംസ്ഥാനമാണ് തമിഴ്നാട്.
NoKash	- North ൽ Kashmir, വടക്കേ അറ്റത്തുള്ള സംസ്ഥാനമാണ് ജമ്മു & കാശ്മീർ.

- പടിഞ്ഞാറേ അറ്റത്തെ തലസ്ഥാനമാണ് ഗാന്ധിനഗർ.
- കിഴക്കേ അറ്റത്തെ തലസ്ഥാനം കൊഹിമയാണ്.
- തെക്കേ അറ്റത്തെ തലസ്ഥാനം തിരുവനന്തപുരമാണ്.
- വടക്കേ അറ്റത്തെ തലസ്ഥാനം ശ്രീനഗറാണ്.
- ഇന്ത്യയുടെ തെക്കേ അറ്റത്തെ കേന്ദ്രഭരണ പ്രദേശം ആന്റമാൻ നിക്കോബാറാണ്.
- ഇന്ത്യയുടെ വടക്കേ അറ്റത്തെ കേന്ദ്രഭരണ പ്രദേശം ചണ്ഡിഗഢാണ്.
- ഇന്ത്യയുടെ ഏറ്റവും കിഴക്കുള്ള ജില്ലയാണ് ലോഹിത്.
- ഇന്ത്യയുടെ ഏറ്റവും പടിഞ്ഞാറുള്ള ജില്ലയാണ് കച്ച്.
- ഇന്ത്യൻ ഉപദ്വീപിന്റെ തെക്കേ അറ്റം കന്യാകുമാരിയാണ്.

*ST- Saint(വിശുദ്ധൻ)

ഇടുക്കി ജലവൈദ്യുത പദ്ധതി

ഉലുമ്പന്റെ ചെറുതോണിയിൽ കുറവനും കുറത്തിയും കുളമാവിലെത്തി

ഉലുമ്പൻ – ഇടുക്കി ജലവൈദ്യുത പദ്ധതിക്ക് യോജിച്ച സ്ഥലം കാണിച്ചു കൊടുത്തു.

ചെറുതോണി – ഇടുക്കി പദ്ധതിയിലെ അണക്കെട്ട്.

കുറവൻ, കുറത്തി – ഈ മലകൾക്കിടയിലാണ് ഇടുക്കി ആർച്ച് ഡാം

കുളമാവ് – ഇടുക്കി പദ്ധതിയിലെ അണക്കെട്ട്.

- ഇന്ത്യയിലെ ആദ്യത്തെ ആർച്ച് ഡാമാണ് ഇടുക്കി.
- 1974-ൽ ഇടുക്കി ജലവൈദ്യുത പദ്ധതിയുടെ പണി പൂർത്തിയായി.
- 1886-ൽ മുല്ലപ്പെരിയാർ അണക്കെട്ട് നിർമിച്ചു.
- പെരിയാറിലെ ജലം വൈഗാ നദിയിലെത്തിക്കാനുള്ള കരാറിൽ തിരുവിതാംകൂർ ദിവാൻ രാമഅയ്യങ്കാർ ഒപ്പു വച്ചു.
- മുല്ലപ്പെരിയാർ അണക്കെട്ട് നിർമിച്ചത് വിശാഖം തിരുനാളിന്റെ കാലത്താണ്.
- മുല്ലപ്പെരിയാർ അണക്കെട്ട് ഉദ്ഘാടനം ചെയ്തത് വെൻലോക്ക് പ്രഭുവാണ്.
- കേരളത്തിലെ ആദ്യത്തെ വന്യജീവി കേന്ദ്രം തേക്കടിയിലാരംഭിച്ചത് ശ്രീചിത്തിര തിരുനാളാണ്.

പരിസ്ഥിതി സംരക്ഷിക്കാൻ പ്ലാസ്റ്റിക്കിന്റെ '4R'കൾ

R – റെഡ്യൂസ് (കുറയ്ക്കുക)

R - റിയൂസ് (വീണ്ടും ഉപയോഗിക്കുക)

R – റിസൈക്കിൾ (പുനർ നിർമാണം)

R – റിമൂവ് (മാറ്റുക)

- പരിസ്ഥിതി പ്രശ്നങ്ങൾ കൈകാര്യം ചെയ്യുന്ന യു.എൻ. സംഘടനയാണ് യു.എൻ.ഇ.പി. (യുണൈറ്റഡ് നേഷൻസ് എൻവയേൺമെന്റ് പ്രോഗ്രാം)
- 40 മൈക്രോണിൽ താഴെയുള്ള പ്ലാസ്റ്റിക്കുകൾ ഉപയോഗിക്കാൻ പാടില്ല.
- പുനരുപയോഗിക്കാവുന്ന പ്ലാസ്റ്റിക്കാണ് തെർമോ പ്ലാസ്റ്റിക് പോളിമെറുകൾ.
- പുനരുപയോഗം ചെയ്യാൻ കഴിയാത്ത പ്ലാസ്റ്റിക്കാണ് തെർമോ സെറ്റിങ് പ്ലാസ്റ്റിക്.
- പ്ലാസ്റ്റിക് കത്തുമ്പോഴുള്ള വിഷവാതകമാണ് ഡയോക്സിൻ.
- മഴക്കോട്ടുകൾ നിർമിക്കാൻ പോളിവിനൈൽ ക്ലോറൈഡ് (പി.വി.സി) ഉപയോഗിക്കും.
- നോൺസ്റ്റിക് പാത്രങ്ങൾ നിർമിക്കാൻ ടെഫ്ളോൺ ഉപയോഗിക്കും.
- തറയിലിടുന്ന ടൈലുകൾ നിർമിക്കാനുപയോഗിക്കുന്ന തെർമോസെറ്റിങ് പ്ലാസ്റ്റിക്കാണ് മെലാമിൻ.
- കൃത്രിമ പ്ലാസ്റ്റിക് ഇനത്തിൽ പെടുന്ന നാരാണ് റയോൺ.

ഭൂമിയുടെ അന്തരീക്ഷ പാളികൾ

TRuST METHE
(ട്രസ്റ്റ് മെത്ത)

TR	-	Troposphere	–	ട്രോപ്പോസ്ഫിയർ
ST	-	Stratosphere	–	സ്ട്രാറ്റോസ്ഫിയർ
ME	-	Mesosphere	–	മിസോസ്ഫിയർ
THE	-	Thermosphere	–	തെർമോസ്ഫിയർ

- ഭൂമിയുടെ ഉപരിതലത്തോട് ചേർന്നുള്ള അന്തരീക്ഷ പാളിയാണ് ട്രോപ്പോസ്ഫിയർ.
- ട്രോപ്പോസ്ഫിയറിന്റെ തൊട്ടുമുകളിൽ 5 കി.മീ. ഉയരത്തിൽ വരെയാണ് സ്ട്രാറ്റോസ്ഫിയർ.
- സ്ട്രാറ്റോസ്ഫിയറിന്റെ മുകളിൽ 80 കി.മീ. ഉയരത്തിൽ വരെയാണ് മിസോസ്ഫിയർ.
- മിസോസ്ഫിയറിന്റെ മുകളിൽ 100 മുതൽ 120 കി.മീ. വരെ തെർമോസ്ഫിയർ കാണപ്പെടും.
- കാറ്റ്, മഴ, മഞ്ഞ്, മേഘം, ഇടിമിന്നൽ ഇവയെല്ലാം സംഭവിക്കുന്നത് ട്രോപ്പോസ്ഫിയറിലാണ്.
- വ്യോമഗതാഗതത്തിന് ഏറ്റവും യോജിച്ച അന്തരീക്ഷപാളി സ്ട്രാറ്റോസ്ഫിയറാണ്.
- ഓസോൺ പാളി സ്ട്രാറ്റോസ്ഫിയറിലാണ് കാണപ്പെടുന്നത്.
- ഭൂമിയിലേക്ക് വരുന്ന ഉൽക്കകൾ ചുട്ടെരിക്കപ്പെടുന്നത് മിസോസ്ഫിയറിലാണ്.
- തെർമോസ്ഫിയറിന്റെ അടിഭാഗമാണ് അയണോസ്ഫിയർ.
- തെർമോസ്ഫിയറിന്റെ മുകൾ ഭാഗമാണ് എക്സോസ്ഫിയർ.
- ആഗോള റേഡിയോ പ്രക്ഷേപണം സാധ്യമാക്കുന്നത് അയണോസ്ഫിയറാണ്.

യു.എൻ.ഒ. സെക്രട്ടറി ജനറൽമാർ ക്രമമനുസരിച്ച്

ട്രിക്കിൽ ഷോൾഡറിൽ ഊതിയ കുരുട്ട് ജാവിയെ ബുട്രോസ് അണ്ണൻ ബാൻഎയ്ഡ് ഒട്ടിച്ചത് ഗുഡായി

ട്രിക്ക് – ട്രിഗ്വേലി, ആദ്യത്തെ സെക്രട്ടറി ജനറൽ.

ഷോൾഡർ – ഡാഗ്ഹമ്മർ ഷോൾഡ്, വിമാനാപകടത്തിൽ മരിച്ച സെക്രട്ടറി ജനറൽ.

ഊതി – ഊതാന്റ്, സെക്രട്ടറി ജനറലായ ആദ്യത്തെ ഏഷ്യക്കാരൻ.

കുരുട്ട് – കുർട്ട് വാൾഡ് ഹെയിം, സെക്രട്ടറി ജനറലായ ശേഷം ഒരു രാജ്യത്തിന്റെ പ്രസിഡന്റായി (ആസ്ട്രിയ).

ജാവി – ജാവിയർ പെരസ് ഡികൃയർ, സെക്രട്ടറി ജനറലായ ശേഷം ഒരു രാജ്യത്തിന്റെ പ്രധാന മന്ത്രിയായി (പെറു).

ബുട്രോസ് – ബുട്രോസ് ബുട്രോസ് ഘാലി (ഈജിപ്ത്) സെക്രട്ടറി ജനറലായ ആദ്യത്തെ ആഫ്രിക്കക്കാരൻ.

അണ്ണൻ – കോഫി അന്നൻ, സെക്രട്ടറിജനറലായ ആദ്യത്തെ കറുത്ത വർഗ്ഗക്കാരൻ.

ബാൻ – ബാൻ കി മൂൺ (ദക്ഷിണ കൊറിയ)

ഗുഡ് – ആന്റണിയോ ഗുട്ടറസ്, ഒൻപതാമത്തെ സെക്രട്ടറി, ഇദ്ദേഹം പോർച്ചുഗീസുകാരനാണ്.

- ട്രിഗ്വേലി നോർവേക്കാരനാണ്.
- യു.എൻ.ഒ. യിൽ തുടർച്ചയായി 8 മണിക്കൂർ പ്രസംഗിച്ചത് വി.കെ. കൃഷ്ണ മേനോനാണ്.
- യു.എൻ.ഒ.യിൽ ആദ്യമായി മലയാളത്തിൽ പ്രസംഗിച്ചത് മാതാ അമൃതാനന്ദമയിയാണ്.
- യു.എൻ.ഒ. യിൽ ആദ്യമായി ഹിന്ദിയിൽ പ്രസംഗിച്ചത് എ.ബി. വാജ്പേയാണ്.
- യു.എൻ. പൊതു സഭയിൽ പ്രസിഡന്റായ ഏക ഇന്ത്യക്കാരിയാണ് വിജയലക്ഷ്മി പണ്ഡിറ്റ്.

2014-20 വരെയുള്ള യു.എൻ.ഒ അന്താരാഷ്ട്ര വർഷങ്ങൾ

ഫാമിലി[14]പ്ലാനിങ്ങിലൂടെ മണ്ണിൽ[15] ധാന്യമുണ്ടാക്കുന്നത്[16]
വിനോദമാക്കിയവർ[17] ___[18] തദ്ദേശീയ[19] പ്ലാന്റുകൾ[20] വച്ചു

ഫാമിലി	–	2014 – അന്താരാഷ്ട്ര ഫാമിലി ഫാമിങ് വർഷം (അന്താരാഷ്ട്ര കുടുംബ കൃഷി വർഷം)
മണ്ണ്	–	2015 – അന്താരാഷ്ട്ര മണ്ണ് വർഷം
ധാന്യം	–	2016 – അന്താരാഷ്ട്ര നവധാന്യ വർഷം
വിനോദം	–	2017 – അന്താരാഷ്ട്ര സുസ്ഥിര വിനോദ സഞ്ചാര വർഷം
—	–	2018 – യു.എൻ.ഒ. പ്രഖ്യാപിച്ചില്ല.
തദ്ദേശീയർ	–	2019 – അന്താരാഷ്ട്ര തദ്ദേശ ഭാഷാ വർഷം
പ്ലാന്റ്	–	2020 – അന്താരാഷ്ട്ര പ്ലാന്റ് ഹെൽത്ത് വർഷം

- അന്താരാഷ്ട്ര വന വർഷം – 2011
- അന്താരാഷ്ട്ര ഊർജ വർഷം – 2012
- അന്താരാഷ്ട്ര ജല സംഹകരണ വർഷം – 2013
- 1970 – അന്താരാഷ്ട്ര വിദ്യാഭ്യാസ വർഷം.
- 1975 – അന്താരാഷ്ട്ര വനിതാ വർഷം.
- 2014 – 2024 വരെ സുസ്ഥിര ഊർജ ദശകം.
- 2011 – 2020 വരെ ജൈവ വൈവിധ്യ ദശകം.

യു.എസ്. ഡോളർ സ്വന്തം കറൻസിയാക്കിയ രാജ്യങ്ങൾ

TIME

T – ടിമൂർ (ഈസ്റ്റ് ടിമൂർ), തലസ്ഥാനം ദിലി

I – ഇക്വഡോർ, തലസ്ഥാനം ക്വിറ്റോ

M – മാർഷൽ ദ്വീപുകൾ

E – എൽസാൽവദോർ

- ക്രിസ്റ്റഫർ കൊളംബസ് അമേരിക്കയിലെത്തിയത് 1492–ലാണ്.
- അമേരിക്കൻ സംസ്ഥാനങ്ങളിൽ ഏറ്റവും വലുത് അലാസ്കയാണ്.
- അമേരിക്കയിൽ നിന്നും സ്വതന്ത്രമായ ഏഷ്യൻ രാജ്യം ഫിലിപ്പൈൻസാണ്.
- ഏറ്റവും വലിയ രണ്ടാമത്തെ ജനാധിപത്യ രാജ്യം അമേരിക്കയാണ്.
- മൂന്ന് സമുദ്രങ്ങളുമായി അതിർത്തി പങ്കിടുന്ന രാജ്യങ്ങളാണ് അമേരിക്കയും കാനഡയും.
- ലോകത്താദ്യമായി സെൻസസ് നടപ്പിലാക്കിയത് അമേരിക്കയിലാണ് (1790).
- അമേരിക്കൻ സ്റ്റോക്ക് എക്സ്ചേഞ്ച് വാൾസ്ട്രീറ്റിലാണ് (ന്യൂയോർക്ക്).

ജനീവ ആസ്ഥാനമാക്കിയ സംഘടനകൾ

സർവ തൊഴിലാളികൾക്കും വ്യാപാരികൾക്കും ആരോഗ്യവും സമ്പത്തും നല്കുന്നത് കുരിശാണ്.

സർവ	– സർവരാജ്യസഖ്യത്തിന്റെ ആസ്ഥാനം ജനീവയായിരുന്നു. (യു.എൻ.ഒ യുടെ മുൻഗാമിയായിരുന്ന സംഘടന)
തൊഴിലാളി	– അന്തർദേശീയ തൊഴിൽ സംഘടന (ILO)- ജനീവ.
വ്യാപാരി	– ലോക വ്യാപാര സംഘടന (WTO) - ജനീവ.
ആരോഗ്യം	– ലോകാരോഗ്യ സംഘടന (WHO) - ജനീവ.
സമ്പത്ത്	– ലോക സാമ്പത്തിക ഫോറം – ജനീവ.
കുരിശ് (ക്രോസ്)	– റെഡ് ക്രോസ് – ജനീവ.

- ജനീവ സ്വിറ്റ്സർലൻഡിലാണ്.
- ഒന്നാം ലോക മഹായുദ്ധത്തിന് ശേഷം രൂപം കൊണ്ട സംഘടന യാണ് സർവരാജ്യ സഖ്യം
- WTO യുടെ മുൻഗാമിയാണ് GATT (ഗാട്ട്).
- 1995 ജനുവരി 1നാണ് ലോക വ്യാപാര സംഘടന നിലവിൽ വന്നത്.
- യു.എൻ.ഒ. യുടെ യൂറോപ്പിലെ ആസ്ഥാനം ജനീവയിലാണ്.

തലച്ചോറിന്റെ പ്രധാന ഭാഗങ്ങൾ

മെനി തല മെയിഡ് ഹൈ സെറി സെറി

മെനി – **മെനിഞ്ജസ്, തലച്ചോറിനെ പൊതിഞ്ഞു സൂക്ഷിക്കുന്നു.**

തല – **തലാമസ്, തലച്ചോറിന്റെ അന്തർഭാഗത്തു കാണപ്പെടുന്നു.**

മെയിഡ് – **മെഡുല്ല ഒബ്ലോംഗേറ്റ, തലച്ചോറിനെയും സുഷുമ്നയേയും തമ്മിൽ ബന്ധിപ്പിക്കുന്നു.**

ഹൈ – **ഹൈപ്പോതലാമസ്, ആന്തരസമസ്ഥിതി പരിപാലിക്കുന്നു.**

സെറി – **സെറിബെല്ലം – പേശികളെ ഏകോപിപ്പിച്ച് ശരീര തുലനം നിയന്ത്രിക്കുന്നു.**

സെറി – **സെറിബ്രം, തലച്ചോറിലെ ഏറ്റവും വലിയ ഭാഗം.**

- **തലച്ചോറിനെക്കുറിച്ചുള്ള പഠനമാണ് ഫ്രിനോളജി.**
- **വിശപ്പ്, ദാഹം എന്നിവയെ നിയന്ത്രിക്കുന്നത് ഹൈപ്പോതലാമസാണ്.**
- **വേദന സംഹാരികൾ പ്രവർത്തിക്കുന്നത് തലാമസിന്റെ നിയന്ത്രണത്തിലാണ്.**
- **ശ്വസനവും ഹൃദയസ്പന്ദനവും നിയന്ത്രിക്കുന്നത് മെഡുല്ല ഒബ്ലോംഗേറ്റയാണ്.**
- **അനൈച്ഛിക പ്രവർത്തനങ്ങളുടെ കേന്ദ്രമാണ് മെഡുല ഒബ്ലോംഗേറ്റ.**
- **ലിറ്റിൽ ബ്രെയ്ൻ എന്നറിയപ്പെടുന്നത് സെറിബെല്ലമാണ്.**
- **ഓർമ, ബുദ്ധി, ഭാവന എന്നിവ നിയന്ത്രിക്കുന്നത് സെറിബ്രമാണ്.**
- **ഐച്ഛിക പ്രവർത്തനങ്ങളുടെ കേന്ദ്രമാണ് സെറിബ്രം.**
- **റിഫ്ളക്സ് പ്രവർത്തനത്തിന്റെ കേന്ദ്രമായി പ്രവർത്തിക്കുന്നത് സുഷുമ്നയാണ്.**

ബോർഡോ മിശ്രിതത്തിലെ ഘടകങ്ങൾ

കോപ്പയിലെ വെള്ളത്തിൽ കുമ്മായം വീണു

കോപ്പ – കോപ്പർ സൾഫേറ്റ്

വെള്ളം

കുമ്മായം (കാൽസ്യം ഓക്സൈഡ്)

- ബോർഡോ മിശ്രിതം ഒരു കീടനാശിനിയാണ്.
- തുരിശാണ് കോപ്പർ സൾഫേറ്റ്.
- ജൈവ കീടനാശിനിയാണ് പുകയില കഷായം. ബാർസോപ്പ്, പുകയില, ജലം എന്നിവയാണ് പുകയില കഷായത്തിലെ ഘടകങ്ങൾ.
- പയർ ചെടിയുടെ ഇല മഞ്ഞ നിറമാകുന്നത് മൊസൈക്ക് രോഗം കൊണ്ടാണ്.
- കാർഷികോൽപാദനം വർദ്ധിപ്പിക്കാൻ മിശ്രകൃഷി, ഗ്രൂപ്പ് ഫാമിംഗ്, വിളപര്യയം എന്നീ മാർഗങ്ങളുണ്ട്.
- ഗ്രൂപ്പ് ഫാമിംഗ് ആദ്യമായി ആരംഭിച്ചത് നെൽകൃഷിയിലാണ്.
- 'കുറുനാമ്പ്' വാഴയ്ക്കുണ്ടാകുന്ന രോഗമാണ്.
- കുരുമുളകിന് ദ്രുതവാട്ടം എന്ന രോഗം ഉണ്ടാക്കുന്നത് ഫംഗസാണ്.
- പുഷ്പിച്ചാൽ വിളവ് കുറയുന്ന സസ്യമാണ് കരിമ്പ്.
- ഭക്ഷ്യയോഗ്യമായ കൂൺ ആഗാരിക്കസാണ്.
- കരു മുണ്ട എന്നറിയപ്പെടുന്നത് കുരുമുളകാണ്.
- വൃഥാചലം എന്നറിയപ്പെടുന്നത് കശുമാവാണ്.

വ്യഞ്ജനത്തിലെ വർഗാക്ഷരങ്ങൾ

കചടതപ വർഗങ്ങൾ
മധ്യോഷ്മ ഘോഷി ദ്രാവിഡം
യരലവ/ശഷസ/ ഹ/ ളഴറ

ക വർഗം	–	**ക ഖ ഗ ഘ ങ**
ച വർഗം	–	**ച ഛ ജ ഝ ഞ**
ട വർഗം	–	**ട ഠ ഡ ഢ ണ**
ത വർഗം	–	**ത ഥ ദ ധ ന**
പ വർഗം	–	**പ ഫ ബ ഭ മ**
മധ്യമങ്ങൾ	–	**യ ര ല വ**
ഊഷ്മാക്കൾ	–	**ശ ഷ സ**
ഘോഷി	–	**ഹ**
ദ്രാവിഡം	–	**ള ഴ റ**

- **മലയാള അക്ഷരമാലയിലെ ഘോഷിയാണ് ഹ.**
- **ക വർഗത്തിലെ അവസാനത്തെ അക്ഷരമാണ് ങ.**
- **ട വർഗത്തിലെ മൂന്നാമത്തെ അക്ഷരമാണ് ഡ.**
- **അവസാനത്തെ ദ്രാവിഡാക്ഷരമാണ് റ.**
- **സ്വതന്ത്രമായി ഉച്ചരിക്കാൻ കഴിയുന്ന അക്ഷരങ്ങളാണ് സ്വരങ്ങൾ.**
- **സ്വരസഹായത്തോടെ ഉച്ചരിക്കുന്നവയാണ് വ്യഞ്ജനങ്ങൾ.**

വിൻസെന്റ് വാൻഗോഗിന്റെ ചിത്രങ്ങൾ

നക്ഷത്രാങ്കിത രാത്രിയിൽ സൂര്യകാന്തിപ്പൂക്കൾ ചൂടി നൈറ്റ് കഫേയിലെത്തി ഉരുളക്കിഴങ്ങ് തിന്നുന്നവർ ഡോ.ഗാച്ചറുടെ ഛായ ചിത്രം വരച്ചു

നക്ഷത്രാങ്കിത രാത്രി, സൂര്യകാന്തിപ്പൂക്കൾ, ദി നൈറ്റ് കഫേ, ഉരുളക്കിഴങ്ങ് തിന്നുന്നവർ, ഡോ.ഗാച്ചറുടെ ഛായ ചിത്രം എന്നിവയാണ് വിൻസെന്റ് വാൻഗോഗിന്റെ ചിത്രങ്ങൾ

- വാൻഗോഗ് നെതർലന്റ്സിലാണ് ജനിച്ചത്.
- ജ്യാമിതീയ രൂപങ്ങൾ ചിത്രകലയിൽ സന്നിവേശിപ്പിച്ചത് പിക്കാസോയാണ്.
- 'മഞ്ഞ യേശു' എന്ന ചിത്രം വരച്ചത് പോൾ ഗോഗിനാണ്.
- മഡോണ എന്ന ചിത്രം വരച്ചത് റാഫേലാണ്.
- മുല്ലപ്പൂ ചൂടിയ നായർ വനിത, ഹംസവും ദമയന്തിയും, വിശ്വാമിത്രനും മേനകയും എന്നിവ രാജാ രവിവർമ്മയുടെ ചിത്രങ്ങളാണ്.
- ഗജഗാമിനി എം.എഫ്. ഹുസൈന്റെ ചിത്രമാണ്.
- ഇന്ത്യയിൽ ആധുനിക ചിത്രകലക്ക് തുടക്കം കുറിച്ചത് അബനീന്ദ്രനാഥ ടാഗോറാണ്.
- ഇന്ത്യൻ രാഷ്ട്രീയ കാർട്ടൂണുകളുടെ പിതാവ് ആർ. ശങ്കറാണ്.
- കാർട്ടൂണുകളുടെ രാജാവ് സ്റ്റീഗാണ്, ആധുനിക കാർട്ടൂണിന്റെ പിതാവ് ഹോഗാർത്താണ്.

അന്തർദേശീയ സംഖ്യ രീതി

M.B.T - 6,9,12

മില്യൻ, ഒന്നിനൊപ്പം '6' പൂജ്യം, – 1,000,000

ബില്യൻ, ഒന്നിനൊപ്പം '9' പൂജ്യം – 1,000,000,000

ട്രില്യൻ, ഒന്നിനൊപ്പം '12' പൂജ്യം – 1,000,000,000,000

- പത്തു ലക്ഷം ഒരു മില്യനാണ്.
- ഒരു കോടി പത്തു മില്യനാണ്.
- നൂറു കോടി ഒരു ബില്യൻ.
- ഒരു ലക്ഷം കോടി ഒരു ട്രില്യനാണ്.
- 200 കോടിക്ക് തുല്യമാണ് 2 ബില്യൻ.
- 500 ലക്ഷമാണ് 50 മില്യൻ.
- സഹസ്രാബ്ദം എന്നാൽ ആയിരം വർഷമാണ്.
- ശതകം എന്നതിനർഥം 100 വർഷം എന്നാണ്.
- വ്യാഴവട്ടം പന്ത്രണ്ടു വർഷമാണ്.
- ഗൊഗൂൾ എന്നതിനർത്ഥം ഒന്നിനോട് നൂറ് പൂജ്യം ചേർക്കുക എന്നാണ്.

ലോക കപ്പ് ഫുട്ബോൾ കിരീടം നേടിയ രാജ്യങ്ങൾ

BABU.G, S.F.I ക്കാരനാണ്.

B - ബ്രസീൽ , എല്ലാ ലോകകപ്പിലും പങ്കെടുത്ത ഏക രാജ്യം.

A - അർജന്റീന, ആദ്യ ലോകകപ്പിലെ റണ്ണർ അപ്പ്.

B - ബ്രിട്ടൻ, ത്രി ലയൺസ് എന്ന് അറിയപ്പെടുന്നു.

U - ഉറുഗ്വേ, ആദ്യ ലോകകപ്പ് ജേതാക്കൾ.

G - ജർമനി (പശ്ചിമ ജർമനി), 2014-ലെ വിജയികൾ

S - സ്പെയിൻ, 2010-ലെ വിജയികൾ.

F - ഫ്രാൻസ്, 2018-ലെ വിജയികൾ

I - ഇറ്റലി, അസൂറികൾ എന്നറിയപ്പെടുന്നു.

- ഏഷ്യയിൽ നിന്ന് ആദ്യമായി ലോകകപ്പ് ഫുട്ബോൾ കളിച്ചത് ഇന്തോനേഷ്യയാണ്.
- ലോകകപ്പ് ഫുട്ബോൾ സെമിയിലെത്തിയ ആദ്യത്തെ ഏഷ്യൻ രാജ്യം ദക്ഷിണ കൊറിയ ആണ്.
- ലോകകപ്പ് ഫുട്ബോളിൽ ഗോൾ നേടിയ ഏറ്റവും പ്രായം കുറഞ്ഞ താരം പെലെയാണ് (ബ്രസീൽ).
- ലയണൽ മെസ്സിയുടെ രാജ്യം അർജന്റീനയാണ്.
- നെയ്മറുടെ രാജ്യം ബ്രസീലാണ്.
- ആധുനിക ഫുട്ബോളിന്റെ ജന്മനാട് ഇംഗ്ലണ്ടാണ്.
- ഫുട്ബോളിന്റെ ആദ്യരൂപം, 'സൂചി' രൂപം കൊണ്ടത് ചൈനയിലാണ്.
- സോക്കർ എന്നറിയപ്പെടുന്നത് ഫുട്ബോളാണ്.
- ഫുട്ബോൾ വൻകരയെന്ന് തെക്കെ അമേരിക്ക അറിയപ്പെടുന്നു.
- ലോകകപ്പ് ഫുട്ബോൾ മേളയുടെ പിതാവ് യുൾറിമെയാണ്. ലോകകപ്പിന്റെ പഴയപേര് യുൾറിമെ കപ്പ് എന്നാണ്.

ഗ്രീൻ ഹൗസ് വാതകങ്ങൾ

കാമിനിയുടെ നെക്ലസ്

കാ	–	കാർബൺ ഡയോക്സൈഡ്
മി	–	മീഥേൻ
നി	–	നീരാവി
നെ	–	നൈട്രസ് ഓക്സൈഡ്
ക്ല	–	ക്ലോറോ ഫ്ളൂറോ കാർബൺ
സ്	–	സൾഫർ ഹെക്സാ ഫ്ളൂറൈഡ്

- ആഗോളതാപനത്തിന്റെ പ്രധാനകാരണം ഗ്രീൻ ഹൗസ് ഇഫക്ടാണ് (ഹരിത ഗൃഹ വാതകങ്ങൾ)
- ഗ്രീൻ ഹൗസ് ഇഫക്റ്റ് കണ്ടെത്തിയത് 'ഫൊറി'യറാണ്.
- ഫോസിൽ ഇന്ധനങ്ങൾ കത്തുമ്പോൾ കാർബൺ ഡയോക്സൈഡുണ്ടാകും.
- അമ്ല മഴയ്ക്ക് കാരണം സൾഫർ ഡയോക്സൈഡാണ്.
- ചപ്പു ചവറുകൾ, ചാണകം എന്നിവയിൽ നിന്നും മീഥേൻ ഉണ്ടാകും.
- റഫ്രിജറേറ്റർ, എയർ കണ്ടീഷനർ എന്നിവയിൽ നിന്നും ക്ലോറോ ഫ്ളൂറോ കാർബൺ ഉണ്ടാകും.
- ക്ലോറോ ഫ്ളൂറോ കാർബണുകളാണ് ഓസോൺ പാളിയ്ക്ക് വിള്ളലുണ്ടാക്കുന്നത്.
- 'സൈലന്റ് സ്പ്രിങ്' എന്ന പരിസ്ഥിതി ഗ്രന്ഥം രചിച്ചത് റേച്ചൽ കാഴ്സൺ ആണ്.
- ഗ്രീൻ പീസ് പരിസ്ഥിതി സംഘടനയുടെ ആസ്ഥാനം ആംസ്റ്റർഡാം (നെതർലാൻഡ്സ്) ആണ്.
- ഗ്രീൻ ബെൽറ്റ് മൂവ്മെന്റിന്റെ സ്ഥാപകയാണ് വാൻ ഗാരി മാതായി (കെനിയ).
- ജീവികൾക്കുണ്ടാകുന്ന വംശനാശത്തെക്കുറിച്ചുള്ള വിവരണമാണ് റെഡ് ഡേറ്റാബുക്ക്.
- വംശനാശം വന്ന ജീവിയാണ് ഡോഡോ പക്ഷി.
- പ്ലാച്ചിമടയിലെ കൊക്ക കോള ഫാക്ടറിക്കെതിരെ സമരം നയിച്ചത് മയിലമ്മയാണ്.
- കാർബൺ ടാക്സ് ആദ്യമായി ഏർപ്പെടുത്തിയത് ന്യൂസിലൻഡാണ്.

കൊതുക് പരത്തുന്ന രോഗങ്ങൾ

ചിക്കൻ കഴിച്ചതോടെ മന്തുള്ള ഡിങ്കൻ ജപ്പാൻ മലകയറി

ചിക്കൻ – ചിക്കൻ ഗുനിയ, ഈഡിസ് കൊതുക് പരത്തുന്നു.

മന്ത് – ക്യൂലക്സ് കൊതുക് പരത്തുന്നു.

ഡിങ്കൻ – ഡെങ്കിപ്പനി, ഈഡിസ് ഈജിപ്തി പെൺകൊതുകുകൾ പരത്തുന്നു.

ജപ്പാൻ – ജപ്പാൻ ജ്വരം, ക്യൂലക്സ് കൊതുക് പരത്തുന്നു.

മല – മലമ്പനി(മലേറിയ), അനോഫിലസ് കൊതുക് പരത്തുന്നു.

- വൈറസാണ് ചിക്കൻ ഗുനിയയ്ക്കും ഡെങ്കിപ്പനിയ്ക്കും ജപ്പാൻ ജ്വരത്തിനും കാരണം.
- ഫൈലേറിയൻ വിരയാണ് മന്ത് രോഗത്തിനു കാരണം.
- D.E.C യാണ് (ഡൈ ഇഥൈൽ കാർബമസിൻ) മന്തിനുള്ള മരുന്ന്.
- മന്ത് രോഗം നിർണ്ണയിക്കാനുള്ള സമയം രാത്രി 10 മുതൽ 2 വരെ യാണ്.
- പ്രോട്ടോസോവയാണ് മലമ്പനിയ്ക്ക് കാരണം.
- കരൾ, പ്ലീഹ എന്നിവയെയാണ് മലമ്പനി പ്രധാനമായും ബാധിക്കുന്നത്.

യൂഫ്രട്ടീസ് - ടൈഗ്രീസ് നദിയുടെ തീരത്തുള്ള രാജ്യങ്ങൾ

SIT

S - സിറിയ, തലസ്ഥാനം ഡമാസ്ക്കസ്

I - ഇറാക്ക്, തലസ്ഥാനം ബാഗ്ദാദ്

T - തുർക്കി, തലസ്ഥാനം അങ്കാറ

- ബർലിൻ, സ്പ്രീ നദിയുടെ തീരത്താണ്
- കറാച്ചി, സിന്ധുവിന്റെ തീരത്താണ്.
- ലാഹോർ, രവിയുടെ തീരത്താണ്.
- ലണ്ടൻ, തേംസിന്റെ തീരത്താണ്.
- ന്യൂയോർക്ക്, ഹഡ്സൺ നദിയുടെ തീരത്താണ്.
- റോം, ടൈബർ നദിയുടെ തീരത്താണ്.
- ടോക്കിയോ, സുമിഡയുടെ തീരത്താണ്.
- പാരീസ്, സൈൻ നദിയുടെ തീരത്താണ്.
- ബാങ്കോക്ക്, ചാവോപ്രയയുടെ തീരത്താണ്.
- ഇറാക്കിന്റെ പഴയ പേര് മെസോപൊട്ടാമിയ.
- ഇറാന്റെ പഴയ പേര് പേർഷ്യ.

1984ന്റെ സവിശേഷത

ഭോപ്പാൽ ഓപ്പറേഷനിലൂടെ ഇന്ദിര സൈലന്റായെന്നറിഞ്ഞ് കോടു പിള്ളയെത്തി, ഉഷവീണു, രാകേഷ് പറന്നു.

ഭോപ്പാൽ – ഭോപ്പാൽ ദുരന്തം
– 1984 ഡിസംബർ 3

ഓപ്പറേഷൻ – ഓപ്പറേഷൻ ബ്ലൂസ്റ്റാർ– 1984

ഇന്ദിര – ഇന്ദിരാഗാന്ധി കൊല്ലപ്പെട്ടു
– 1984 ഒക്ടോബർ 31

സൈലന്റ് – സൈലന്റ് വാലി
– നാഷണൽ പാർക്കായി പ്രഖ്യാപിച്ചു – 1984

കോട് – കാസർകോട് ജില്ല
– 1984 മെയ് 24 ന് പിറന്നു

പിള്ള – തകഴി ശിവശങ്കരപ്പിള്ള
– ജ്ഞാനപീഠം പുരസ്കാരം നേടി –1984

ഉഷ – പി.ടി. ഉഷയ്ക്ക് ഒളിമ്പിക്സ് 400 മീറ്റർ ഹർഡിൽസിൽ സെക്കൻഡിന്റെഒരംശത്തിൽഓടുമെഡൽനഷ്ടമായി –1984, ലോസ് എഞ്ചൽസ് ഒളിമ്പിക്സ്

രാകേഷ് – രാകേഷ്ശർമ്മയാണ് ഇന്ത്യയുടെ ആദ്യത്തെ ബഹിരാകാശ സഞ്ചാരി–1984 ഏപ്രിൽ 2

- ‘1984’ എന്ന പുസ്തകം രചിച്ചത് ജോർജ് ഓർവെലാണ്.
- ഭിന്ദ്രൻവാല ഉൾപ്പെടെയുള്ള ഖാലിസ്ഥാൻ വാദികളെ അടിച്ചമർത്തിയതാണ് ഓപ്പറേഷൻ ബ്ലൂസ്റ്റാർ.

വലയങ്ങൾ ഉള്ള ഗ്രഹങ്ങൾ

JUNS (ജൂൺസ്)

J - ജൂപ്പിറ്റർ (വ്യാഴം),

ഏറ്റവും കൂടുതൽ ഗുരുത്വാകർഷണമുള്ള ഗ്രഹം.

U - യുറാനസ്, കിടക്കുന്ന ഗ്രഹം എന്നറിയപ്പെടുന്നു.

N - നെപ്റ്റ്യൂൺ ,റോമൻ സമുദ്ര ദേവന്റെ പേര്.

S - സാറ്റേൺ(ശനി), വൻതോതിൽ റേഡിയോ വികിരണങ്ങൾ പുറപ്പെടുവിക്കുന്നു.

- ആധുനിക ജ്യോതിശാസ്ത്രത്തിന്റെ പിതാവാണ് കോപ്പർ നിക്കസ്.
- ആധുനിക ബഹിരാകാശ ശാസ്ത്രത്തിന്റെ പിതാവാണ് ഗലീലിയോ ഗലീലി.
- ഗ്രഹങ്ങളുടെ ചലന നിയമത്തിന്റെ ഉപഞ്ജാതാവാണ് കെപ്ലർ.
- ഏറ്റവും സാവധാനത്തിൽ സൂര്യനെ ഭ്രമണം ചെയ്യുന്നത് നെപ്റ്റ്യൂൺ ആണ്.
- സ്വാതന്ത്ര്യം, സമത്വം, സാഹോദര്യം എന്നീ പേരുകളിൽ നെപ്റ്റ്യൂൺ ഗ്രഹത്തിന്റെ വലയങ്ങൾ അറിയപ്പെടുന്നു.
- സൂര്യൻ ഉൾപ്പെടുന്ന നക്ഷത്ര സമൂഹമാണ് ക്ഷീരപഥം (ആകാശ ഗംഗ).
- സൂര്യനിൽ ദ്രവ്യം സ്ഥിതി ചെയ്യുന്നത് പ്ലാസ്മ അവസ്ഥയിലാണ്.

ഇന്ത്യയുടെ ക്ലാസിക്കൽ നൃത്തരൂപങ്ങൾ

കഥകളിക്കാരൻ ഭരതന്റെയും മോഹിനിയുടെയും സത്യകഥ അറിയാൻ മണിക്കൊച്ച് ഓടിയെത്തി.

കഥകളി	–	കേരളം
ഭരതൻ	–	ഭരതനാട്യം,തമിഴ് നാട്
മോഹിനി	–	മോഹിനിയാട്ടം, കേരളം
സത്യ	–	സത്രിയ, ആസാം
കഥ	–	കഥക്, ഉത്തർപ്രദേശ്
മണി	–	മണിപ്പൂരി, മണിപ്പൂർ
കൊച്ച്	–	കുച്ചിപ്പുടി, ആന്ധ്രാപ്രദേശ്
ഓടി	–	ഒഡീസ്സി, ഒഡീഷ

- കേന്ദ്ര സംഗീത നാടക അക്കാദമി എട്ട് നൃത്തരൂപങ്ങൾക്കാണ് ക്ലാസിക്കൽ പദവി നൽകിയിട്ടുള്ളത്.
- കഥകളിയെ കലകളുടെ രാജാവ് എന്നറിയപ്പെടുന്നു.
- ഭരതനാട്യത്തെ ഇന്ത്യയുടെ ദേശീയ നൃത്തരൂപമായി വിശേഷിപ്പിക്കുന്നു.
- നാട്യശാസ്ത്രാടിസ്ഥാനത്തിലുള്ള മുഖ്യ നൃത്തമാണ് ഭരതനാട്യം.
- ചലിക്കുന്ന കാവ്യം എന്നറിയപ്പെടുന്നത് ഭരതനാട്യമാണ്.
- കേരളത്തിൽ ഉദ്ഭവിച്ച ശാസ്ത്രീയ നൃത്തരൂപമാണ് മോഹിനിയാട്ടം.
- സ്വാതി തിരുനാളാണ് മോഹിനിയാട്ടം പുനരുജ്ജീവിപ്പിച്ചത്.
- ശാസ്ത്രീയനൃത്തത്തെ പരിഷ്കരിച്ചത് ശങ്കര ദേവനാണ്.
- ഹിന്ദു-മുസ്ലീം സംസ്കാരങ്ങളെ ഉൾക്കൊള്ളുന്ന ക്ലാസിക്കൽ നൃത്തമാണ് കഥക്.
- ഉത്തരേന്ത്യയിലെ ഏക ക്ലാസിക്കൽ നൃത്തമാണ് കഥക്.
- ശ്രീകൃഷ്ണന്റെ രാസലീലയാണ് മണിപ്പൂരി നൃത്തം.
- ഇന്ത്യയുടെ രത്നം എന്ന് നെഹ്റു വിശേഷിപ്പിച്ചത് മണിപ്പൂരി നൃത്തത്തെയാണ്.
- ഒരു പ്രദേശത്തിന്റെ പേരിലറിയപ്പെടുന്നത് ഒഡീസി നൃത്തമാണ്.
- ജയദേവരുടെ ഗീതാഗോവിന്ദം അടിസ്ഥാനമാക്കിയ നൃത്തരൂപമാണ് ഒഡീസി.

ജി. ശങ്കരക്കുറുപ്പിന്റെ കൃതികൾ

ഓടക്കുഴലിലൂടെ പഥികന്റെ പാട്ടുകേട്ട സൂര്യ കാന്തി നിമിഷം കൊണ്ട് വിശ്വദർശനം നടത്തി

ഓടക്കുഴൽ

പഥികന്റെ പാട്ട്

സൂര്യകാന്തി

നിമിഷം

വിശ്വദർശനം

- ടാഗോറിന്റെ ഗീതാഞ്ജലി ആദ്യമായി മലയാളത്തിലേക്ക് വിവർത്തനം ചെയ്തത് ജി.ശങ്കരക്കുറുപ്പാണ്.
- സാഹിത്യത്തിനുള്ള നോബൽ സമ്മാനം നേടിയ ഏറ്റവും വലിപ്പം കുറഞ്ഞ പുസ്തകം ടാഗോറിന്റെ ഗീതാഞ്ജലിയാണ്.
- 103 ഗീതകങ്ങളാണ് ഗീതാഞ്ജലിയിൽ ഉള്ളത്.
- ജി. ശങ്കരക്കുറുപ്പിന്റെ ആത്മകഥയാണ് ഓർമയുടെ ഓളങ്ങളിൽ.
- ജി. ശങ്കരക്കുറുപ്പ് ഏർപ്പെടുത്തിയതാണ് ഓടക്കുഴൽ പുരസ്കാരം.
- മൂന്നരുവിയും ഒരു പുഴയും ജി.ശങ്കരക്കുറുപ്പിന്റെ ഖണ്ഡകാവ്യമാണ്.

ഉറൂബിന്റെ കൃതികൾ

റിസർവ് ചെയ്യാത്ത ബർത്തിലിരുന്ന
രാച്ചിയമ്മ ഉമ്മാച്ചുവിനോട് പറഞ്ഞു സുന്ദരികളും
സുന്ദരന്മാരും തീകൊണ്ട് കളിക്കരുത്

റിസർവ് ചെയ്യാത്ത ബർത്ത്

രാച്ചിയമ്മ

ഉമ്മാച്ചു

സുന്ദരികളും സുന്ദരന്മാരും

തീകൊണ്ട് കളിക്കരുത്

- മൗലവിയുടെ സ്രഷ്ടാവാണ് ഉറൂബ്.
- പപ്പു (ഓടയിൽ നിന്ന്) വിന്റെ സ്രഷ്ടാവ് കേശവദേവാണ്.
- ചന്ത്രക്കാരൻ (ധർമ്മരാജ)ന്റെ സ്രഷ്ടാവ് സി.വി. രാമൻ പിള്ളയാണ്.
- അപ്പുണ്ണി (നാലുകെട്ട്), വിമല (മഞ്ഞ്) എന്നീ കഥാപാത്രങ്ങളുടെ സ്രഷ്ടാവ് എം.ടി. വാസുദേവൻ നായരാണ്.
- ദേവകി മാനമ്പള്ളി (അഗ്നിസാക്ഷി) യുടെ സ്രഷ്ടാവ് ലളിതാംബിക അന്തർജനമാണ്.
- ചുടല മുത്തു (തോട്ടിയുടെ മകൻ) വിന്റെ സ്രഷ്ടാവ് തകഴിയാണ്.
- ദേവകി (പാണ്ഡവ പുരം) യുടെ സ്രഷ്ടാവ് സേതുവാണ്.
- നജീബിന്റെ സ്രഷ്ടാവ് ബന്യാമിനാണ്.
- രമണന്റെയും ചന്ദ്രികയുടെയും സ്രഷ്ടാവ് ചങ്ങമ്പുഴയാണ്.

ജനസാന്ദ്രതയിൽ മുന്നിൽ നിൽക്കുന്ന സംസ്ഥാനങ്ങൾ ക്രമപ്രകാരം

B.P. കേരളം

B - ബീഹാർ
P - പശ്ചിമബംഗാൾ
കേരളം

- ഇന്ത്യയുടെ ദശ വർഷ ജനസംഖ്യ വളർച്ച നിരക്ക് 17.64 ആണ്.
- ഇന്ത്യയിലെ ജനസംഖ്യ 100 കോടി തികഞ്ഞത് 2000 മെയ് 11 നാണ് (100 കോടിയിൽ ജനിച്ച കുഞ്ഞ് 'ആസ്ത' ആണ്.)
- ഇന്ത്യയുടെ ശരാശരി ആയുർദൈർഘ്യം 63 വയസ്സും കേരളത്തിന്റേത് 74 വയസ്സുമാണ്.
- കേരളം ജനസാന്ദ്രതയിൽ മൂന്നാം സ്ഥാനത്താണ്.
- കേരളത്തിലെ ജനസാന്ദ്രത ചതുരശ്ര കിലോമീറ്ററിന് 859 ആണ്.
- ജനസാന്ദ്രത ഏറ്റവും കുറഞ്ഞ സംസ്ഥാനം അരുണാചൽ പ്രദേശാണ്.
- ജനസംഖ്യയിൽ ഒന്നാം സ്ഥാനത്തുള്ള കേന്ദ്രഭരണ പ്രദേശം ഡൽഹിയാണ്.
- 2001–11 ലെ ദശാബ്ദ ജനസംഖ്യാ വളർച്ച നിരക്ക് കുറഞ്ഞ സംസ്ഥാനം നാഗാലാന്റാണ്.

മേഘങ്ങളുടെ ആകൃതികൾ

കൂനി സിസ്ട്രാ

കൂ – കുമിലസ് , പ്രസന്നമായ കാലാവസ്ഥയിൽ ചെമ്മരിയാടിന്റെ രോമക്കെട്ടുപോലെ കാണപ്പെടുന്നു.

നി – നിംബസ്, മഴ മേഘങ്ങളെന്നറിയപ്പെടുന്നു.

സി – സിറസ്, വെള്ള നിറത്തിൽ തൂവൽക്കെട്ടുപോലെ കാണപ്പെടും.

സ്ട്രാ – സ്ട്രാറ്റസ്, തിരശ്ചീന തലത്തിൽ പാളികളായി കാണപ്പെടും.

- ഭൗമാന്തരീക്ഷത്തിന്റെ 50% എപ്പോഴും മേഘാവൃതമായിരിക്കും.
- ഇടിയോടു കൂടിയ മഴയ്ക്ക് കാരണം കുമുലോ നിംബസാണ്.
- കൈച്ചൂലിന്റെ ആകൃതിയുള്ളത് സിറസിനാണ്.
- ജെറ്റ് വിമാനം പോകുമ്പോഴുണ്ടാകുന്ന നീണ്ട് കട്ടികുറഞ്ഞ മേഘമാണ് കോൺട്രെയ്ൽ .
- ഭൗമോപരിതലത്തിൽ നിന്ന് ഏറ്റവും അകലെയുള്ള മേഘം നോക്ടി ലൂസന്റാണ്.
- മേഘങ്ങളെക്കുറിച്ചുള്ള പഠനമാണ് നെഫോളജി.
- ഭൗമോപരിതലത്തിൽ നിന്ന് 100 കിലോമീറ്റർ ഉയരത്തിൽ അന്തരീക്ഷത്തെയും ബഹിരാകാശത്തെയും വേർതിരിക്കുന്നതാണ് കാർമൻ രേഖ.
- അൾട്ടോ കുമുലസ് മേഘങ്ങൾ കൊടുങ്കാറ്റിന്റെ സൂചനയാണ്.
- മേഘങ്ങളെ ആദ്യമായി വർഗീകരിച്ചത് ലൂക്ക് ഹൊവാർഡ്.

5 കൊണ്ട് ഗുണിക്കാനുള്ള എളുപ്പമാർഗ്ഗം

തന്നിരിക്കുന്ന സംഖ്യയുടെ പകുതിയോട് പൂജ്യം ഇടുക

ഉദാ: 66 × 5?
66 ന്റെ പകുതി 33
33 നോട് പൂജ്യം ചേർക്കുക 330

ഉദാ: 140 × 5 ?
140 ന്റെ പകുതി 70
70 നോട് പൂജ്യം ചേർക്കുക 700

ഉദാ: 25 ×5?
25ന്റെ പകുതി 12.5
12.5 നെ 10 കൊണ്ട് ഗുണിക്കുമ്പോൾ 125

ഒരു സംഖ്യയെ 3 കൊണ്ട് നിശ്ശേഷം ഹരിക്കാൻ കഴിയുമോ?

തന്നിരിക്കുന്ന സംഖ്യയിലെ അക്കങ്ങൾ കൂട്ടുമ്പോൾ 3 ന്റെ ഗുണിതമെങ്കിൽ നിശ്ശേഷം ഹരിക്കാം.

ഉദാ: 222?
2+2+2 = 6
6 മൂന്നിന്റെ ഗുണിതമാണ്. (3 × 2 = 6)
3 കൊണ്ട് നിശ്ശേഷം ഹരിക്കാം

ഉദാ: 6795
= 6+7+9+5
= 27
=2+7= 9(3×3=9) 3കൊണ്ട് ഹരിക്കാം

ഉദാ: 943
= 9+4+3
=16
=1+6
=7, മൂന്നിന്റെ ഗുണിതമല്ല. അതിനാൽ 3 കൊണ്ട് നിശ്ശേഷം ഹരിക്കാൻ കഴിയില്ല.

ക്ലോക്കിലെ മണിക്കൂർ സൂചിയുടെയും മിനിട്ടു സൂചിയുടെയും കോണളവ്

മണിക്കൂർ മാത്രം തന്നാൽ കോണളവ് കാണാൻ 30 കൊണ്ട് ഗുണിച്ചാൽ മതി. ഗുണിക്കുമ്പോൾ കോണളവ് 180 ൽ കൂടിയാൽ 360ൽ നിന്ന് കുറയ്ക്കുക

ഉദാ: ക്ലോക്കിൽ 5 മണി,
മണിക്കൂർ സൂചിയ്ക്കും മിനിട്ടു സൂചിയ്ക്കും ഇടയിലുള്ള കോണളവെത്ര ?
5 മണി × 30 = 150°

ഉദാ: ക്ലോക്കിലെ സമയം 9 മണിയെങ്കിൽ കോണളവെത്ര ?
9 × 30
= 270 (180 ൽ കൂടുതലാണ്)
∴ 360 – 270 = 90°

മണിക്കൂറും മിനിട്ടും തന്നാൽ കോണളവ് കാണാൻ മണിക്കൂറിനെ 30 കൊണ്ട് ഗുണിക്കുക, മിനിട്ടിനെ $\frac{11}{2}$ കൊണ്ട് ഗുണിക്കുക. ഗുണിച്ച് കിട്ടുന്ന ഉത്തരങ്ങൾ തമ്മിൽ കുറയ്ക്കുക.

ഉദാ: ക്ലോക്കിലെ സമയം 4.20, മണിക്കൂർ സൂചിയും മിനിട്ടു സൂചിയും തീർക്കുന്ന കോണളവെത്ര ?

$$4\times30-\overset{10}{\cancel{20}}\times\frac{11}{\cancel{2}}$$

$$=120-110$$

$$=10^0$$

ഉദാ: ക്ലോക്കിലെ സമയം 9.10
മണിക്കൂറും മിനിട്ടും തമ്മിലുള്ള കോണളവെത്ര ?

$9\times30-\overset{5}{\cancel{10}}\times\frac{11}{\cancel{2}}$

$=270-55$

= 215° (180 ൽ കൂടുതലാണ്)

∴ 360 – 215 = 145°

സമയം 12 നും 1 നും ഇടയിലാണെങ്കിൽ $\frac{11}{2}$ കൊണ്ട് ഗുണിച്ചാൽ മതി(മിനിട്ടിന്റെ ഗുണനം മതി)

ഉദാ:12.20 ?

$\frac{11}{\cancel{2}}\times\overset{10}{\cancel{20}}=110^0$

രാജസ്ഥാനിലെ നൃത്തരൂപങ്ങൾ

കയ്യാലയിലിരുന്ന ലീല, കയ്യിലിരുന്ന ചൂല് ഗംഗയിലെറിഞ്ഞു.

കയ്യാല	–	ഖയാൽ ലീല
കയ്യിൽ	–	കയ്യാംഗ
ചൂല്	–	ചുലാൻ
ഗംഗ	–	ഗംഗോർ

- ഇന്ത്യൻ അവതരണ കലകളുടെ പിതാവ് ഭരതമുനിയാണ്.
- യുനെസ്കോയുടെ അംഗീകാരം നേടിയ കേരളത്തിലെ കലാരൂപങ്ങളാണ് കൂടിയാട്ടവും മുടിയേറ്റും.
- ചാക്യാർ കൂത്തിന്റെ ആചാര്യനാണ് അമ്മന്നൂർ മാധവ ചാക്യാർ.
- പടയണി പത്തനം തിട്ടയുടെ കലാരൂപമാണ്.
- കണ്യാർ കളി, പൊറാട്ട് നാടകം എന്നിവ പാലക്കാടിന്റെ കലാരൂപങ്ങളാണ്.
- ഗദ്ദിക വയനാട്ടിലെ കലാരൂപമാണ്.
- കെട്ടുകാഴ്ച തിരുവനന്തപുരത്തിന്റെ കലരൂപമാണ്.

ഏറ്റവും നീളം കൂടിയ ദേശീയ പാത കടന്നുപോകുന്ന സംസ്ഥാനങ്ങൾ

JAMMU KePTT Haryana

J	-	ജമ്മുകശ്മീർ
A	-	ആന്ധ്രാപ്രദേശ്
M	-	മഹാരാഷ്ട്ര
M	-	മധ്യപ്രദേശ്
U	-	ഉത്തർപ്രദേശ്
Ke	-	കർണാടകം
P	-	പഞ്ചാബ്
T	-	തെലുങ്കാന
T	-	തമിഴ്നാട്
Haryana	-	ഹരിയാന

- ഏറ്റവും നീളംകൂടിയ ദേശീയ പാതയാണ് NH 44
- NH 44 ന്റെ പഴയ പേര് NH 7എന്നാണ്.
- കേരളത്തിലൂടെ കടന്നുപോകുന്ന ഏറ്റവും വലിയ ദേശീയ പാതയാണ് NH66(പൻവേൽ കന്യാകുമാരി)
- കേരളത്തിലെ ആദ്യത്തെ ദേശീയ പാതയാണ് NH 47
- കേരളത്തിലൂടെ കടന്നുപോകുന്ന ഏറ്റവും ചെറിയ ദേശീയ പാതയാണ് NH 966 B.
- മറ്റൊരു ദേശീയ പാതയുമായി ബന്ധപ്പെടാത്ത ഏകദേശീയ പാതയാണ് NH 4

ഇന്ത്യയിലെ പ്രധാനപ്പെട്ട നാണ്യവിളകളും തോട്ടവിളകളും

(a) നാണ്യവിളകൾ

പരുത്തി ചണ സഞ്ചിയിൽ കരിമ്പ്

പരുത്തി, ചണം , കരിമ്പ് എന്നിവയാണ് പ്രധാന നാണ്യവിളകൾ

(b) തോട്ടവിളകൾ

ചായയോ കാപ്പിയോ കുടിച്ച ശേഷം റബ്ബർ തോട്ടത്തിലേക്ക് പോകാം.

തേയില, കാപ്പി ,റബ്ബർ എന്നിവയാണ് പ്രധാനതോട്ടവിളകൾ.

- ഇന്ത്യയിലെ പ്രധാന ഭക്ഷ്യവിളകളാണ് നെല്ല്, ഗോതമ്പ്, ചോളം എന്നിവ.
- കേരളത്തിലെ പ്രധാനപ്പെട്ട നാണ്യ വിളയാണ് നാളികേരം.
- കേരളത്തിൽ ഏറ്റവുമധികം പ്രദേശത്ത് കൃഷി ചെയ്യുന്ന നാണ്യ വിളയാണ് റബ്ബർ, ഏറ്റവും കുറച്ച് പ്രദേശത്ത് കൃഷിചെയ്യുന്നത് മഞ്ഞളാണ്.
- കേരളത്തിൽ ഏറ്റവും കൂടുതൽ ഭൂമി കൃഷിക്കായി ഉപയോഗിക്കുന്ന ജില്ല പാലക്കാടാണ്.
- ഏറ്റവും കൂടുതൽ തേയില ഉല്പാദിപ്പിക്കുന്നത് ഇടുക്കിയിലാണ്.

ഇന്ത്യയുടെ ദേശീയ നദിയായ ഗംഗ ഒഴുകുന്ന സംസ്ഥാനങ്ങൾ

JUUBB (ജബ്ബ്)

J	-	ജാർഖണ്ഡ്
U	-	ഉത്തർ പ്രദേശ്
U	-	ഉത്തരാഖണ്ഡ്
B	-	ബീഹാർ
B	-	ബംഗാൾ

- 2008-ലാണ് ഗംഗയെ ദേശീയ നദിയായി പ്രഖ്യാപിച്ചത്.
- ഗംഗയുടെ പ്രധാനപോഷകനദിയാണ് യമുന.
- പത്മയെന്നാണ് ബംഗ്ലാദേശിൽ ഗംഗ അറിയപ്പെടുന്നത്.
- യമുനയുടെ തീരത്താണ് ഡൽഹി.
- വൃദ്ധ ഗംഗ എന്നറിയപ്പെടുന്നത് ഗോദാവരിയാണ്.
- ദക്ഷിണഗംഗ എന്നറിയപ്പെടുന്നത് കാവേരിയാണ്.
- വാരണാസി, ബദരീനാഥ്, ഹരിദ്വാർ എന്നിവ ഗംഗയുടെ തീരത്തെ പട്ടണങ്ങളാണ്.
- ഹൂഗ്ലി, ഗംഗയുടെ കൈവഴിയാണ്.
- ദേവപ്രയാഗിൽ വച്ച് ഭാഗീരഥിയും അളകനന്ദയും ചേർന്ന് ഗംഗയായി മാറുന്നു.

യു.എസ്.എ. യിൽ നിന്നും ഇന്ത്യ സ്വീകരിച്ച ഭരണഘടന ആശയങ്ങൾ

ഉപരാഷ്ട്രപതിയുടെ ആ മുഖം സുപ്രി മൗലവിയുടേതാണ്.

ഉപരാഷ്ട്രപതി	–	**അമേരിക്ക**
ആമുഖം	–	**അമേരിക്ക**
സുപ്രി	–	**സുപ്രീം കോടതി– അമേരിക്ക**
മൗലവി	–	**മൗലികാവകാശം– അമേരിക്ക**

- **മൗലിക കടമകൾ സോവിയറ്റ് യൂണിയനിൽ നിന്നും സ്വീകരിച്ചു.**
- **പഞ്ചവത്സരപദ്ധതിയുടെ ആശയം സോവിയറ്റ് യൂണിയനിൽ നിന്നാണ് സ്വീകരിച്ചത്.**
- **ഫെഡറൽ സംവിധാനം കാനഡയിൽ നിന്നാണ് ഇന്ത്യ സ്വീകരിച്ചത്.**
- **യൂണിയൻ– സ്റ്റേറ്റ് ലിസ്റ്റുകൾ കാനഡയിൽ നിന്നാണ് സ്വീകരിച്ചത്.**
- **ഭരണഘടനാ ഭേദഗതി സൗത്താഫ്രിക്കയിൽ നിന്നാണ് സ്വീകരിച്ചത്.**
- **കൺകറന്റ് ലിസ്റ്റ് ഓസ്ട്രേലിയയിൽ നിന്നാണ് സ്വീകരിച്ചത്.**
- **നിർദ്ദേശക തത്ത്വങ്ങൾ അയർലെന്റിൽ നിന്നാണ് സ്വീകരിച്ചത്.**
- **ഇന്ത്യയ്ക്ക് സ്വന്തം ഭരണഘടന എന്ന ആശയം ആദ്യമായി അവതരിപ്പിച്ചത് എം.എൻ. റോയ് ആണ്.**
- **സ്വരൺ സിംഗ് കമ്മിറ്റിയുടെ നിർദ്ദേശപ്രകാരമാണ് മൗലിക കടമകൾ ഭരണഘടനയിൽ ഉൾപ്പെടുത്തിയത്.**

ഒന്നാം ഗ്രൂപ്പ് മൂലകങ്ങൾ

റൂബിഫ്രാൻസീസ് ഹൈലി സോപ്പിടിലാണ്.

റൂബി	–	റൂബീഡിയം
ഫ്രാൻ	–	ഫ്രാൻസിയം
സീസ്	–	സീസിയം
ഹൈ	–	ഹൈഡ്രജൻ
ലി	–	ലിഥിയം
സോ	–	സോഡിയം (Na)
പ്പി	–	പൊട്ടാസ്യം (K)

- ഏറ്റവും വലിയ ആറ്റമുള്ള മൂലകമാണ് ഫ്രാൻസിയം.
- അറ്റോമിക് ക്ലോക്കിലെ ലോഹമാണ് സീസിയം.
- ഹരിത ഇന്ധനം എന്നറിയപ്പെടുന്നത് ഹൈഡ്രജനാണ്.
- മൊബൈൽ ഫോണിലെ ബാറ്ററി ലിഥിയത്തിന്റേതാണ്.
- വായുവിൽ തുറന്നു വച്ചാൽ നിറം മങ്ങുന്നത് സോഡിയത്തിനാണ്.
- മനുഷ്യശരീരത്തിലെ രക്ത സമ്മർദം കുറയ്ക്കുന്നത് സോഡിയമാണ്.
- ഏറ്റവും ഭാരം കുറഞ്ഞ ലോഹമാണ് ലിഥിയം.

ഹ്രസ്വദൃഷ്ടിയുടെ ലെൻസ്

*
മായ, കേവിലാണ്.

മായ	–	മയോപ്പിയ(ഹ്രസ്വദൃഷ്ടി)
കേവ്	–	കോൺകേവ് ലെൻസ്

- അകലെയുള്ള വസ്തുക്കളെ കാണാൻ കഴിയാത്ത മയോപ്പിയ എന്ന കണ്ണിന്റെ ന്യൂനത കോൺകേവ് ലെൻസിലൂടെ പരിഹരിക്കാം.
- അടുത്തുള്ള വസ്തുക്കളെ കാണാതിരിക്കുന്ന ഹൈപ്പർ മെറ്റോപിയ (ദീർഘ ദൃഷ്ടി) എന്ന കണ്ണിന്റെ ന്യൂനത കോൺവെക്സ് ലെൻസിലൂടെ പരിഹരിക്കാം.
- ദീർഘദൃഷ്ടി ന്യൂനതയുള്ളവർക്ക് പ്രതിബിംബം റെറ്റിനയ്ക്ക് പിന്നിലും, ഹ്രസ്വദൃഷ്ടി ന്യൂനതയുള്ളവർക്ക് പ്രതിബിംബം റെറ്റിനയുടെ മുന്നിലും രൂപപ്പെടും.
- കണ്ണിലെ ലെൻസിന്റെ പവർ കൂടുമ്പോൾ ഹ്രസ്വദൃഷ്ടി ഉണ്ടാകും.
- കണ്ണിലെ ലെൻസിന്റെ പവർ കുറയുമ്പോൾ ദീർഘദൃഷ്ടി ഉണ്ടാകും.
- ലെൻസിലെ പവറിന്റെ യൂണിറ്റാണ് ഡയോപ്റ്റർ.
- കണ്ണിൽ പ്രതിബിംബം രൂപപ്പെടുന്നത് ദൃഷ്ടിപടലത്തിലാണ്.
- കണ്ണിന്റെ മുൻഭാഗത്ത് വൃത്താകൃതിയിൽ ഗ്ലാസുപോലെ കാണപ്പെടുന്നതാണ് കോർണിയ.

* ഗുഹ

പ്രസ്ഥാനം - സ്ഥാപകർ

വിനോദിന് ഭൂമി ദാനം കിട്ടിയത് ആരുടെ ദയയിലാണ് ?
ബ്രാഹ്മണ രാജാവിന്റെ

വിനോദിന് ഭൂമി – വിനോബഭാവെ, ഭൂദാന പ്രസ്ഥാനം.
ആരുടെ ദയ – ആര്യ സമാജം, ദയാനന്ദ സരസ്വതി.
ബ്രാഹ്മണ, രാജ – ബ്രഹ്മസമാജം, രാജാറാം മോഹൻറായ്

- **പൗനറിലെ സന്യാസി എന്നാണ് വിനോബഭാവെ അറിയപ്പെടുന്നത്.**
- **മഗ്സസെ അവാർഡ് നേടിയ ആദ്യത്തെ ഇന്ത്യക്കാരനാണ് വിനോബഭാവെ.**
- **ശുദ്ധി പ്രസ്ഥാനം ആരംഭിച്ചത് ദയാനന്ദ സരസ്വതിയാണ്.**
- **വേദങ്ങളിലേക്ക് മടങ്ങുക എന്ന ആഹ്വാനം നടത്തിയത് ദയാനന്ദ സരസ്വതിയാണ്.**
- **ഇന്ത്യൻ മത നവീകരണ പ്രസ്ഥാനത്തിന്റെ പിതാവാണ് രാജാറാം മോഹൻറായ്.**
- **ആത്മീയ വിദ്യ സഭ സ്ഥാപിച്ചത് രാജാറാം മോഹൻറായ് ആണ്.**
- **അലിഗഢ് പ്രസ്ഥാനം – സെയ്യദ് അഹമദ് ഖാൻ**
- **രാമകൃഷ്ണ മിഷൻ – സ്വാമി വിവേകാനന്ദൻ**
- **പ്രാർത്ഥനാ സമാജം – പാണ്ഡു രംഗ്**
- **സർവോദയ പ്രസ്ഥാനം – ജയപ്രകാശ് നാരായൺ**

കേരള മുഖ്യമന്ത്രിമാർ

നമ്പൂതിരിയുടെ പട്ടം ശങ്കയോടെയാണെങ്കിലും അച്ചുതൻ കരുണയാന്റിക്ക് നൽകിയെന്നതറിഞ്ഞ വയസ്സൻ കോയ, നയന ഉമ്മയെ ആനന്ദമറിയിച്ചു

നമ്പൂതിരി	-	ഇ.എം.എസ് നമ്പൂതിരിപ്പാട്, 1957 ൽ ഏഷ്യയിലാദ്യമായി ബാലറ്റു പേപ്പറിലൂടെ അധികാരത്തിലേറി.
പട്ടം	-	പട്ടം താണുപിള്ള, കേരളത്തിലെ രണ്ടാമത്തെ മുഖ്യ മന്ത്രി.
ശങ്ക	-	ആർ. ശങ്കർ, ആദ്യത്തെ കോൺഗ്രസ് മുഖ്യമന്ത്രി.
അച്ചുതൻ	-	സി. അച്ചുതമേനോൻ, തുടർച്ചയായി ഏറ്റവും കൂടുതൽ കാലം മുഖ്യമന്ത്രി.
കരുണ	-	കെ. കരുണാകരൻ, ഏറ്റവും കൂടുതൽ തവണ (4) മുഖ്യ മന്ത്രിയായി.
ആന്റി	-	എ.കെ. ആന്റണി, ഏറ്റവും ചെറിയ പ്രായത്തിൽ മുഖ്യ മന്ത്രി.
വയസ്സൻ	-	പി.കെ.വാസുദേവൻ നായർ – മന്ത്രി, മുഖ്യമന്ത്രി, പ്രതിപക്ഷ നേതാവ് എന്നിവ ഒരേ നിയമ സഭയിൽ നിർവഹിച്ചു.
കോയ	-	സി.എച്ച്. മുഹമ്മദ് കോയ, ഏറ്റവും കുറച്ചുകാലം മുഖ്യ മന്ത്രിയായിരുന്നു.
നയന	–	ഇ.കെ. നയനാർ, ഏറ്റവും കൂടുതൽ ദിവസം മുഖ്യമന്ത്രി യായി.
ഉമ്മ	-	ഉമ്മൻ ചാണ്ടി പൊതു ജന സേവനത്തിനുള്ള യു.എൻ. പുരസ്ക്കാരം നേടി (2013 ജൂൺ 27)
ആനന്ദ	–	വി.എസ്. അച്യുതാനന്ദൻ (2006–2011) ഏറ്റവും കൂടിയ പ്രായത്തിൽ മുഖ്യമന്ത്രിയായി.

- 2011 അധികാരമേറ്റ ഉമ്മൻ ചാണ്ടി കേരളത്തിന്റെ 21–ാം മുഖ്യമന്ത്രി യാണ്.
- തൊഴിലില്ലായ്മ വേതനം, ചാരായ നിരോധനം എന്നിവ ഏർപ്പെടു ത്തിയത് – എ.കെ ആന്റണി.
- സമ്പൂർണ സാക്ഷരത, കുടുംബശ്രീ എന്നിവ നടപ്പിലാക്കിയത് ഇ.കെ. നയനാർ.

ഇന്ത്യയുടെ ഗോളാന്തര യാത്രകൾ

ചന്ദ്രന് മംഗളം

ചന്ദ്രയാൻ – ഇന്ത്യയുടെ ചന്ദ്രപര്യവേക്ഷണ ദൗത്യമാണ് PSLV C-11 എന്ന റോക്കറ്റിലാണ് ഈ ദൗത്യം നടത്തിയത്. ചന്ദ്രനിൽ ജലമുണ്ടെന്ന് കണ്ടെത്തിയത് ഇന്ത്യയുടെ ചന്ദ്രയാനാണ്. 2008 ഒക്ടോബർ 8 നാണ് ചന്ദ്രയാന്റെ യാത്ര ആരംഭിച്ചത്.

മംഗൾയാൻ – ഇന്ത്യയുടെ ചൊവ്വയിലേക്കുള്ള പര്യവേക്ഷണ ദൗത്യമാണ് PSLV C-25 ൽ 2013 നവംബർ 5 നാണ് യാത്ര ആരംഭിച്ചത്. 2014, സെപ്തംബർ 24–ന് ചൊവ്വയുടെ ഭ്രമണപഥത്തിൽ പ്രവേശിച്ചു.

- 1969 ൽ ഐ.എസ്.ആർ.ഒ. ആരംഭിച്ചു.
- ബാംഗ്ലൂരിലെ അന്തരീക്ഷ ഭവനാണ് ഐ.എസ്.ആർ.ഒ.യുടെ ആസ്ഥാനം.
- 1963–ൽ തുമ്പയിൽ നിന്നും 'നിക്കി അപ്പാച്ചെ' എന്ന റോക്കറ്റ് വിക്ഷേപിച്ചു.
- ഇന്ത്യയിലെ ഏക ഉപഗ്രഹ വിക്ഷേപണ കേന്ദ്രം ശ്രീഹരിക്കോട്ടയിലെ സതീഷ് ധവാൻ സ്പേസ് സെന്റർ ആണ്.
- ഇന്ത്യയുടെ ആദ്യത്തെ ഉപഗ്രഹം ആര്യഭട്ടയാണ്.
- ഇന്ത്യയുടെ ആദ്യത്തെ ഭൗമ നിരീക്ഷണ ഉപഗ്രഹം ഭാസ്ക്കര–1 (ഇന്ത്യയുടെ രണ്ടാമത്തെ ഉപഗ്രഹം)
- ഇന്ത്യയുടെ ആദ്യത്തെ ബഹിരാകാശ സഞ്ചാരി രാകേഷ് ശർമ്മയാണ്.
- ഇന്ത്യയുടെ ആദ്യത്തെ വനിതാ ബഹിരാകാശ സഞ്ചാരി കല്പന ചൗളയാണ്. കൊളംബിയ വാഹനത്തിൽ 2003 ൽ കല്പന കൊല്ലപ്പെട്ടു.
- ഇന്ത്യയുടെ ആദ്യത്തെ കാലാവസ്ഥ ഉപഗ്രഹം കല്പന – 1 ആണ്.
- ഏറ്റവും കൂടുതൽ കാലം ബഹിരാകാശത്തു ചെലവഴിച്ച വനിത സുനിതാ വില്യംസാണ്.

ഇന്ത്യൻ നാവിക സേനാ കമാൻഡുകളുടെ ആസ്ഥാനങ്ങൾ

കൊച്ചു വിശാഖ് മുംബൈയിലെത്തി

കൊച്ചു - കൊച്ചി സതേൺ നാവിക കമാൻഡ്
വിശാഖ് - വിശാഖ പട്ടണം, ഈസ്റ്റേൺ നാവിക കമാൻഡ്
മുംബൈ - വെസ്റ്റേൺ നാവിക കമാൻഡ്

- നാവിക സേനയ്ക്ക് 3 കമാൻഡുകളാണുള്ളത്.
- നാവിക സേനയുടെ ആസ്ഥാനം ന്യൂഡെൽഹിയിലാണ്.
- നാവിക ദിനം - ഡിസംബർ 4.
- ഇന്ത്യയുടെ ആദ്യത്തെ വിമാന വാഹിനി കപ്പൽ? - INS വിക്രാന്ത്.
- ഇന്ത്യ തദ്ദേശീയമായി നിർമിച്ച ആദ്യത്തെ ആണവ അന്തർ വാഹിനി - INS അരിഹന്ത്.
- കേരളത്തിലെ നാവിക അക്കാദമി കണ്ണൂർ ഏഴിമലയിലാണ്.
- ഇന്ത്യൻ നേവിയുടെ ആപ്തവാക്യം 'ഷാനോ വരുണ' എന്നാണ്.

ഇന്ത്യൻ വ്യോമസേന കമാൻഡുകളുടെ ആസ്ഥാനം

T.D. GAS

T - തിരുവനന്തപുരം (തെക്ക്)
D - ഡെൽഹി (പടിഞ്ഞാറ്)
G - ഗാന്ധി നഗർ (തെക്ക് - പടിഞ്ഞാറ്)
A - അഹമ്മദാബാദ് (സെൻട്രൻ)
S - ഷില്ലോങ് (കിഴക്ക്)

- ആൾ ബലത്തിൽ ഇന്ത്യൻ വ്യോമസേന ലോകത്തിൽ മൂന്നാം സ്ഥാനത്താണ്.
- ഇന്ത്യയുടെ പൈലറ്റില്ലാത്ത യുദ്ധ വിമാനമാണ് ലക്ഷ്യ.
- ഇന്ത്യ തദ്ദേശീയമായ വികസിപ്പിച്ചെടുത്ത ആദ്യത്തെ യുദ്ധ വിമാനമാണ് തേജസ്സ്.
- ലോകത്തെ ഏറ്റവും ചെറിയ യുദ്ധ വിമാനമാണ് തേജസ്സ്.
- ഇന്ത്യയുടെ ആദ്യത്തെ ഭൂഖണ്ഡാന്തര ബാലിസ്റ്റിക് മിസൈലാണ് അഗ്നി 5
- അഗ്നി 5 ന്റെ പ്രോജക്ട് ഡയറക്ടർ ടെസി തോമസാണ്.
- ഇന്ത്യയും റഷ്യയും ചേർന്ന് വികസിപ്പിച്ചെടുത്ത ക്രൂയിസ് മിസൈലാണ് ബ്രഹ്മോസ്.
- ലോകത്തിൽ ഏറ്റവും ഉയരത്തിലുള്ള യുദ്ധ ഭൂമിയാണ് സിയാച്ചിൻ.
- ആയുധങ്ങളെയും അവയുടെ ഉപയോഗങ്ങളെയും കുറിച്ചുള്ള പുരാതന ഭാരതീയ ശാസ്ത്രമാണ് ധനുർവേദം.
- വ്യോമ സേനാ ദിനം ഒക്ടോബർ 8 ആണ്.

ഇന്ത്യയുടെ സംസ്ഥാനങ്ങൾ - തലസ്ഥാനം

ഞാൻ ഉറക്കത്തിലായിരുന്നു ക്ക്(**KK**) - ഗ്ഗ്(**GG**) - ജ്ജ്(**JJ**) - റ്റ്(**TTT**) - മൂ(**MMU**) - മൂ (**MMU**) - ഹ് (**HH**) - ഇതെല്ലാം എന്റെ സ്വപ്നത്തിലെ പാമ്പിന്റെ ശബ്ദങ്ങളായിരുന്നു. ഞാൻ പേടിച്ച് അലറി 'കോബ്ര' (**COBRA**) വന്നേ! വീട്ടിലുള്ളവരെല്ലാം എഴുന്നേറ്റു എന്തുപറ്റി യെന്നു ചോദിച്ചു. ഞാൻ പറഞ്ഞു 'സ്വപ്നങ്ങൾ' **[SWPNAAM]** കണ്ടു.

K – കേരളം, തിരുവനന്തപുരം – സാക്ഷരത 94%
K – കർണാടക, ബംഗലുരു–ആനകൾ ഏറ്റവുമധികമുള്ള സംസ്ഥാനം
G – ഗോവ, പനാജി–ഇന്ത്യയിൽ ഏറ്റവുമധികം കാലം വിദേശാധിപത്യ ത്തിലായിരുന്ന നാട്.
G – ഗുജറാത്ത്, ഗാന്ധിനഗർ
– ഇന്ത്യയിൽ ഏറ്റവും പടിഞ്ഞാറുള്ള സംസ്ഥാനം.
J – ജാർഖണ്ഡ്, റാഞ്ചി – ഇന്ത്യയിലെ 28-ാം സംസ്ഥാനം
J – ജമ്മു കാശ്മീർ, ശ്രീനഗർ & ജമ്മു, സ്വന്തമായി പതാകയും ഭരണഘടനയും ഉള്ള ഏക സംസ്ഥാനം.

T – തമിഴ്നാട്, ചെന്നൈ – മദ്രാസ് സംസ്ഥാനത്തിന്റെ പേര് തമിഴ്നാടെന്നായത് 1969 ലാണ്.

T – ത്രിപുര, അഗർത്തല – മൂന്ന് വശവും ബംഗ്ലാദേശിനാൽ ചുറ്റപ്പെട്ട സംസ്ഥാനം.

T – തെലുങ്കാന, ഹൈദ്രാബാദ് – ശ്രീകൃഷ്ണ സമിതിയുടെ ശുപാർശ പ്രകാരം തെലുങ്കാന രൂപീകരിച്ചു.

M – മധ്യപ്രദേശ്, ഭോപ്പാൽ – വജ്രം ഉല്പാദിപ്പിക്കുന്ന ഏക സംസ്ഥാനം.

M – മഹാരാഷ്ട്ര, മുംബൈ – വ്യവസായ വത്ക്കരണത്തിൽ ഏറ്റവും മുന്നിലുള്ള സംസ്ഥാനം.

U – ഉത്തർപ്രദേശ്, ലക്നൗ – ഇന്ത്യയുടെ പഞ്ചസാരകിണ്ണമെന്നും ബ്രഹ്മർഷി ദേശമെന്നും അറിയപ്പെടുന്നു.

M – മിസോറാം, ഐസ്വാൾ – ഇന്ത്യയിൽ ഏറ്റവും ഉയർന്ന സാക്ഷരതയുള്ള ജില്ല ഐസ്വാൾ ആണ്.

M – മേഘാലയ, ഷില്ലോങ്ങ്
– കിഴക്കിന്റെ സ്കോട്ട്ലന്റ് എന്നറിയപ്പെടുന്നു.

U – ഉത്തരാഖണ്ഡ്, ഡെറാഡൂൺ – ദേവഭൂമി എന്നറിയപ്പെടുന്നു.

H – ഹരിയാന, ചണ്ഡിഗഢ് – മുഴുവൻ വോട്ടർ പട്ടികയും കമ്പ്യൂട്ടർ വത്ക്കരിച്ച ആദ്യത്തെ സംസ്ഥാനം.

H – ഹിമാചൽ പ്രദേശ്, സിംല
– പ്ലാസ്റ്റിക് നിരോധിച്ച ആദ്യത്തെ സംസ്ഥാനം.

C – ചത്തീസ്ഗഢ് – റായ്പൂർ, ഇന്ത്യയിൽ ആദ്യമായി സ്വകാര്യവൽക്കരിക്കപ്പെട്ട നദി ഷിയോനാഥാണ്.

O – ഒഡീഷ, ഭുവനേശ്വർ–കട്ടക്കിലാണ് സുഭാഷ് ചന്ദ്രബോസ് ജനിച്ചത്.

B – ബീഹാർ, പാറ്റ്ന – സാക്ഷരത ഏറ്റവും കുറഞ്ഞസംസ്ഥാനം.

R – രാജസ്ഥാൻ, ജയ്പൂർ – ഇന്ത്യയിലെ ഏറ്റവും വലിയ സംസ്ഥാനം.

A – ആസാം, ദിസ്പൂർ, 'T' ആകൃതിയിലുള്ള സംസ്ഥാനം.

S – സിക്കിം, ഗാങ്ടോക്ക് – ജനസംഖ്യ ഏറ്റവും കുറഞ്ഞ സംസ്ഥാനം.

W – വെസ്റ്റ് ബംഗാൾ (പശ്ചിമ ബംഗാൾ), കൊൽക്കത്ത, – ഇന്ത്യയുടെ ആദ്യത്തെ സയൻസ് നഗരം കൊൽക്കത്തയിലാണ്.

P – പഞ്ചാബ്, ചണ്ഡീഗഢ്
– ഇന്ത്യയുടെ ധാന്യ കലവറ എന്നിറിയപ്പെടുന്നു.

N – നാഗാലാന്റ്, കൊഹിമ, ഔദ്യോഗിക ഭാഷ ഇംഗ്ലീഷാണ്.

A – അരുണാചൽ പ്രദേശ്, ഇറ്റാനഗർ
– പത്രം പ്രസിദ്ധീകരിക്കാത്ത ഏക സംസ്ഥാനം.

A – ആന്ധ്രാപ്രദേശ്, ശ്രീഹരിക്കോട്ട ഉപഗ്രഹ വിക്ഷേപണ കേന്ദ്രം ഇവിടെയാണ്.

M – മണിപ്പൂർ, ഇംഫാൽ – ഇന്ത്യയുടെ രത്നം എന്ന് നെഹ്റു വിശേഷിപ്പിച്ചു.

ഇന്ത്യയുടെ കിഴക്കൻ തീരത്തെ മേജർ തുറമുഖങ്ങൾ

ഏതു പാവി കൊചെ, പോർട്ടിൽ വന്നത്

ഏ	– **എന്നോർ, തമിഴ്നാട്**
തു	– **തൂത്തുക്കുടി, തമിഴ്നാട്**
പാ	– **പാരദ്വീപ്, ഒറീസ**
വി	– **വിശാഖ പട്ടണം, ആന്ധ്രാപ്രദേശ്**
കൊ	– **കൊൽക്കത്ത, പശ്ചിമ ബംഗാൾ**
ചെ	– **ചെന്നൈ, തമിഴ്നാട്**
പോർട്ട്	– **പോർട്ട് ബ്ലെയർ, ആൻഡമാൻ നിക്കോബാർ**

- ഇന്ത്യയിലെ ഏക പരിസ്ഥിതി സൗഹൃദ തുറമുഖം – എന്നോർ.
- ഇന്ത്യയിലെ തുറമുഖങ്ങളിലെ തിളക്കമുള്ള രത്നം എന്നറിയപ്പെടുന്നത് – വിശാഖപട്ടണം.
- ഇന്ത്യയിലെ ഏക നദീജന്യ തുറമുഖം – കൊൽക്കത്ത.
- ഇന്ത്യയിൽ 13 പ്രധാന തുറമുഖങ്ങളുണ്ട്. 13–ാ മത്തെ തുറമുഖമാണ് പോർട്ട് ബ്ലെയർ.
- ഏറ്റവും കൂടുതൽ തുറമുഖമുള്ളത് തമിഴ്നാട്ടിലാണ്.
- സെൻട്രൽ ഇൻലാൻഡ് വാട്ടർ ട്രാൻസ്പോർട്ട് കോർപ്പറേഷൻ നിലവിൽ വന്നത് കൊൽക്കത്തയിലാണ്.
- ഹാൽഡിയ, പശ്ചിമ ബംഗാളിലെ ഒരു ഇടത്തരം തുറമുഖമാണ്.
- എന്നോർ തുറമുഖത്തിന്റെ പുതിയ പേര് കാമരാജാർ തുറമുഖമെന്നാണ്.
- തൂത്തുക്കുടി തുറമുഖത്തിന്റെ പുതിയ പേര് ചിദംബരനാഥ് തുറമുഖമെന്നാണ്.